JACK C. RICHARDS   DAVID BYCINA

PERSON TO PERSON

Communicative speaking and listening skills

BOOK 2

OXFORD UNIVERSITY PRESS

1985

Oxford University Press
200 Madison Avenue New York, N.Y. 10016 USA

Walton Street Oxford OX2 6DP England

OXFORD is a trademark of Oxford University Press.

Library of Congress Cataloging in Publication Data
(Revised for volume 2)

Richards, Jack C.
Person to Person.

Bk. 2 has subtitle:
communicative speaking and listening skills

1. English language — Text-books for foreign speakers.
I. Bycina, David.   II. Title.
PE1128.R46   1985   428.3'4   84-14733
ISBN 0–19–434150–X (v.1)
ISBN 0–19–434152–6 (v.2)

First published 1985
Fifth impression 1986

Illustrations by:

Patricia Capon   Richard Cole
Simon Gooch   Kevin Hudson
Kim Lane   Edward McLachlan
Kate Simpson   Illustra Design

Location photography by:
Terry Williams

Other photographs supplied by:
Rex Features Ltd.

The publishers would like to thank the following for their time
and assistance: Hoover PLC; Lynton Lodge Hotel, Oxford;
Oxford Times; Saraceno restaurant, Oxford; Selfridges,
Oxford. The authors are grateful to the following: Michael
Macfarlane, Oxford University Press, Tokyo, for assistance
in planning and evaluating trial versions of the materials;
Peggy Intrator and Susan Lanzano of Oxford University
Press, New York for their editorial support, numerous helpful
suggestions and for overseeing the publication of the project.

Filmset in Helvetica by Filmtype Services Limited,
Scarborough, North Yorkshire, England.

Printed in Hong Kong.

TABLE OF CONTENTS

TO THE STUDENT

Up to now your study of English has probably focused on the study of English grammar and vocabulary. You already know quite a lot about what the rules of English grammar are, and how sentences are formed in English. This knowledge provides an important foundation for you to use in learning to speak and understand English. But the study of English grammar by itself will not enable you to speak English fluently. In order to develop conversational listening and speaking skills you need practice in these skills and this is what *Person to Person* aims to do.

The focus of each unit in *Person to Person* is not on a feature of grammar but on a conversational task or function such as "introducing yourself to someone," "asking for directions," "talking about likes and dislikes," "inviting someone to go somewhere" and so on. In order to take part in English conversation it is necessary to learn how these and other commonly occurring functions are expressed in English. This explains how this book is organized.

Person to Person gives you opportunities to listen to native speakers and gives you guided practice in carrying out many conversational functions. This is done in the following way:

Conversations
Each unit begins with a conversation which demonstrates a particular function. You will listen to these conversations on the cassette or as your teacher reads them and use them to improve your comprehension of spoken English as well as your awareness of language use in various business and social settings, both formal and informal.

Give It a Try
Each conversation consists of a number of parts, and you will be able to concentrate or each part separately. Follow the model provided on the cassette or by your teacher and then practice the lines with a partner until you feel "comfortable" with the language. In this section, you will also learn alternative ways of expressing the same function.

Listen to This
These sections, which come at the end of each regular unit, allow you to apply what you have learned to listening situations that will prepare you for real-life listening tasks such as listening and recording specific information on forms, getting directions, finding out opening and closing times, etc. The tapescripts for these sections begin on page 113.

We hope you will find that learning to speak and understand English is not as difficult as you think. But, like any skill, it involves practice. *Person to Person* will guide you through various kinds of practice, moving from controlled to freer use of language. There are multiple opportunities to review what you have learned both within each unit and in special review units, called Variations.

Person to Person uses paired practice activities which are designed to give you as much conversational practice as is possible in a classroom situation. Remember, as you practice, that communication involves more than just the right words: People "say" a lot with their faces, their bodies and their tone of voice.

As you practice with your partner, don't keep your eyes "glued to your book." Instead, use the "read and look up" technique: Look at your line before you speak. Then immediately look up at your partner, make eye contact and say the line (or part of it) to him/her as if you were acting. You may look down at your lines as often as you need to, but when you speak, look at your partner. This will improve your fluency.

In addition to the language presented in each unit, here are some expressions that will be very useful to you both in and outside of class.

a. Please say that again.
b. I'm sorry. I don't understand.
c. How do you say _____ in English?
d. Please speak more slowly.
e. What does _____ mean?
f. I don't know.
g. May I ask a question?
h. How do you spell _____ ?

The guided speaking and listening practice you get in this book will give you a firm basis for using English outside the classroom and in speaking with other speakers of English *Person to Person*.

Haven't we met before?

1.

Tom: Aren't you Jim McDonald?
Jim: Yes, that's right.
Tom: I believe we met at a sales conference last year. I'm Tom Bradshaw.
Jim: Oh, yes. I remember. How've you been?
Tom: Just fine. And you?

2.

Alan: Excuse me. Haven't we met before?
Penny: I don't think so.
Alan: You work for Pan Am, don't you?
Penny: Yes, that's right.
Alan: I think I met you at Bert Conway's party last May.
Penny: Oh, really?
Alan: Well anyway, my name's Alan Baxter.
Penny: Mine's Penny Jacobs. Nice to meet you.

3.

Bill: Have you two met before?
Ellen: No, I don't think we have.
Bill: Well, let me introduce you then. Ellen Robbins, this is my friend, Ted Newman.
Ted: Nice to meet you.
Bill: Ellen's a chemist.
Ted: Oh, are you?
Ellen: Yes, I work for Bristol Myers. And what do you do, Ted?
Ted: Oh, I'm an accountant.

GIVE IT A TRY

1. Reintroducing yourself (1)

> ▶ Aren't you *Jim McDonald*?
>
> ▷ Yes, that's right.
>
> ▶ I | believe | we met *at a sales conference last year*.
> | think |
>
>   My name's *Tom Bradshaw*.
>
> ▷ Oh, yes. I remember. How've you been?
>
> ▶ Just fine. And you?

Practice 1

Practice the above dialog with your partner. Use your own name,
but refer to an imaginary place when you describe where you met.
Some ideas are given here:

I think we _ _ _ _ _ _ .

* were in the same computer class last year
* met in Italy last summer
* met at John Turner's house

Practice 2

On a small piece of paper, write: your name, your current school or job,
the name of the high school or university you attended, your home town,
and a place you have visited. Exchange papers with your partner. Then
practice the dialog again. This time use the "real" information you have
about your partner to tell him/her where you think you met.

2. Reintroducing yourself (2)

> ▶ Aren't you from *Seattle*?
>
> ▷ Yes, that's right.
>
> ▶ I thought so. I think we *met at a conference there last year*.
>
> ▷ Oh, yes, I remember. It's good to see you again.

Practice 1

You think you recognize someone you've met, but you're not sure of his/
her name. Practice conversations like the one above, using the cues that
follow. Alternate roles so that you and your partner each get practice
starting the conversation. Student A will ...

Start like this:

And continue like this:

1. Don't you work for General Motors? ... met at a sales conference last year.
2. Didn't you go to Boston University? ... were in the same dormitory.
3. Don't you come from San Diego? ... met at the country club once.
4. Didn't you go to Taft High School? ... were in the same class.
5. Don't your children go to Todd School? ... met at a parents' meeting.
6. Aren't you a friend of Jan Kimble's? ... met at a party last May.

Practice 2

Now try this dialog again. This time use the information you exchanged
with your partner earlier.

3. Identifying someone and being told you are mistaken

> ▶ Aren't you | *Jim McDonald*?
> | from *Seattle*?
> Don't you work for *General Motors*?
> Didn't you graduate from *Boston University*?
>
> ▷ No, I | 'm not.
> | don't
> | didn't
>
> ▶ Oh, sorry.

Practice

Write the names of

two actors or actresses: _____

_____

two cities: _____

_____

two companies: _____

_____

two universities: _____

_____

Now use the cues you have just written to practice asking and answering
questions like the ones above. Be sure that your answers are like those in
the model.

Student A | Student B

1. Aren't you_____? | 1. No, I'm not.
2. Don't you_____? | 2. No, I don't.
3. Didn't you_____? | 3. No, I didn't.

4. Asking whether you've met before

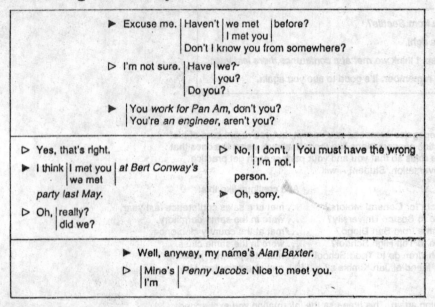

```
► Excuse me. | Haven't | we met | before?
             |         | I met you |
             | Don't I know you from somewhere?

▷ I'm not sure. | Have | we?
                |      | you?
                | Do you?

► | You work for Pan Am, don't you?
  | You're an engineer, aren't you?
```

```
▷ Yes, that's right.                    ▷ No, | I don't. | You must have the wrong
                                              | I'm not. |
► I think | I met you | at Bert Conway's                 person.
          | we met    |
  party last May.                       ► Oh, sorry.

▷ Oh, | really?
      | did we?
```

```
► Well, anyway, my name's Alan Baxter.

▷ | Mine's | Penny Jacobs. Nice to meet you.
  | I'm    |
```

Practice 1

You see someone you think you've met before. You don't remember the person's name, but you remember something about him/her. Practice this conversation.

Student A

A: Excuse me. Haven't we met before?
B: _____.
A: You work for Pan Am, don't you?
B: _____.

Student B

A: _____.
B: I don't think so.
A: _____?
B: Yes, that's right.

Practice 2

Practice the dialog again two or three times. Student A asks Student B questions, choosing from these cues:

1. work for IBM
2. are from Chicago
3. go to UCLA
4. are an engineer
5. were on the tennis team
6. studied at Harvard

Student B responds either affirmatively (Yes, that's right) or negatively (No, I'm not/wasn't/don't/didn't).

Practice 3

Now continue the conversation and say where you think you met. Student
A can choose from the cues below, and each partner supplies his/her own
name.

Student A

A: Excuse me. Haven't we met before?
B: _____.
A: You work for Pan Am, don't you?
B: _____.
A: I think *we met at Bert Conway's party.*
B: _____?
A: Well, anyway, my name's_____.
B: _____.

Student B

A: _____ _____?
B: I don't think so.
A: _____?
B: Yes, that's right.
A: _____.
B: Oh, really?
A: _____.
B: Mine's_____.

Student A says, *I think we ...*   OR *I think I ...*

1. met at Bert Conway's party   4. met you on the Riviera
2. were neighbors for a short time   5. saw you at a conference last August
3. were in the same class   6. have seen you around campus

Now change roles with your partner and practice the conversation again.

5. Introducing another person

▶ Have you two met before?	▶ Do you two know each other?
▷ No, I don't think | we have. | so.	▷ No, I don't think | we do. | so.

▶ Well, let me introduce you, then. | *Ellen,* | *Miss Peters,*	| this is my | friend, *Ted Newman.* | colleague, *Mr. Newman.*
▷ | It's very nice I'm very | glad | pleased | How do you do?	to meet you.
• Glad to meet you.	

Practice 1

In groups of three, introduce a "friend" to another "friend." Use first
names.

Practice 2

You are at a business conference. Again in groups of three, introduce
your colleague to another businessman/woman.

6. Talking about occupations

> ► Ellen 's a *chemist.*
> | works for *Bristol Myers.*
>
> ▷ Oh, | really?
> | are | you?
> | do |
>
> • Yes, I | work for *Bristol Myers.* | And what do you do, *Ted*?
> | 'm a *chemist.* |
>
> ▷ Oh, I | 'm | an *accountant.*
>   in *the Import-export business.*
>   work for *Universal Imports.*

Practice 1

Still in groups of three, continue introducing your friends/colleagues to
each other. Follow the model above.

Practice 2

Now put exercises 5 and 6 together and practice introducing two friends
from the beginning.

7. Introducing another person more formally

> ► Excuse me, | *Ted.* | I'd like | to introduce | *Ellen Peters.*
> | *Mr. Newman.* | | you to meet |
>
> Mr. *Peters** is | a *chemist* (at *Bristol Meyers*).
> | at *Bristol Meyers.*

* In formal social situations, it is traditional to use Miss /mɪs/ for unmarried women and
Mrs. /ˈmɪsɪz/ for married women. In professional settings, it is common to use the title
Ms. /mɪz/, which does not distinguish women on the basis of marital status.

Practice

Now you are in a more formal setting. Introduce your partner to two other
people in the class using titles (Mr., Mrs., Miss, Ms., etc.) and last names.
They will respond with, "It's very nice to meet you."/"How do you do?"
Your partner will continue the conversation by asking what the other
person does.

LISTEN TO THIS

1. Look at the five pictures. You are going to hear four conversations.
Listen. Where do you think the people are? Look for the appropriate
picture and put the number of the conversation next to it. Does the second
speaker recognize the first one? Check "yes" or "no" under the picture.

☐ yes __ no __   ☐ yes __ no __

☐ yes __ no __   ☐ yes __ no __

INTERNATIONAL SALES MANAGERS MEETING

☐ yes __ no __

Now listen again and check your information.

2. You are going to hear three conversations. In each one, people are making introductions. Listen to the introductions and match each name on the left with the information that is given about that person on the right. The first one has been done as an example.

Conversation 1

Jeannie Turner is Mr. Turner's   boss
                                     wife

Don McNeil is Mr. Turner's   colleague
                                     sister
                                     daughter

Conversation 2

Murray Goldman is   a political science student
                              a business student

Jack Anderson is   a philosophy student
                              an economics student
                              a geography student
                              an engineering student

Conversation 3

Mr. Jiménez is in   the Marketing Department
                              the Accounts Office

Ms. Rosetti is in   the International Division
                              the Public Relations Department
                              the Personnel Department
                              the Sales Department

Now listen again and check your answers.

UNIT 2

Would you mind telling me?

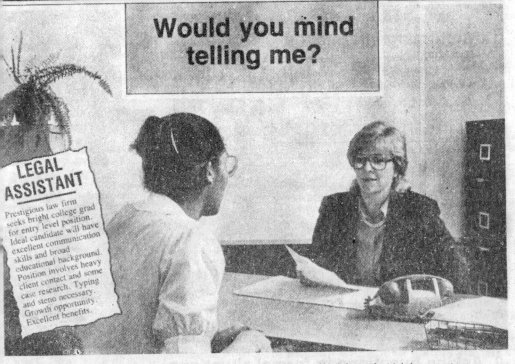

LEGAL ASSISTANT

Prestigious law firm seeks bright college grad for entry level position. Ideal candidate will have excellent communication skills and broad educational background. Position involves heavy client contact and some case research. Typing and steno necessary. Growth opportunity. Excellent benefits.

Ms. Blake: Let's discuss your educational background, Miss Kelly, you were an English major, weren't you?

Ms. Kelly: Yes. That's right. It was my best subject at college.

Ms. Blake: Fine. And could you tell me what kind of work experience you've had?

Ms. Kelly: My last position was with Loomis and Martin. That's a law firm in Sacramento.

Ms. Blake: And when was that exactly?

Ms. Kelly: From 1980 to 1983.

Ms. Blake: Uh huh.

Ms. Kelly: Before that I worked for Bishop and Baldwin. That was from 1978 to 1980. And I've been doing freelance work for the last few months.

Ms. Blake: Well, Ms. Kelly, your qualifications for the job are excellent. Could you tell me what kind of salary you are expecting?

Ms. Kelly: Well, in my last job I was making $1500 a month. I understand that this position has a starting salary of around $1600 a month.

Ms. Blake: That's right.

Ms. Kelly: That would be fine with me.

Ms. Blake: And is there anything you'd like to ask about the job?

Ms. Kelly: Yes, I'd like to know if the company provides opportunities for further education.

Ms. Blake: Yes, our employees are allowed to take up to six hours a week at full pay, to attend college courses.

Ms. Kelly: That's very generous.

Ms. Blake: Is there anything else you'd like to know?

Ms. Kelly: No, not at this time.

Ms. Blake: Well, I've enjoyed meeting and talking with you. We'll call you within the week.

Ms. Kelly: Thank you. I appreciate the time you've given me.

GIVE IT A TRY

1. Confirming information

> ► You | were *an English major*, weren't you?
> | *take shorthand*, don't you?
>
> ▷ Yes, | that's right.
> | I was.
> | I do.

Practice

Student B is being interviewed for a job. Student A asks questions using the cues below. Student B answers, giving additional information if possible. For example:

A: You read the job description, didn't you?
B: Yes, I did. It sounds like a very interesting job.

1. are a college graduate
2. can use a word processor
3. were active in school organizations
4. have taken courses in business
5. have worked in a law firm before
6. will be able to start work this month

2. Asking questions in formal situations

> ► | Could | you tell me what kind of work experience you've had?
> | Would |
>
> ▷ My last position was with *Loomis and Martin*. That's a *law firm in Sacramento*.
> Before that I worked for *Bishop and Baldwin*. That was from *1978* to *1980*. And
> I've been *doing free-lance work* for *the last few months*.

Practice 1

Student A interviews Student B for a job and starts by asking what sort of work experience he/she's had. Student B can answer as he/she chooses. Student A listens and then asks further questions if necessary to find out:

1. what the name of her/his last employer was
2. how long he/she worked there
3. who her/his superior was
4. how much he/she earned

Practice 2

Now do the interview again, but this time fill in the form below as you ask
the questions.

EMPLOYMENT HISTORY

Name of last employer _____   Position _____

Name of supervisor _____

Length of service _____   Salary _____

Reason for leaving _____
_____

3. Asking for clarification

▶ (And) | when was that | (exactly)?
        | where was that |
        | what did you do there |

▷ | From *1980* to *1983*.
  | Sacramento.
  | I was a *secretary*.

Practice 1

Look at the resume summaries below. Student B will take the part of Bill
Wingard, and Student A will talk to him about his business experience.
Then alternate roles, using the other resume summaries. Use this model.

A: Could you tell me what kind of business experience you've had?
B: My last position was at_____.
A: And when was that exactly?
B: _____.
A: Where was that?
B: _____.
A: I see. And what did you do there?
B: _____.

Name: Bill Wingard
Employer: Texas Instruments
Location: Houston, Texas
Dates: 1980-1984
Responsibilities: Supervise staff training program

Name: Marilyn Price
Employer: Olivetti Business Machines
Location: Phoenix, Arizona
Dates: 1978-1984
Responsibilities: prepare sales manuals

Name: Koji Takano
Employer: RCA Corporation
Location: Los Angeles, California
Dates: 1981-1984
Responsibilities: supervisor in purchasing dept.

Practice 2

Interview your partner. Ask about his/her education.

A: Could you tell me where you went to | high school?
                                          college?
                                          graduate school?

B: _____.
A: When was that exactly?
B: _____.
A: I see. And what did you study there?
B: _____.

Practice 3

Interview your partner. Ask about his/her work experience.

A: Have you ever worked part time or during the summer?
B: | Yes, I have.
   | No, I haven't.
A: Where was that?
B: _____.
A: And what did you do exactly?
B: _____.
A: Are you working now?
B: | Yes, I am.
   | No, I'm not.
A: When did you start your present position?
B: _____.
A: And what do you do there exactly?
B: _____.

Ask these questions.

1. how you found out about this position
2. what kind of work experience you've had
3. what you majored in in college
4. what kind of salary you expect

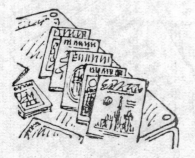

4. Asking for further information

▶ I'd like to know | if | the company provides opportunities for further education.
| whether |
| what *the salary* |

▷ | Yes, you can take up to 6 hours a week for college courses.
| Well, this position has a starting salary of $1600 a month.

Practice 1

You are applying for a position with the Lord Motor Company.
Ask questions about the following:

1. if there is a retirement plan
2. whether medical insurance is available
3. if there are recreational facilities.
4. if overtime is available

Practice 2

Try it again. This time ask about these things:

1. what the starting salary is
2. how long the vacation is
3. what kind of recreational facilities there are
4. how much the company pays for medical insurance

LORD MOTOR COMPANY

Join a company that cares!

- 38½ hour working week; 8:30 – 5:00
- overtime available
- complete medical insurance for all employees (company pays half)
- all staff fully covered by our retirement plan
- exercise and recreational facilities available at all major plants (gym and pool)
- Starting salary: $20.500 – $22.000
- 7-day vacation

5. Closing an interview

▶ Well, I've enjoyed meeting and talking with you. We'll call you within the week.

▷ Thank you. I appreciate the time you have given me.
I look forward to hearing from you.

Practice

This time, you are applying for a position with the Bank of Chicago. Practice a conversation like the one in Exercise 4. This time ask what the working hours are. Then Student B will close the interview following this model:

B: Are there any other questions?
A: No, I don't think so.
B: Well, I've enjoyed_____.
A: Thank you. I appreciate_____.

Clerk, foreign exchange department
salary: $1200 per month
vacation: 14 days a year
hours: 9:00 - 5:00
Monday to Friday
No weekend work.

LISTEN TO THIS

1. You will hear an interview between a young woman who has applied for a position with a company and an officer of the company.

a. Listen once to the interview.
b. Listen to the interview a second time and complete the information below. After you have finished, compare your information with your partner's. Then listen again.

NORCROSS

Name . . . .
                  (First)   (Last)

College Major . . . .

School . . . .

Year . . . .

Present employer . . . .

Duties . . . .

Length of service . . . .

Present salary . . . .

Position applied for . . . .

Expected salary . . . .

Previous experience . . . .

2. Listen to the interview again. How does the interviewer ask these questions? Write what the interviewer actually says in the spaces below.

1. What is your name? _____

2. What office experience do you have? _____
_____

3. What is your current salary? _____

UNIT 3

Isn't he the one who...?

Joan: Do you know who that guy is?
Ellen: Which one?
Joan: The one in the light slacks.
Ellen: Oh, that's Bob Wilson. He's the one who just moved into the penthouse apartment.
Joan: Oh, really? He looks kind of interesting. Do you know anything about him?
Ellen: Yeah, he's from England. He works for British Airways.
Joan: Have you spoken to him? What's he like?

Ellen: He seems like a very nice guy. He's very friendly and he's got a good sense of humor.
Joan: Is he the one whose wife has the green Volvo?
Ellen: Yeah, that's right.
Joan: We should invite them over for coffee. Do you know if they have any children?
Ellen: No, they just got married, I think.
Joan: Well, let's invite them and the Colbys over sometime this weekend.

GIVE IT A TRY

1. Asking who someone is

> ▶ Do you know who that *guy* is?
>
> ▷ Which one?
>
> ▶ The one | in the | *light slacks.*
> | wearing |
> | with *glasses.*

▷ Oh,	that's *Bob Wilson.*	He's the one	▷	I have no idea.
	isn't that *Mr. Lee?*			Never saw him before in my life.
who	*just moved into the penthouse apartment.*			
	works for AT & T.			
	drives the white Buick.			

Practice

You've just moved into a new apartment. Ask your partner who the other tenants are. Student B will use the information below to answer.
Follow this model:

A: Do you know who that | guy | is?
                      | woman |

B: Which | guy?
          | woman?

A: The one | in _____.
              | with_____.
              | wearing_____.

B: Oh, that's _____. He/she's the one who _____.

	Apt.	Employer	Automobile
Bertolli, Joe	306	Johnson & Johnson	Ford (blue)
Kim, Denise	211	People's Bank	Plymouth (red)
Morales, Gloria	425	General Motors	Chevrolet (white)
Newman, Walter	108	Retired	Cadillac (black)
Silverman, Allen	517	IBM	Buick (brown)

2. Asking about someone

▶ Do you know	where he's from?
	what country he's from?
	who he is?
	what he does?

▷ I think	he's from *England*.
	he's *English*.
	that's *Bob Wilson*.
	he works for *British Airways*.

Practice 1

Look at these pictures and ask questions like these:

A: | Do you know who that is?
   | Do you have any idea what country he/she's from?
   | Do you know what he/she does?

B: (I think) | that's_____.
             | he/she's _____.
             | he/she's from_____.
             | he/she's a_____.

5

4

2

1

3

Practice 2

Practice dialogs about your classmates. Use this model:

A: Do you know who that | guy | is?
                        | woman |

B: (I think) that's_____.
A: Do you know where he/she's from?
B: I think he/she's from_____ (name of town or country).
A: Do you have any idea what he/she does?
B: I believe he/she_____.

3. Asking about someone's personality

► What's	he	like?			
	she				

▷ He	seems like	a	(very)	*nice*	guy.
She			(pretty)	*outgoing*	person.
				moody	woman.
		a/an	*easy*	person to get along with.
			difficult	
	's	(very)	*unfriendly.*
		(rather)	*friendly.*

Practice

Ask questions about these people.

Use this model:

A: Do you know who this guy is?
　　　　　　　　　　　she

B: Yeah, that's _ _ _ _ _.

A: What's _ _ _ _ _ like?

B: Well, he/she seems _ _ _ _ _ _ _.

Here are some ideas:

nice	outspoken
outgoing	arrogant
sweet	moody
friendly	unfriendly

1

2

3

4

5

Key

1. Jane Fonda
2. Paul Newman
3. John McEnroe
4. Muhammad Ali
5. Princess Anne

4. Identifying someone

| ► | Is
Isn't | he
she | the one whose | wife
husband | *has the green Volvo?*
works for Pan Am? |
| ▷ | Yeah, that's right.
No, I don't think so. | | | | |

Practice 1

Read the information about each of the people pictured below.

1. My husband plays the drums.

2. My wife just had twins.

3. My wife teaches piano.

4. My daughter just got married.

5. My son won the lottery.

Now cover this information and see if you and your partner can identify each person at the ''block party'' below. Use the language in the above model.

Practice 2

On a separate piece of paper, write down one sentence about the
occupation of any member of your family. For example,

My father works for World Airways.

Show it to your partner. Now practice the following dialog.

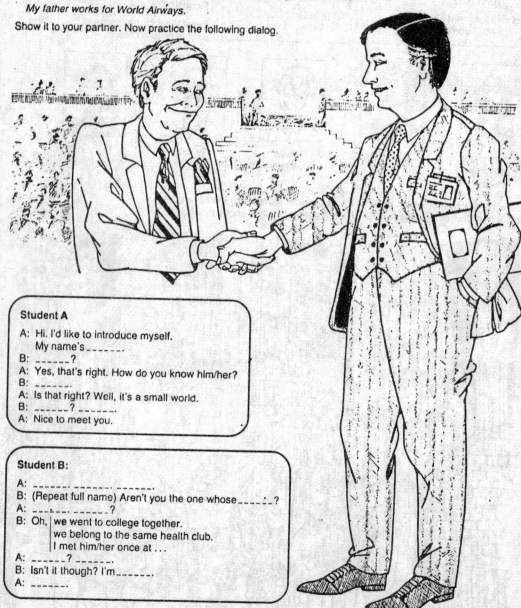

Student A

A: Hi. I'd like to introduce myself.
   My name's _ _ _ _ _ _ .
B: _ _ _ _ _ _ ?
A: Yes, that's right. How do you know him/her?
B: _ _ _ _ _ _ .
A: Is that right? Well, it's a small world.
B: _ _ _ _ _ _ ? _ _ _ _ _ _ .
A: Nice to meet you.

Student B:

A: _ _ _ _ _ _ , _ _ _ _ _ _ , _ _ _ _ _ _ .
B: (Repeat full name) Aren't you the one whose _ _ _ _ _ _ ?
A: _ _ _ _ _ _ , _ _ _ _ _ _ ?
B: Oh, | we went to college together.
      | we belong to the same health club.
      | I met him/her once at . . .
A: _ _ _ _ _ _ ? _ _ _ _ _ _ .
B: Isn't it though? I'm _ _ _ _ _ _ .
A: _ _ _ _ _ _ .

5. Asking about personal details

► Do you know	if	they have any children?
	whether	he/she's married?

Practice

Practice this dialog with one of your classmates.

A: Do you know if _ _ _ _ _ _ is married?
B: | Yes, he/she is.
    | No, he/she's not.
    | I don't know.
A: Do you know whether he/she has any children?
B: | Yes, I think he/she's got _ _ _ _ _ _ _.
    | I'm not sure.

Find out what else Student B knows about the person. Ask whether he/she:

1. plays any sports
2. has any hobbies
3. likes music
4. comes from a large family
5. is a university graduate
6. speaks any other languages

LISTEN TO THIS

1. You are going to hear people talking about some of the delegates to
an international conference. There are people at the conference from
many different countries. Listen to the conversations. How many places
do you hear mentioned? Circle them on the list:

Austria

Australia

India

Indiana

Michigan

Mexico

New Zealand

Nigeria

Taiwan

Thailand

Listen to the conversation again. This time, draw a line from the person
identified to his/her name. Then write the delegate's country beside the
name.

2 You are going to hear conversations about the following women and
their husbands. Draw a line connecting each woman with the picture of
her husband.

Christine Yung

Reiko Suzuki

Jane Grant

Linda Channing

Adriana Lozada

Now listen again and check your answers.

UNIT 4

Where exactly is it?

Tourist: Excuse me. Is there a place near here where I can get my camera repaired?

Clerk: Let me see. I think there's a camera shop on Washington Street. Do you know where that is?

Tourist: Is that the street that runs parallel to Main?

Clerk: No, Washington crosses Main. It's parallel to Thompson.

Tourist: Oh, yes. I think I know the one you mean. Now, where on Washington Street is it?

Clerk: It's in the Shell Building.

Tourist: Oh? Which one is that?

Clerk: It's that big glass office building just past the post office. You can't miss it.

Tourist: What floor is it on, do you know?

Clerk: On the ground floor next to the entrance.

Tourist: OK, thanks. Oh, and do you know how long it's open?

Clerk: I think it stays open until 5:30.

Tourist: Fine. Thanks again.

GIVE IT A TRY

1. Asking where facilities and services are located

▶ Is there a place	near around	here where I can	get have	my	camera watch	repaired?
			mail these letters?			

▷ I think there's a	camera shop post-office	on Washington Street.

Practice 1

Student A covers the map and asks his/her partner about the places indicated in the cues. Student B answers using information in the map.

A: Is there a place near here where I can | get | my camera repaired?
                                        | have |

B: Yes, there's a camera shop on Essex Street.

Student A

1. camera repaired
2. hair cut
3. clothes dry cleaned
4. photo taken
5. TV fixed
6. car serviced

Student B

1. Star Photo studio
2. West's TV and Radio
3. Car Repair Center
4. Oxford Dry cleaners
5. Canon Camera
6. Pete's Hair Salon

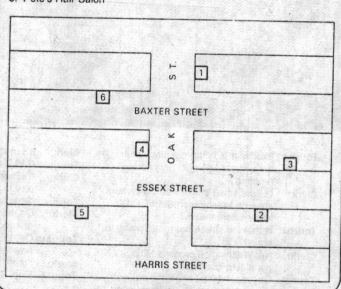

Practice 2

You are in a hotel lobby. Student A covers the diagram and uses the cues
to ask questions. Student B answers using the information in the diagram
and the phrases in the box.

A: Is there a place around here where I can *buy a newspaper*?
B: Yes, there's a *shop* *at the end of the corridor*.

Student A

1. buy a newspaper
2. mail these letters
3. change some money
4. find out about city tours
5. get something to eat
6. buy some souvenirs

Student B

shop	at the end of the corridor
bank	down the corridor
mail box	opposite the _ _ _ _ _ _
restaurant	next to the _ _ _ _ _ _
tour desk	near the _ _ _ _ _ _

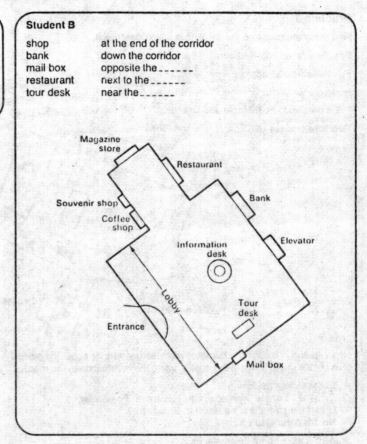

Practice 3

Ask questions like those above about places near your school.
Here are some suggestions:

1. get some film developed
2. buy some flowers
3. get my hair cut
4. get something to eat
5. buy some stamps
6. cash some traveler's checks

2. Locating streets

> ▶ Is that the street that runs parallel to *Foster*?
>
> ▷ No, it crosses *Foster*.

Practice 1

First study the map and the sentences which describe it.

Fox Street runs into Redmore.

Fox Street is off Redmore.

Redmore turns into Grange.

Hill is parallel to Fox, Maple and Grange.

Redmore crosses Hill, Fox, Maple and Pine.

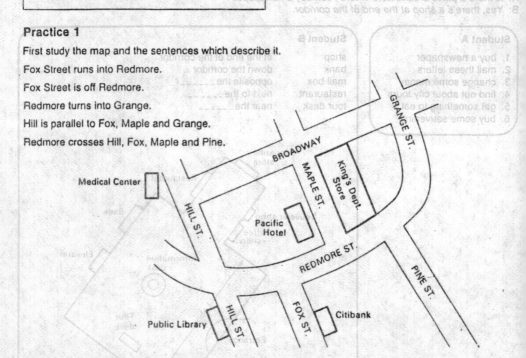

Now Student B covers the map and asks his/her partner about the places given in the cues. Student A answers using the information in the map.

A: Excuse me. I'm looking for *Citibank*.
B: *Citibank*? Let me think now. Oh, yes. It's on *Fox Street*.
A: Is that the street that's parallel to *Broadway*?
B: No, it's parallel to *Hill*.

Student B asks about these places:

1. Citibank
2. the Public Library
3. King's Department Store
4. the Medical Center
5. the Pacific Hotel

Practice 2

Make a list of places near your school and practice dialogs like the one above about them.

3. Asking for specific locations

▶ Where on *Washington Street* is it?

▷ It's │ in the *Shell Building*.
  │ at *214* Washington.*

* Pronounced /two fourteen/

Practice

Student A calls the operator for information. Student B plays the operator
and answers, using the directory. Follow the model.

A: Do you have the number of the *American Trust Company* on
   Washington Street?
B: I'll check. Here it is. The number is *244-5637*.
A: And where exactly on *Washington* is it please?
B: It's at *266 Washington*.
A: Thank you.

* two four four/five six three seven

Student A
Ask about these places:

1. the American Trust Company on
   Washington St.
2. Cambridge Business College
3. American Express on Farrel St.
4. The Prudential Insurance
   Company
5. the Public Library on
   Gladstone St.
6. Gulliver's bookshop
7. British Airways

Student B
Provide the information:

American Express, 415 Farrel St. . 635-1124
American Trust Co.,
266 Washington St. 244-5637
British Airways,
. Pacific Trade Center 913-3782
Cambridge Business College,
Thomas Building 166-8841
Gulliver's Bookshop,
33 Windsor Street 591-1993
Prudential Insurance,
Financial Plaza building 391-5567
The Public Library,
17 Gladstone St 722-4960

4. Identifying buildings by appearance and location

▶ Which one is *the Shell Building?*

▷ It's	the that	*big glass office building*	Just	past after before opposite across from	*the post office.* *the subway entrance.* *the park.* *the hospital.*
			near next to		

Practice

Student A asks about the following buildings. Student B describes the
building and says where it is located.

Student A
1. the Shell building
2. the Prudential Building
3. the British Embassy
4. the IBM Building
5. the Public Library

Student B
1. big glass office building _____
2. round glass tower _____
3. low white building _____
4. building with the round roof _____
5. gray stone building _____

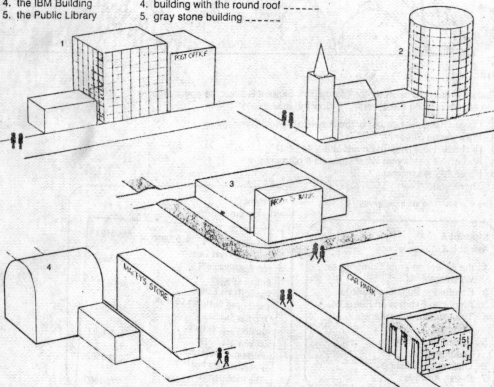

5. Asking where inside a building something is located

> ► And | what | floor is *the camera shop* on?
> | which |
>
> ▷ | On the *ground* floor next to the *entrance*.
>   It's | upstairs, on the *third* floor.
> | downstairs, on the *second* floor.

Practice 1

You are at the information desk in a department store. Student A asks
where the following places are. Student B answers using the information
given.

Student A

1. household appliances
   department
2. furniture department
3. men's wear department
4. toy department
5. accounts section
6. lost and found department

Student B

⑦	accounts/lost and found
⑥	restaurant
⑤	furniture
④	household appliances
③	YOU ARE HERE
②	toy department
①	men's wear
⓪	Basement

Practice 2

Practice dialogs like this. You are a new
student registering for courses at the
university.

A: Excuse me. I'd like to *register for a
   German course.* Where do I go?
B: You have to go to the *Foreign
   Language Department*, in *Sinclair.*
A: Do you know which floor it's on?
B: It's on the *fifth* floor, room *523.*
A: Thanks a lot.

Student A

Ask where you can do
these things:

1. apply for a student loan
2. find a place to stay
3. find out about a French course
4. pay registration fees
5. get a student ID

Student B

Provide the information:

ENGLISH LANGUAGE
INSTITUTE
   Booth Hall, 697

FINANCIAL AID OFFICE
   Moore Hall, 212

FOREIGN LANGUAGE
DEPARTMENT
   Sinclair Hall, 523

REGISTRAR'S OFFICE
   Ferguson Hall, B-24

STUDENT HOUSING OFFICE
   Stern Hall, 356

STUDENT SERVICES
   Student Center, B-103

6. Asking about opening/closing times (1)

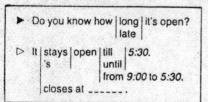

```
►  Do you know how │ long │ it's open?
                   │ late │

▷  It │ stays │ open │ till   │ 5:30.
      │ 's    │      │ until  │
      │       │      │ from 9:00 to 5:30.
      │ closes at _ _ _ _ _ _ .
```

Practice 1

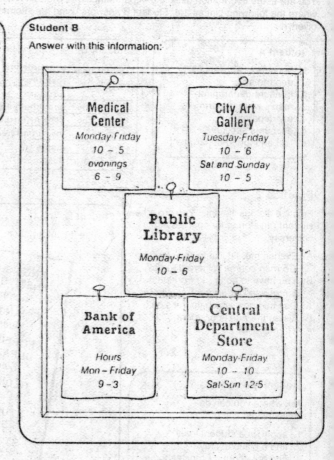

Student A

Ask about the hours of these places:

1. the Bank of America
2. the Central Department Store
3. the Public Library
4. the Medical Center
5. the City Art Gallery

Student B

Answer with this information:

Medical Center
Monday-Friday
10 – 5
evenings
6 – 9

City Art Gallery
Tuesday-Friday
10 – 6
Sat and Sunday
10 – 5

Public Library
Monday-Friday
10 – 6

Bank of America
Hours
Mon – Friday
9 – 3

Central Department Store
Monday-Friday
10 – 10
Sat-Sun 12-5

Practice 2

Write down the names of places in your city and practice questions like
the previous ones.

7. Asking about opening/closing times (2)

▶	Is the *club* open	*in the evening?*
	Do you know if the *club's* open	*evenings?*
		on the weekend?
		weekends?
		on Saturday?
		Saturdays?
		after five?

▷ Yes, I think so.	▷ I don't think so.

Practice 1

Complete this dialog using the information below.

A: Do you know if the pool's open on *Wednesday*?
B: _ _ _ _ _ _ think_ _ _ _ _ _ .
A: How long does it stay open?
B: Until _ _ _ _ _ _ , I think.
A: And is it open on *the weekend*?
B: Yes _ _ _ _ _ _ from _ _ _ _ _ _ to _ _ _ _ _ _ .

SWIMMING POOL
Tues-Friday 9:00 – 9:30
Saturday and Sunday
10:30 – 5:00
Closed Mondays

Practice 2

Practice two more dialogs like this about the Bank of America, the Public Library, the Medical Center, the Central Department Store or the City Art Gallery. You can find the answers in 6, Practice 1.

Practice 3

Practice a dialog like the one in the model. Ask about a place in your city.

LISTEN TO THIS

1. You are going to hear someone asking the location of the places below. Listen and then label each place on the map by drawing a line to it.

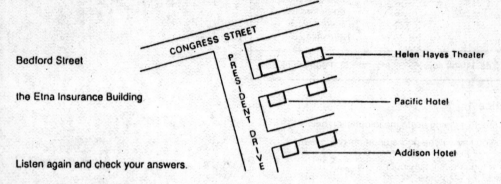

Bedford Street

the Etna Insurance Building

Listen again and check your answers.

2. You will now hear a similar dialog. Listen and draw a line to:

the tax office

the Times Building

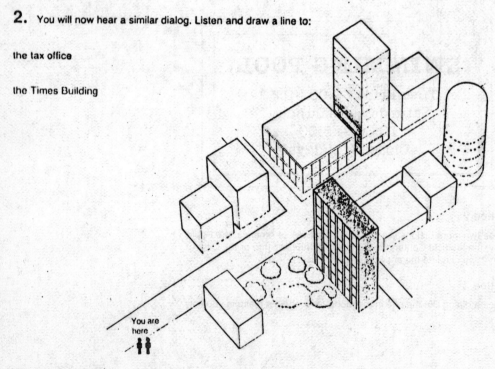

Listen again and check your answers.

3. You will now hear telephone conversations in which people ask about the hours of various places. Listen to the dialogs and indicate whether the statements below are True (T) or False (F).

1. a) The department store is open on the weekend.

   b) The weekday hours are from nine to five.

2. a) The National Gallery is open every weekday.

   b) The Gallery is open on weekends.

3. a) Dr. Lee's office is open on Saturday mornings.

   b) The office is open in the evening.

4. a) The Nautilus Health Club is open from 7 to 10.

   b) It is open on Sundays.

5. a) The Japanese Embassy is closed during the afternoon.

   b) The Embassy is open on Saturday morning.

Listen again and check your answers.

4. In this exercise you will hear customers on the first floor of a department store asking where they can find various departments. Listen to the dialogs and draw a line to the correct floor.

Accounts Department	5th floor
Coffee Shop	4th floor
Children's Department	3rd floor
Customer Service	
Sporting Goods Department	2nd floor
Garden Shop	1st floor

Listen again and check your answers.

Romance is in the air!

Claudine Williams, who teaches at the American High School, and whose parents live in Laguna Beach, California, is engaged to Mr. Lars Johannson, first secretary at the Danish Embassy. Claudine and Lars are both superb tennis players, as everyone who belongs to the Regents Tennis Club knows. Who will be the lucky guests at their wedding, we ask?

Did you hear that Paul Thomas, whose lovely wife Debby has just had a baby, will become the number one man in the Bank of America Office? We hear too that Paul still works two nights a week at the downtown YMCA, coaching the basketball team and helping young people with their problems.

Well done, Paul!

1. Society column

Work in groups of six or seven. You are at a party. Some of you are with a friend; some are alone. Introduce yourselves to as many people as you can. You have met two of the people before. They were written about in last week's newspaper. Be sure to say hello to them, using phrases like:

Aren't you_____?
Don't you_____?
Don't I know you_____?
Haven't we met before_____?
Haven't I seen you at_____?

2. Do you know ...?

With your neighbor, practice asking questions about your teacher. Use this model:

A: | Do you know | If _____?
   | Do you have any idea | where _____?
   | | what _____?

B: I | think _____.
   | believe _____.

1. where / from
2. what / university
3. what / majored in
4. how long / here
5. if / married
6. how many / children
7. where / lives
8. what / hobbies

When you have finished, ask your teacher the questions you can't answer.

3. Getting to know you

Talk to your partner and get to know him/her better. Find out about some of the things below. Ask other questions if you wish.

1. his/her full name
2. whether or not he/she is married
3. where he/she lives
4. what school or college he/she attended
5. subjects taken at school/college
6. what his/her best subject was
7. when he/she graduated
8. what he/she enjoys doing in his/her free time
9. if he/she reads a lot

If your partner works, ask about these things:

10. his/her working experience
11. his/her present occupation and employer
12. what he/she does there
13. if he/she likes the job
14. if he/she plans to change his/her job in the future

If your partner is a student ask about these things:

10. when he/she expects to finish his/her studies
11. what he/she plans to do then

4. Interview

You are a reporter for a local newspaper. You are interviewing Mr. Giulio Montovani, a famous concert pianist. Your newspaper has provided you with some notes. Mr. Montovani will correct you when your information is incorrect. Start like this:

A: I believe you were born in Italy, weren't you?
B: Well, no, my parents were born in Italy, but I was born in Brooklyn.
A: A Brooklyn boy! Well, let's see if my other facts are correct. Is it true that you gave your first concert at 12?
B: No ...

Continue asking questions and answering them . Student B begins

Yes, that's right ...   OR   No ...

Reporter

- Born in Italy, 1936
- Gave first concert at the age of 12
- After high school, went overseas to study
- Met first wife in Berlin
- Any children?
- Toured the Soviet Bloc in '64
- Met second wife, where exactly?
- Taught at the Paris Conservatory '65–'73
- Returned to the U.S. in 1975 to teach at Columbia University

Mr. Montovani

- Parents born in Italy (Sardinia); emigrated to the U.S.
- Born and raised in Brooklyn (1938–)
- First concert at 14
- After high school, went to the Academy of the Performing Arts, New York City, '56–'60
- Studied at the Berlin Conservatory of Music, '60–'63; met and married fellow student, Helga Bernstein
- Two children, a girl and a boy, now living with you in New York
- Toured the Soviet Bloc, '64; met second wife, Martina Pavlova in Moscow
- Taught at the Paris Conservatory, '65–'75
- Returned to the U.S. in 1975 to teach at Columbia University

5. Finding your way

a) Ask where the following places are on the map below. Your partner
will answer describing the location of each street as accurately as
possible: Harris St., Hope St., New Market St., Robin St.
Use this model:

A: Excuse me. Can you tell me where _____?
B: That's the street that | runs into _____.
                              | is off _____.
                              | turns into _____.
                              | is parallel to _____.
                              | crosses _____.

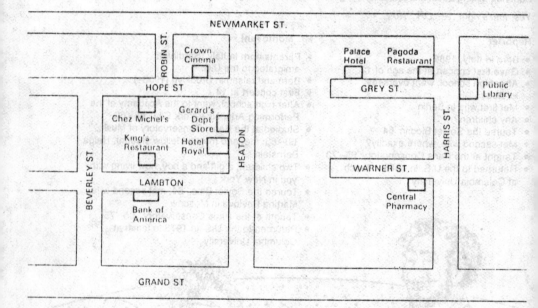

b) Work in pairs. Your partner has the map. Ask him/her where the
places in the cues are. Your partner will tell you which buildings they are
near, opposite, etc.
Follow this model:

A: Excuse me. I'm looking for the Pagoda Restaurant.
B: The Pagoda Restaurant? Oh yes, that's on Harris Street.
A: Where on Harris?
B: I think it's opposite the Public Library. You can't miss it.
A: Thanks. And can you tell me where _____ is?

1. the Public Library   4. the Crown Cinema
2. the Palace Hotel   5. King's Restaurant
3. the Pagoda Restaurant

UNIT 6

You'd better get some rest.

Joan: Hello.

Betty: Oh hi, Joan. It's Betty. How are you doing?

Joan: Terrible.

Betty: Oh, what's the matter?

Joan: I've got a fever and a really bad headache.

Betty: Oh, that's too bad. Why don't you take some aspirin?

Joan: I've already tried that. But it didn't help.

Betty: Well, maybe you should go to the health center and see a doctor.

Joan: Yeah, I guess I should, but you know how I hate doctors.

Betty: Well, you'd better stay in bed at least. You really sound sick.

Joan: Yeah, that sounds like good advice. I will. I just want to finish reading this article for English class.

Betty: You know, you really shouldn't try to do any work right now. If I were you, I'd just lie down and take it easy for a while.

Joan: Yeah, I guess you're right.

GIVE IT A TRY

1. Asking what the matter is

▶ What's | the matter?
| wrong?
| the problem?

▷ I've got a *fever* and a *really bad headache.*

▶ Oh, | that's | a shame.
| | too bad.
| I'm sorry to hear that.

Practice

Ask your partner what the matter is. Express sympath.

1. sore throat
2. bad cough
3. pain in the shoulder
4. stomachache
5. earache
6. bad cold

2. Giving tentative advice (1)

▶ | Why don't you | take | *some aspirin*?
| Maybe you | should | try
| | ought to |

▷ I've already | tried | that, but it didn't help.
| done |

Practice

Ask your partner what's wrong, express sympathy, and suggest something to help.

Follow this model:

A: Hi,_____How are you?
B: Not so well, I'm afraid.
A: Really? What's_____?
B: I've got a (an)_____.
A: Oh, that's_____! Why don't you_____?
B: I've already_____.

Student B

1. fever
2. sore throat
3. bad cough
4. headache
5. sore shoulder
6. stomachache
7. earache
8. bad cold

Student A

1. take/aspirin
2. try/lozenges
3. take/cough medicine
4. take/aspirin
5. try/rubbing alcohol
6. take/bicarbonate
7. try/ear drops
8. take/cold capsules

3. Giving tentative advice (2)

►	Maybe you	should	see a doctor.
		ought to	
	Why don't you see a doctor?		

▷	Yes, I	suppose	I	should.
		guess		ought to.
				so.

Practice 1

You're at the office. Your colleague doesn't look well.
Give him/her some advice. Follow this model:

A: You don't look very well, __(name)__. Is anything wrong?
B: Well, as a matter of fact, I don't feel so well. I've got
   a_____.
A: Oh, maybe_____ | see a doctor.
                    | take a break.
                    | go home.

B: Yes, I_____.

Practice 2

A friend is complaining about his/her apartment. Make some suggestions.

Student A:
Make suggestions using *Why don't you* and *Maybe you should* . . .

A: What's the matter?
B: _____. _____.
A: Well_____get rid of the things you don't need.
B: _____. _____. _____. _____.
A: Well,_____paint them a lighter color.
B: _____. _____.
A: Well, _____get some plain white ones.
B: _____. _____.
A: Well,_____buy a wall to wall carpet.
B: _____.
A: Yes? What's the trouble now?
B: _____.

Student B:
Respond to Student A's suggestions with *Yes, I guess so.* and *Yes, I guess/*
suppose I should/ought to.

A: _____?
B: Oh, it's this room. There's just too much furniture in it.
A: _____.
B: Yes,_____. But that's not all. Look at the walls. They're so dark.
A: _____.
B: Yes,_____. And then there are the curtains. I hate that pattern.
A: _____.
B: Yes,_____. But then there's the rug. It's just too small.
A: _____.
B: Yes_____, but_____.
A: _____? _____?
B: Well, I just don't have any money.

4. Giving advice (1)

> ► | You'd (really) better | *get some rest.*
> | You (really) ought to |
> | You should (really) |
>
> ▷ Yes, that sounds like a good idea. I will.

Practice 1

Practice dialogs using the cues below. Follow this model:

A: I just *lost my passport.*
B: | You'd better | *report it to the embassy right away.*
   | You | ought to |
   | | should |
A: Yes, that sounds like a good idea. I will.

Student A

1. can't find my credit card
2. just found somebody's wallet
3. think someone's been opening my mail
4. have had a lot of strange calls lately
5. feel exhausted all the time

Student B

1. call the bank immediately
2. give it to Lost and Found
3. report it to the post office
4. change your telephone number
5. take a vacation

Practice 2

Now continue, using these cues.

1. I can't seem to find my wallet.
2. I think I left my credit card in the restaurant.
3. I locked my keys inside the car
4. I think I'm getting fat.
5. I left my camera on the bus.

5. Giving advice not to do something

> ► You (really) shouldn't *try to do any work right now.*
>
> ▷ Yes, | I guess you're right.
> | I know.

Practice 1

Your partner will describe what is wrong with him/her. Advise what he or she shouldn't do. Follow this model.

A: I've got a *terrible headache.*
B: Oh, that's too bad. You really shouldn't *read so much.*
A: Yes, I guess you're right.

Student A's symptoms:

1. feel exhausted
2. a sore back
3. a sore ankle
4. an earache
5. a stomachache
6. a fever

Student B's advice:

1. work so hard
2. lift anything heavy
3. play tennis for a while
4. go swimming
5. eat anything
6. go out

Practice 2

Student A describes his/her problem.
Student B gives advice, using
You shouldn't .... Use this model:

A: I'm really having trouble. *I'm taking six courses at school.*

B: Well, maybe you shouldn't *take so many in one semester.*

A: Yes, I guess you're right.

Student A's problems:

1. This cough of mine is getting worse and worse. I think it must be from cigarettes.
2. I like my job, but I'm just too tired to study when I come home from work.
3. I seem to be putting on more and more weight these days. I think I'll stop eating for a week.
4. I'm so busy with my work these days I hardly have time to sleep.
5. I always feel terrible after those office parties. I guess it's all that beer and wine.

6. Giving advice (2)

▶ | If I were you, I'd | *lie down.*
| What I would do is |

▷ Yes, that sounds like | good advice.
| a good idea.

Practice

A student friend is planning to visit San Francisco. Practice dialogs advising your friend what s/he should do. Follow this model:

A: Should I | go in the *summer*?
   Is it a good idea to |

B: Well, if I were you I'd go in the *spring or fall*. It's much less crowded.

A: That sounds like good advice. And ... ?

Student A

1. take cash
2. travel by air between cities
3. stay in hotels
4. take organized tours
5. eat in local restaurants

Student B

1. take traveler's checks / much safer
2. go by bus / you'll see more
3. stay in university dormitories / a lot cheaper
4. go on my own / then you can see what you want
5. eat at snack bars and coffee shops / less expensive

LISTEN TO THIS

1   You are going to hear two secretaries talking in their office. Listen to their conversation and answer the questions.

1. What is wrong with Janice?
2. Why is she working so hard?
3. Has she taken anything for her problem?
4. What is she going to do after finishing her work?

Now listen again and check your answers.

2.   You are going to hear a man talking to his doctor. Listen to their conversation and answer the questions below.

1. What is Mr. James' problem?
2. How long has he had it?
3. Is he having any trouble at home?
4. What do you think is the reason for his problem?
5. What advice does the doctor give him?

Now listen again and check your answers.

UNIT 7

Do I need to...?

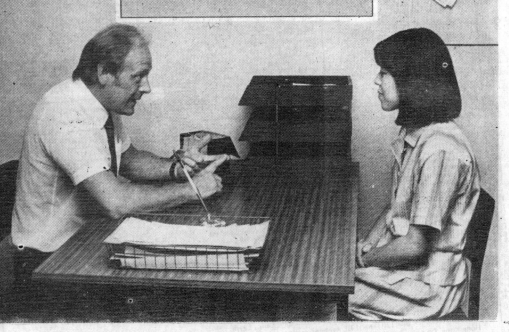

Yoko: Excuse me. I'd like some information on how to get into an American university.

Officer: Yes, of course. Well, first, you write and get an application form. Then, you send it in with a copy of your school records and an affidavit of support.* And after that, you ask your teachers for some letters of recommendation.

Yoko: And do I need to take any tests?

Officer: Yes, you have to take the TOEFL† test for one, and for some schools I think you may also have to take the SAT.‡

Yoko: And is it all right to apply to several universities at the same time?

Officer: Oh, sure. No problem.

Yoko: And what about the visa? When can I apply for that?

Officer: Well, you can't apply for the visa until you get a letter of acceptance and an I-20 form from a university.

Yoko: I see. And one more thing. Are foreign students allowed to work in the States?

Officer: They'll only let you work in the summer. And you'll need to get permission from the U.S. Office of Immigration to do that. During the school year you're not allowed to work unless the work experience is part of your school program.

* This is needed to show that you have enough financial support for your time as a student in the U.S. It can be a letter from a bank or a copy of your (parents') tax statement.
† TOEFL: Test of English as a Foreign Language
‡ SAT: Scholastic Aptitude Test

INTERNATIONAL TESTING PROGRAM
(Saturday Test Dates)

SPECIAL CENTER TESTING PROGRAM
(Friday Test Dates)

1983-84 TESTING PROGRAM CALENDAR

Test Dates	CLOSING DATES			
	Application for Centers Outside US and Canada	Application for Centers Within US and Canada	Mailing Dates for Official Score Reports	
August 6, 1983	June 20, 1983	July 5, 1983	September 7, 1983	
October 8, 1983	August 22, 1983	September 6, 1983	November 9, 1983	
November 19, 1983	October 3, 1983	October 17, 1983	December 21, 1983	
January 14, 1984	November 28, 1983	December 12, 1983	February 15, 1984	
March 10, 1984	January 23, 1984	February 6, 1984	April 11, 1984	
May 12, 1984	March 26, 1984	April 9, 1984	June 13, 1984	
July 8, 1983	May 23, 1983	June 6, 1983	August 10, 1983	
September 23, 1983	August 8, 1983	August 22, 1983	October 26, 1983	
December 9, 1983	October 24, 1983	November 7, 1983	January 13, 1984	
February 3, 1984	December 19, 1983	January 3, 1984	March 7, 1984	
April 13, 1984	February 27, 1984	March 12, 1984	May 16, 1984	
June 1, 1984	April 16, 1984	April 30, 1984	July 5, 1984	

*Your application form must be received by the TOEFL office no later than this date
Note: Some centers listed in the TOEFL *Bulletin* are not open on all test dates

Applicant's Order Form for the *Bulletin,* 1983-84

Many colleges and universities require their applicants for admission whose native language is not English to take the Test of English as a Foreign Language (TOEFL). To apply to take TOEFL, you will need a TOEFL *Bulletin of Information*, which includes an application form, calendars, test center lists for the International and Special Center testing programs, and information about the International Student Identification Service (ISIS). Copies of the *Bulletin* are available at many locations outside the United States, usually at United States educational commissions and foundations, United States Information Service (USIS) offices, and binational centers. If you want to take TOEFL in one of the countries or geographic areas listed below, you must obtain a copy of the *Bulletin* from the agency that handles TOEFL applications for that country or area. TYPE or PRINT your name and address on the label and mail it to the appropriate address. If you cannot obtain a *Bulletin* locally, send the completed label via airmail to TOEFL, Box 2896, Princeton, NJ 08541, USA.

Note: The TOEFL *Bulletin of Information* is a FREE publication. It is NOT FOR SALE.

TOEFL *Bulletin* for _____

_____ (country)

Your Name: _____

Address: _____

_____

_____

_____ Zip or Postal Code

If you are located in one of the countries or areas listed below, you must mail the order form(s) to the address given.

Africa: CITO, P.O. Box 1203, 6801 BE Arnhem, Netherlands.

Brazil: Fundacao Carlos Chagas, AV Professor Francisco Morato 1565; Caixa Postal 11478, 05513 Sao Paulo SP, Brazil.

Egypt: AMIDEAST, 2 Midan Kasr el Dobara, Garden City, Cairo, Egypt.

Europe: CITO, P.O. Box 1203, 6801 BE Arnhem, Netherlands.

Hong Kong: Do not use the order form(s). Go in person to (1) Hong Kong Examinations Authority, External Examinations, San Po Kong Sub-office, 17 Tseuk Luk Street, San Po Kong, Kowloon, Hong Kong; or (2) Institute of International Education, The Hong Kong Arts Centre, 12th Floor, Harbour Road, Wanchai, G.P.O. Box 10010, Hong Kong.

India: Institute of Psychological and Educational Measurement, E. C. College Campus, Allahabad, U.P. 211003, India.

Japan: Council on International Educational Exchange, Sanno Grand Building, Room 216, 14-2 Nagata-cho 2-chrome, Chiyoda-ku, Tokyo, 100 Japan.

Jordan: AMIDEAST, P.O. Box 1249, Amman, Jordan.

Lebanon: AMIDEAST, P.O. Box 135-155, Beirut, Lebanon.

Malaysia: Malaysian-American Commission on Education Exchange, 198 Jalan Ampang, Kuala Lumpur 16-03, Malaysia.

Mexico: Institute of International Education, Educational Counseling Center, Londres 16, 2nd Floor, Mexico 6, D.F.

Morocco: AMIDEAST, 25 bis Patrice Lumumba, Appt. No. 8, Rabat, Morocco.

Syria: AMIDEAST, P.O. Box 2313, Damascus, Syria.

Taiwan: Do not use the order form(s). Go in person to The Language Training & Testing Center, 2-1 Hsu-chow Road, Taipei, Taiwan 100.

Thailand: Institute of International Education, G.P.O. Box 2050, Bangkok 10501, Thailand.

Tunisia: AMIDEAST, BP 1134, Tunis, Tunisia.

Yemen Arab Republic: AMIDEAST, c/o Yemen-America Language Institute, Belt Al-Hamdi, P.O. Box 1088, Sana'a, Yemen Arab Republic.

All other countries and areas: TOEFL, Box 2896, Princeton, NJ 08541, USA.

GIVE IT A TRY

Asking the procedure

> ▶ I'd like some information on how to *get into an American university*.
>
> ▷ Well, first you *write and get an application form*.
> Then you *send it in with a copy of your school records and an affidavit of support*.
> And after that you *ask your teachers for some letters of recommendation*.

Practice 1

Ask your partner how to do these things. Use the cues given below, but put them in the right order.

First_____.
Then you_____.
And after that you_____.

You want to make a long distance call

- dial 1 plus the number
- deposit the amount the operator says
- lift the receiver and wait for the dial tone

You want to cook some rice

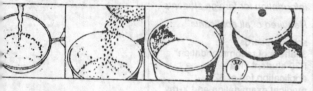

- put the rice in a pot
- bring it to the boil again and cook it slowly for about 20 minutes
- wash the rice in cold water
- cover it with water

You want to use this camera

- focus and take the picture
- choose the speed and the f-stop
- take off the lens cap

You want to use this cassette player

- close the cover
- place your cassette inside
- push the button to open the cover
- press the play button

Practice 2

Describe how you do these things.

a) prepare one of your favorite recipes
b) use a coin-operated washing machine

ᗭ. Asking what the requirements are

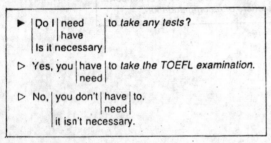

> ► | Do I | need | to *take any tests*?
> | | have |
> | Is it necessary |
>
> ▷ Yes, you | have | to *take the TOEFL examination.*
> | | need |
>
> ▷ No, | you don't | have | to.
> | | | need |
> | it isn't necessary.

Practice 1

You are talking to a student counselor. Ask questions using the cues below.

Student A:
Ask the officer whether you have to do these things:

1. pay a fee
2. send my examination results
3. send a photograph
4. get a letter of recommendation
5. go to the United States for an interview
6. get a student visa
7. have a medical examination

Student B:
Use this information to answer:

> **Information for foreign students**
>
> **Required of all applicants**
>
> school records
> 3 letters of recommendation
> I-20 student visa
> application fee of $20
> medical examination and X-ray
>
> **Not required as of 1984**
> photograph
> interview in the United States

Practice 2

You have just bought some tropical fish at a pet store. Your partner is the clerk. Ask the clerk for information using this model:

A: | Do I | have to | _____?
| | need to |
| Is it necessary to |

B: | Yes, you | have to | _____.
| | need to |
| No, you don't have to (but it's a good idea).

Customer

1. change the water every week
2. feed the fish three times a day
3. give them any special food
4. use a water heater
5. clean the aquarium regularly
6. use a water filter
7. use special water in the tank
8. put plants in the aquarium

Clerk

1. No,_____.
2. No,_____. Once is enough.
3. Yes,_____buy some tropical fish food.
4. No,_____.
5. Yes,_____ clean it once a month.
6. Yes,_____.
7. No,_____.
8. No,_____, but it's a good idea.

3. Asking whether something is permitted/recommended

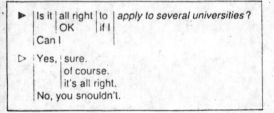

▶ | Is it | all right | to | *apply to several universities*?
  | | OK | if I |
  | Can I |

▷ | Yes, | sure.
  | | of course.
  | | it's all right.
  | No, you snouldn't.

Practice 1

Practice questions and answers like this, using the cues below.

Student A asks, *Is it all right to ...*

1. smoke here?
2. ride a bicycle here?
3. park here?
4. take photographs here?
5. wear shoes inside?
6. swim here?

Practice 2

Read these regulations about driving in the State of Hawaii.

> a) It is not obligatory to wear seat belts in the State of Hawaii.
> b) You must surrender all other drivers licenses before being issued a Hawaii state driving license.
> c) Foreign driving licenses can be used for up to one year.
> d) A valid driving license from other U.S. states and from Canada can be used in Hawaii.
> e) You must have a valid driving license with you at all times when you drive in Hawaii.

Student A:

Practice questions using the cues below. Student B will answer and give more information. Use this model:

A: Is it all right to _____?
           if
   Can I _____?

B: No, you can't. You _____.
           have to _____.
   Yes, you can.

Student A:

1. drive without a seat belt?
2. keep my old driving license?
3. drive with a New York license?
4. use a foreign license in Hawaii?
5. leave my license at home when I drive?

4. Asking when it is possible to do something

> ▶ When can I | apply for a visa?
>   will I be able to
>
> ▷ You won't be able to | apply for a visa until
>   can't
>
> you've gotten a letter of acceptance.

Practice

You are a recently arrived student in the U.S. A professor is advising you.
Ask questions using these cues.

Student

1. get a student ID
2. get a place in the dormitory
3. get a student bus pass
4. plan my schedule
5. get into a business program
6. get a U.S. driver's license

Professor

1. paid your student fees
2. talked to the director of student housing
3. gotten a student ID card
4. talked to your counselor
5. studied math and accounting
6. passed a driving test

5. Asking about rules/regulations

▶	Are foreign students	allowed permitted	to work?
	Can students *have jobs*?		

▷ No,	you're not It's not permitted. allowed. they won't let you. allow you to.		▷ Yes,	you are, it's allowed, permitted,	but only in the summer.

Practice 1

You are talking to one of the staff in the university library.

Ask what students can and cannot do. Use the cues below.

Student A

1. smoke in the reading room
2. borrow books on reserve
3. take magazines home
4. borrow records
5. eat in the library
6. make a photocopy of this newspaper article

Student B

LIBRARY REGULATIONS

● No food or drink

● No smoking in the reading rooms (Smoker's lounge 3rd floor)

● Magazines and reserved books may not be borrowed.

● Students may borrow up to four books at a time.

● Records and cassettes may not be borrowed.

● Articles and parts of books may be copied for personal use. (Photocopy machines 4th floor.)

Practice 2

You're a tour guide. A tourist is talking to you about regulations in your country. Answer his/her questions.

1. Are tourists allowed to visit the government offices?
2. Are you permitted to take photographs in the national museum?
3. Can tourists enter the temples/churches?
4. Are women allowed to wear shorts in public places?
5. Is it all right to wear a bathing suit in the hotel elevators?

Make up four more questions like this about your country and practice them.

LISTEN TO THIS

1. Part 1 The pictures below show how to prepare chicken cooked in white wine, but the pictures are not in the correct order. Look at the pictures and try to decide in what order the events in the pictures occur. Number the steps in pencil from 1 to 9.

Part 2 Now listen to the dialog. You will hear two women talking about the recipe. Listen to their conversation and write the correct number beside each step in the recipe.

The ingredients:
4 pieces of chicken, skinned
2 oz. flour
2 oz: cooking oil
2 small carrots
6 oz. mushrooms
1 onion
2 celery stalks
pinch of parsley, dill, tarragon,
salt and pepper
half a bottle of dry, white wine

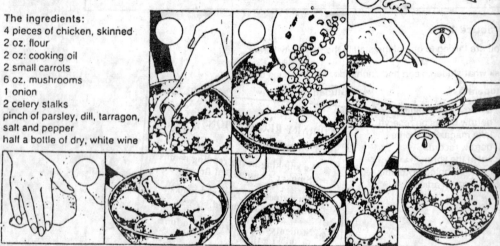

Now listen again and check your information.

2. You are going to hear a conversation between a person who has just moved into an apartment building and the building manager. The new resident wants to find out what the house rules are for residents.
Read the sentences below. Then listen to the conversation and place a check in the correct column.

	Permitted	Not permitted
1. Residents may park their cars behind the apartment building.	☐	☐
2. Guests may also park their cars at the back of the building.	☐	☐
3. Residents can have a dog in their apartment if they wish.	☐	☐
4. Residents may place garbage in front of their apartment, for removal.	☐	☐
5. Regular paper bags can be used for the garbage	☐	☐

Now listen again and check your answers.

UNIT 8

What do you think?

Moderator: Today's topic on "Youth Speaks Out" is television. Why don't we just go around first and get your general impressions. Cathy, could we begin with you? What do you think of today's TV programs?

Cathy: Well, if you ask me, they're terrible. Most of the programs are a complete waste of time.

Moderator: Brian, how do you feel about them?

Brian: Well, in general, I agree with Cathy. But what bothers me more is that they're too violent.

Janet: I think so too. As far as I'm concerned, there are too many police shows and not enough educational programs.

Moderator: What about the news reports?

Janet: Yes, well, in my opinion, the news shows are extremely superficial; they don't tell you anything.

Tom: Oh, I don't know about that. I think the news reports are excellent. Presenting the news is what TV does best.

Janet: Maybe, but the news shows still aren't very good. TV news is just another form of entertainment.

GIVE IT A TRY

1. Asking and giving opinions

> ► | What do you think of | *today's TV programs?*
> | How do you feel about |
> | What's your opinion of |

> ▷ Well, | if you ask me,
> | as far as I'm concerned, | they're | terrible.
> | I think | | pretty bad.
> | | | pretty good.
> | | | terrific.

> Most of the programs are a complete waste of time.
> There are quite a few good programs.
> There are some really great shows on these days.

Practice 1

Say what you think about TV programming in your country. Ask and answer these questions:

What do you think about _ _ _ _ _ _ ?

What's your opinion of _ _ _ _ _ _ ?

1. TV programs in general
2. the quiz programs
3. the talk shows
4. the movies they show
5. the sports programs
6. the commercials

Practice 2

Now ask your partner his or her opinion about the following topics. Talk about your own country.

1. the housing situation
2. public transportation (buses, subways, etc.)
3. the roads
4. the public school system
5. the universities
6. the language schools
7. the newspapers

2. Agreeing with an opinion

> ▶ They're *terrible*.

▷ I agree, I think so too,	but what bothers me more is that and besides	they're	too *violent*. not *educational* enough.

Practice 1

Work in groups of three. Student A is interviewing two unhappy college
students about their school. Student B expresses an opinion, and Student
C agrees and adds to it. Follow the example.

A: | How do you feel about | *your classes*?
| What do you think of |
| How do you like |

B: | I think | they're *boring*.
| Well, if you ask me, |

C: Yes, | I agree. | And besides they're too *long*.
| I think so too. |
| that's how I feel. |

Student A	Student B	Student C
1. the teachers	1. demanding	1. really unfriendly
2. the textbooks	2. difficult	2. rather poorly written
3. the dormitory	3. noisy	3. overcrowded
4. the library	4. small	4. very stuffy
5. the food in the cafeteria	5. expensive	5. tasteless

Practice 2

Work in threes. A hotel manager is talking to two satisfied guests about
the hotel and its staff. Follow this model.

A: | What do you think of | _____?
| How do you like |

B: Well, I think _____.

C: Yes, | I think so too | And what I also like is that _____.
| I agree.
| that's how I feel. |

Student A	Student B	Student C
1. your rooms	1. very comfortable	1. really quite large
2. the restaurants	2. very nice	2. very reasonable
3. the hotel staff	3. very friendly	3. very helpful
4. the tours	4. very interesting	4. not too expensive
5. the new pool	5. just wonderful	5. very well kept

3. Expressing a negative opinion

> ► There | are | too | many *police shows* | and not enough | *educational programs.*
> | is | | much *advertising* | | *entertainment.*

Practice 1

You are a politician. You are at a citizens' meeting. You are talking to
people about the things they want the government to take action on. Find
out what people think about the topics below. Use this model.

A: | How do you feel about | _ _ _ _ _ _ ?
   | What do you think of |

B: Well, I think | they're | _ _ _ _ _ _ . There | 's _ _ _ _ _ _ and there | 's_ _ _ _ _ _ .
                 | it's | | are _ _ _ _ _ _ | are _ _ _ _ _ _ .

Student A	Student B
1. the downtown redevelopment	1. not very attractive too many tall buildings not enough open spaces
2. the bus system	2. pretty bad too many delays not enough buses
3. recreation facilities in the city	3. not very good too many indoor facilities not enough outdoor ones
4. the public schools	4. rather poor too much sport and recreation not enough discipline
5. local TV	5. pretty awful too much advertising not enough educational programs

Practice 2

Talk to your partner about a recent vacation. Answer truthfully, giving
positive or negative opinions. Start like this.

A: Where did you go on your last vacation?
B: _ _ _ _ _ _ .
A: How did you like it?
B: _ _ _ _ _ _ .
A: | What did you think of | *the hotels?*
   | How did you find | *the food?*
   | How was/were | *the shops?*
   | | *the scenery?*
   | | *the weather?*
   | | *the people you met?*

4. Disagreeing

> ► | In my opinion, | *the news shows are extremely superficial.*
> | I think |
>
> ▷ | I don't know about that. | I think they're *excellent.*
> | Do you think so? |
> | I don't think so. |
> | Oh, no. |

Practice 1

Express an opinion about the following topics. Your partner will disagree and say what he/she thinks.

Student A

1. the universities here/not very good
2. the fees/much too high
3. the professors/overpaid
4. the students/not very smart
5. the classes/waste of time

Student B

1. generally very good
2. about average
3. many/rather poorly paid
4. rather bright
5. very good

Practice 2

Work in groups of three. Student A states an opinion, Student B agrees, and Student C disagrees. Follow this model:

A: I think *cigarette smoking should be made illegal.*

B: | I agree. | *There is nothing good about it.*
   | I think so too. |
   | Yes, you're right. | .

C: Oh, | I don't think so. | I think *it helps many people to relax.*
       | I don't know about that. |
       | I don't agree with that. |

Student A

1. the newspapers in this town are awful
2. the roads are in bad shape
3. the school system is really poor
4. the bus system is a big problem
5. politicians never get anything done

Student B

1. all terrible
2. really dangerous
3. kids can't ever read or write
4. buses never come on time
5. they just talk and make promises

Student C

1. the __ (*name of paper*) __ is a very good one
2. they're in pretty good condition
3. it does a fairly good job
4. they're pretty regular
5. there are some very good people in politics

5. Qualifying a statement

▶ *Presenting the news is what TV does best.*
▷ *That may be, but the news shows still aren't very good.*

Practice 1

Respond to your partner's statements. Follow this model.

A: *Motorcycles are fun to ride.*
B: *That may be, but they're really dangerous.*

Student A

1. German cameras/expensive
2. American cars/very comfortable
3. French food/very fattening
4. Italian shoes/very expensive
5. Jaguars/beautiful cars

Student B

1. very well made
2. not very economical
3. really delicious
4. beautifully made
5. very hard to maintain

Student A

A: Let's go to Chez Michel's for dinner. It's got a very nice atmosphere.
B: _____.
A: Well, how about Luigi's then? It's pretty reasonable.
B: _____.
A: How about that Chinese restaurant, the Pagoda? Their menu has a lot of variety.
B: _____.
A: Well, I give up then. What kind of food do you like?
B: _____.

Student B

A: _____.
B: __ (service/terrible) ___.
A: _____.
B: __ (restaurant/noisy) ___.
A: _____.
B: __ (food/too spicy) ___.
A: _____.
B: __ (make a suggestion) ___.

Practice 2

You and your friend are trying to decide on a restaurant to go to. Complete the dialog on the left.

LISTEN TO THIS

> If you outlaw guns,
> then only outlaws will
> have guns.

HANDGUNS CAUSE 40,000 DEATHS A YEAR.

OUTLAW HANDGUNS

GUNS DON'T KILL PEOPLE. PEOPLE DO!

Part 1. In many parts of the United States, people are allowed to own a handgun and to use it in certain circumstances to defend or protect themselves. Many people think that owning handguns should be outlawed because guns are widely used to commit crimes and they also cause accidental injury or death. What do you think? Ask your partner whether she/he thinks citizens should be allowed to own handguns. Then present your opinion.

Part 2. Now listen to the tape. You are going to hear a panel discussion about the right to own a handgun. Five people will express their opinions. Listen to the discussion and place a check to show whether each speaker is *for* the right to own a gun or *against* it.

	For	Against
Paul	☐	☐
Jane	☐	☐
Roger	☐	☐
Steven	☐	☐
Suzie	☐	☐

Listen again and check your answers.

Part 3. Did listening to the tape give you any new ideas? Did it provide support for your opinion? Did it cause you to change your opinion? Talk to your cla mates, telling them the specific points that you thought were important.

UNIT 9

What did he do next?

Editor: Have you looked at this application yet?

Recruiter: The one from Colson, you mean? Yeah, I've just read it.

Editor: Has he ever worked on a newspaper before?

Recruiter: No, not exactly, but he used to edit a magazine when he was in college.

Editor: Well, that's close. And what did he do after getting his B.A.?

Recruiter: Well, as soon as he finished school, he went off to Thailand.

Editor: 'Oh, really? What did he do there?

Recruiter: He was an English teacher in the Peace Corps and while he was teaching there he wrote some really fine articles.

Editor: Uh huh. And what's he been doing since then?

Recruiter: He's been working as a freelance journalist for the past four years.

Editor: Hmm, sounds pretty good. Maybe he's our man.

GIVE IT A TRY

1. Asking whether someone has done something

> ▶ Have you *looked* at this application yet?
>
> ▷ Yeah, | I've just | *read it.* | ▷ No, | I haven't *read it* yet.
> | I've already | | | not yet.

Practice 1

Student A is a businessman/businesswoman checking to see if his/her secretary has done certain tasks. Student B answers using "already" or "just." Then Student A continues down the list.

A: Have you *contacted* Mr. Nelson yet?

B: Yes, I've | already | *talked to him.*
| just |

Businessman/woman	Secretary
1. contacted Mr. Nelson	1. talked to him
2. arranged a room for the interview	2. reserved one
3. made a photocopy of his application	3. done it
4. typed that report I gave you	4. finished it
5. mailed the letters I signed	5. sent them off
6. gotten me a plane reservation	6. booked your flight
7. found me a room	7. called the hotel

Practice 2

Now change roles and try it again. This time, the secretary can decide to say "yes" or "no." Follow this model:

A: Have you *contacted* Mr. Nelson yet?

B: Yes, I've already *talked to him.*   OR   B: No, I haven't *talked to him* yet.
A: Fine. And have you *arranged a*   A: Well, please *contact him right*
room for the interview?   away. And have you *arranged a*
                                                   room for the interview?

(Continue in this way with 3–7.)

Practice 3

You are going on a two-week trip. A friend is asking you about your preparations. Answer with *I've already done that* or *I haven't done it yet.*

Student A:
Use these cues to ask questions.

1. gotten your visa
2. picked up your tickets
3. confirmed your departure
4. told your landlord
5. cancelled the paper
6. bought film for your camera
7. packed bags

Student B:
Use this list to answer Student A.

THINGS TO DO:
- Get visa at Embassy
- Pick up tickets at Travel Agents
- Call to confirm departure
- Inform landlord
- Call about newspaper
- Buy film   PACK BAGS

2. Talking about habitual actions in the past

> ► Has he (ever) *worked on a newspaper* (before)?
>
> ▷ No, but he used to *edit a magazine* when he *was in college.*
>   Yes, he *edited the school newspaper* when he *was in college.*

Practice 1

Student A is a newspaper editor. He/She asks the job recruiter more questions about Jack Colson.

Editor:
Use these notes to ask questions.

1. worked on a newspaper
2. lived in a foreign country
3. written about politics
4. used a foreign language
5. belonged to a political organization

Job Recruiter:
Respond to the editor this way.

1. no/edit a magazine/when in college
2. yes/live in Thailand/when in Peace Corps
3. yes/write political stories/when in Thailand
4. yes/speak Thai/when in the Peace Corps
5. yes/belong to the Democrats for Freedom/when at school

Practice 2

Ask your partner about some of the things he/she used to do when he/she was a teenager. Your partner will reply, giving additional information about his/her real experiences.

Example: study hard

A: And did you use to *study hard*?

B: Mm ... not really.
   Well, I *studied hard at exam time!*
   Sure. I used to *study up till midnight most nights.*

Student A

1. do well at school
2. go dancing often
3. see a lot of movies
4. date lots of guys/girls
5. have a part-time job
6. like rock 'n' roll
7. spend a lot of time listening to records

3. Describing past events in sequence

> ► What did he do after | getting | his B.A.?
> | he got |
>
> ▷ | As soon as he finished | school, he went to Thailand.
> | After finishing |

Practice 1

You've just attended a school reunion. You meet a classmate who didn't go and together you talk about what other friends did after graduation. Start like this:

A: Whatever happened to *Nancy Seidman*? What did she do after *getting her B.A.*?

B: Well, as soon as she *finished school*, she_____.

A: Is that right? And what about _____? What did he/she _____?

Student A
Ask about these people:

1. Nancy Seidman
2. Tim Seaver
3. Roger Molinsky
4. Teresa Montana
5. Bob Granger

Student B
Use this information to answer:

Tim Seaver: joined the Air Force and became a pilot
Teresa Montana: got married and moved to Arizona
Nancy Seidman: went to med school* and became a doctor
Bob Granger: left for Europe and never returned
Roger Molinsky: went to work for his father

* med school: medical school

Practice 2

Another classmate, Ed Hardy, decided to see the world. Talk about Ed's travels using the cues below.

Student A

A: What about Ed Hardy? What did he do after _____?

B: _____.

A: Is that right? So, where _____ first?

B: _____.

A: No kidding! And what _____ after leaving India?

B: _____.

A: Incredible! And what _____ after he climbed the Himalayas?

B: _____.

A: Thailand! And after that _____?

B: _____.

A: You don't say. So, what did he do after _____?

B: _____ _____?

Student B

A: _____? _____?

B: Well, you'll never believe this, but as soon as he _____, he went off to see the world.

A: _____? _____?

B: Well, first _____ to India to study with a guru.

A: _____! _____?

B: Then, _____ to Nepal to climb the Himalayas.

A: _____! _____?

B: Well, then, _____ to Thailand and taught English for two years.

A: _____! _____?

B: Then, I hear he _____ to Indonesia to learn Balinese dancing.

A: _____ _____?

B: Then he went home to write a travel book. What else?

Practice 3

Talk about your own experiences. Start like this:

A: And what did you do after | graduating | from *high school*?
| you graduated |

4. Describing concurrent past events

> ▶ While he was *teaching* there, he *wrote*
> some really fine articles.

Practice 1

The phrases below describe some of the things that happened to Jane
when she was on vacation in Europe last summer. Join phrases from
Columns 1 and 2 to make sentences. Use this model:

While she was .... she ....

Column 1

- staying in London
- traveling in England
- flying from London to Paris
- skiing in the Swiss Alps
- staying in a small hotel in Portugal
- visiting Italy
- getting ready to return to the United States

Column 2

- fell off her skis and had to spend three days in
  the hospital
- had her passport stolen from her hotel room
- saw several excellent British plays at the theatre
- fell in love with an Italian artist
- met an old school friend of hers on the airplane
- received news that she had won a scholarship to
  study at Yale
- met some of her English relatives for the first
  time

Practice 2

Using the picture cues, respond to your
partner's comments. Follow this example:

A: Did you see Dick's thumb? It's all black and
blue.
B: Yes, he hit it with a hammer while he was
building a bookshelf.

1. Did you hear? Jack's in the hospital.
2. Louise has a new boyfriend, I see.
3. Doesn't Bob sound awful?
4. Did you hear what happened to David?
5. Did you hear about Karen? She broke her
leg.

Practice 3

Ask your partner the following questions. Student B will answer freely.

1. Where did you live while you were growing up?
2. Did you play any sports or belong to any clubs while you were in high school?
3. Have you ever had an accident while driving your car?
4. Have you had any interesting experiences while traveling?

5. Describing what someone has been doing

> ► What's he been doing since then?
> ▷ He's been *working as a freelance journalist.*

Practice

Talk about what friends have been doing recently. Use the model above.

1. Jane/since she got her divorce
2. Chuck/since he finished law school
3. Beth/since she got back from Europe
4. David/since he left Los Angeles
5. Mary/since she quit her job
6. Bob/since he finished that typing course

1. taking courses in economics
2. working for a New York law firm
3. looking for a job
4. traveling around Asia
5. doing freelance work
6. doing part-time secretarial work

LISTEN TO THIS

1. You will hear a conversation between a couple on tour and another tourist who is offering them advice. Listen to the dialog and indicate with a check (√) whether the visitors have already done or have not yet done the activities listed.

	done	not done
visited the science museum	☐	☐
taken a bus tour	☐	☐
been to the zoo	☐	☐
seen the art gallery	☐	☐
tried the seafood	☐	☐

Now listen again and check your answers.

2. You will hear two people talking about friends they used to know
when they were college students. Listen to their conversation. Then match
each person's name with the phrase that describes that person.

Richard Thomas   studying at Stanford
                            working in New York
Bobbie Worth   working in Chicago
                            living in France
Ellen Rosenberg   working in Los Angeles
                            working in Boston
Dan Collins   traveling in Asia
                            living in San Francisco
Carol Chin   studying in Texas

Now listen again and check your answers.

Variations   UNIT 10   Variations

1. Around the world

A foreign student is talking to you about customs and behavior in your country. Answer the questions and explain what is appropriate. Start like this:

A: Can I ask you some questions about your country?
B: Sure, go ahead.
A: Well, first of all | is it all right to | _____ ?
                | should I |
                | do I have to |

Student B can answer like this:

Yes, sure. That's what we | usually | do.
                  | normally |
Yes, it's all right, but _____ .
Well, it's best not to, because _____ .
Well, it depends. If _____ , then _____ .
Well, usually we _____ .

Ask about these things:

- When I'm visiting people for dinner
  ... shake hands when introduced
  ... take a small gift
  ... call the host and hostess by their first names
  ... wear jeans

- When I'm in class
  ... address the teacher as "professor"
  ... ask questions during a lecture
  ... ask other students for help
  ... give my teacher a gift at the end of the term

- When I'm getting to know people
  ... ask about their jobs
  ... salary
  ... schooling
  ... political opinions
  ... religion
  ... age

2. A radio call-in show

Three students will be the panel members on a radio program. Listeners
call in problems and the panel members give advice. Another student is
the host of the program. The rest of the class will be "listeners." They will
each write down a problem that they want the panel to discuss, signing it
with a fictitious name. The host will choose a few problems and read them
to the panel.

To begin the show, the host will introduce each member of the panel and
say a little about them:

Good morning ladies and gentlemen. Welcome to "Ask the Panel."

Today your questions will be answered by three talented people
that I'd like to introduce to you. On my right is _ _ _ _ _ _ .
He/She _ _ _ _ _ _ . Next to him/her is _ _ _ _ _ _ ,
who _ _ _ _ _ _ . And on my left is _ _ _ _ _ _ . He/She _ _ _ _ _ _ .

Now we are ready for our first question. This comes from a listener called
"Sleepless!" Let me read you the problem.

> My problem is that I can't get to sleep at night. Sometimes it
> takes me about four hours to go to sleep. And then I can't get up
> on time in the morning to go to work, or if I do, I'm so tired, I
> can't do my work.

Well, that *is* a problem, isn't it? Let's ask our panel members for their
advice. What do you suggest, _ _ (name) _ _ ?

Continue the program with these questions and/or others submitted by members of the class.

My husband snores and keeps me awake at night. Is there anything I can do about it?

Disturbed.

My hair has been getting thinner over the last couple of years. Is there any way to stop myself from going bald?

Thin on Top.

People tell me that I'm very tense. I don't seem to be able to relax. I guess I worry too much about things. Can you suggest anything to help me?

Uptight.

I'd like to give up smoking. Right now I smoke about two packs of cigarettes a day. But it's very hard to break the habit. Can you suggest anything?

Smoker.

I'd like to be able to make more friends and meet more people. What advice can the panel give?

Lonely Heart.

3. This is your life

Tell your partner about your childhood, your years at school and your
current work. Say:

1. where you used to live as a child
2. what your mother and father did
3. how many brothers and sisters you have
4. what you used to enjoy doing as a child
5. if you liked school and your teachers
6. where you went to high school
7. what you used to like to do as a teenager
8. what college you went to
9. what you studied there
10. when you graduated
11. where you now work and how long you've been there

Try to use these phrases:

After I (graduated), _____ .
When I was (a child), _____ .

Your partner will take notes, check any information he/she's not sure of,
and then retell your life to another classmate. For example ...

4. Cooking corner

Describe a favorite recipe to your partner. Your partner will take notes from your description. Mention the following:

The name of your dish: I'm going to tell you how to cook _____.
The ingredients: You'll need _____.
The instructions: Well,

1. first _____
2. then _____
3. next _____
4. after that _____
5. when you've done that _____

5. A reader survey

The *Sun Times* newspaper is conducting a reader survey. You are a subscriber. Answer the following questions. The interviewer starts and ends like this:

Interviewer: Good morning/afternoon/evening. I'm from the *Sun Times*, and I'd like to ask you a few questions.
        • • • • •
        Well, that's all then. Thanks very much for your time.

SUN TIMES READER SURVEY

1. Do you receive the paper every day ☐ or just on weekends ☐?
2. Are you married? ☐ Yes ☐ No
3. Do you have any children? ☐ Yes ☐ No
4. Are you employed?
   a. What do you do? _____
   b. Who is your employer? _____
   c. How long have you been working there? _____
5. How long have you been living at your present address? _____
6. Do you own a car? ☐ Yes ☐ No
   a. What make is it? _____
   b. How long have you had a driver's license? _____
7. Do you subscribe to any magazines? ☐ Yes ☐ No
   a. Which ones? _____
   b. How long have you been receiving them? _____
8. Do you belong to a book club? ☐ Yes ☐ No

6. Politics as usual

You and your partner are running for political office. You each represent
different political parties and you have differing opinions on many issues.
You are now being interviewed by a political commentator on television.
Forcefully express your opinions about the issues he/she brings up. Use
phrases like these:

Interviewer: I'd like to ask you about _ _ _ _ _ _.
              What do you think about _ _ _ _ _ _?
              And do you agree _ _ _ _ _ _?

Candidate A: Well, in my opinion _ _ _ _ _ _.
              It's my belief that _ _ _ _ _ _.
              I feel/think that _ _ _ _ _ _.

Candidate B: I agree _ _ _ _ _ _.
              I | don't really agree with that.
                | can't

The world economic situation, for example:
1. the energy problem
2. poverty

The economic situation in this country, and in particular:
1. the current employment situation
2. public housing
3. the national health program

Strengthening national defense, for example:
1. compulsory military service
2. banning nuclear weapons

Social issues, such as:
1. women's liberation
2. the increase in crime
3. the use of the death penalty

UNIT 11

What are you going to do?

Counselor: What are you going to do after you graduate, Jenny?

Jenny: Oh, I'm planning to go to college.

Counselor: Uh huh. What do you plan to study?

Jenny: I'm thinking of majoring in chemistry.

Counselor: Hmm, that's a good field. And what about you, Mike?

Mike: I'm hoping to go to Europe.

Counselor: Oh, really? And what are you going to do there?

Mike: Oh, I think I'll just travel around for a while.

Counselor: Lucky you! Greg, what do you think you're going to do?

Greg: Well, I was going to go to college, but I might have to postpone it and get a job instead. I just don't have the money right now.

Counselor: Yeah, I know what you mean. Money is pretty tight these days. And you, Sally?

Sally: Well, if I get a scholarship, I'll study architecture in New York.

Counselor: And if you don't?

Sally: Well, then, I suppose I'll have to look for a job, too.

GIVE IT A TRY

1. Asking about future plans (1)

▶ What are you	going planning	to do *after you graduate*?

▷ I'm	planning going	to go *to college*.	▷ I don't know yet.

Practice 1

Ask your partner about his/her plans. Use the cues below.

1. tonight
2. tomorrow
3. the day after tomorrow
4. (on) Friday night
5. this weekend
6. after you finish work

Practice 2

A friend asks about your plans for Friday night.
You're going to a movie. Invite him/her to come
along. Say where and when to meet. Choose a
movie from the listing. Check the times the
movie starts.

```
Student A

A: (telephone rings) Hello.
B: _ _ _ _ _ _ _ _ _ _.
A: Oh, hi, _ _ _ _ _ _.
B: _ _ _ _ _ _?
A: Well, I'm _ _ _ _ _ _ a movie with Dick.
   Would you like to come?
B: _ _ _ _ _ _, _ _ _ _ _ _ _ _ _ _ _?
A: We're _ _ _ _ _ _ to see _ _ _ _ _ _ _.
B: _ _ _ _ _ _, _ _ _ _ _ _?
A: Well, the movie starts at _ _ _ _ _ _, so
   we _ _ _ _ _ _ at _ _ _ _ _ _.
B: _ _ _ _ _ _ _ _ _ _.
```

Student B

A: _ _ _ _ _ _.
B: Hi. This is _ _ _ _ _ _.
A: _ _ _ _ _ _.
B: Say, _ _ _ _ _ _, what are you doing Friday night?
A: _ _ _ _ _ _. _ _ _ _ _ _?
B: Sure. That sounds like a great idea. What movie _ _ _ _ _ _ see?
A: _ _ _ _ _ _.
B: OK.
A: _ _ _ _ _ _.
B: Fine, see you there.

2. Asking about future plans (2)

► What do you	plan want intend	to *study there*?

▷ I'm	thinking of *majoring* planning to *major*	*in chemistry.*	▷ I haven't made up my mind yet.

Practice 1

Student A: Ask your partner what he/she's planning to do.
Student B: Answer using one of the choices here or one of your own.

Student A	Student B
1. at Christmas	1. go skiing go back home go to the Bahamas
2. next summer	2. visit Southeast Asia travel around relax and take it easy
3. for the weekend	3. go to the beach stay home visit my grandparents
4. for your birthday	4. have a party go out for dinner with my parents take some friends to a show
5. New Year's Eve	5. watch TV go to my friend's house go to a dance

Practice 2

Repeat Practice 1 again, but this time answer truthfully.

3. Asking about future plans (3)

> ► What are you planning to do?
>
> ▷ | I'm hoping | to *go to Europe*.
> | I hope |
> | I'd like |

Practice 1

You and your partner are college-bound high school seniors. You are talking about your future plans. Student A can ask questions using the cues below. Student B will answer freely.

1. what/after graduating
2. which university
3. what/major in
4. what other subjects
5. what foreign languages
6. stay in a dormitory

Practice 2

Complete this dialog with your partner. Use any of the forms from Exercises 1, 2, or 3. Then read the dialog out loud.

A: What _ _ _ _ _ _ to do next summer?
B: A friend and I _ _ _ _ _ _ to Europe.
A: Oh, really? What countries _ _ _ _ _ _ visit?
B: _ _ _ _ _ _.
A: Sounds interesting. How long _ _ _ _ _ _ stay there?
B: _ _ _ _ _ _.
A: And how are you going to get there? By boat or plane?
B: _ _ _ _ _ _.
A: Where _ _ _ _ _ _ stay?
B: _ _ _ _ _ _.
A: What _ _ _ _ _ _ to see?
B: _ _ _ _ _ _.

4. Describing changes in plans

> ▷ What do you think you're going to do?
>
> ▷ I was | thinking of *going* | *to college*, but I might have to *get a job instead*.
>   going | *to go*
>   planning |
>   hoping |
> I had planned |

Practice 1

You and your partner are discussing future plans.
Use this model and the cues below.

A: What do you think you are going to do tonight?
B: I | was going | to *go to a movie*, but I might have to *do some work instead*.
   | had planned |

Student A

1. on Sunday
2. tomorrow evening
3. on Saturday morning
4. on Saturday afternoon
5. on Thursday night

Student B

1. beach/straighten up the garage
2. shopping/wash the car
3. play tennis/sweep the yard
4. go to the ballgame/clean up my room
5. go out dancing/stay home and study

Practice 2

This time use this model:

A: Would you like to *see a movie tonight*?
B: Well, I | was going | to *write some letters*, but that sounds like fun. Thanks.
   | had planned |

Student A

1. Would you like to see a movie tonight?
2. How about a game of tennis tomorrow?
3. Let's go to a disco tonight.
4. Why don't we go bowling on Friday night?
5. Would you be interested in going to the football game on Saturday?
6. Do you want to go to the beach on Sunday afternoon?

Student B

1. write some letters
2. type up my term paper
3. do some homework
4. stay home
5. clean the car
6. prepare for a math exam

Practice 3

Invite your partner to do something. He/she will have plans but will change them.

5. Explaining possibilities

> ▶ And what | are you going to | do?
> | do you intend to |
>
> ▷ if I | get a scholarship, I'll *study architecture.*
> | *don't get a scholarship,* I | suppose | I'll *get a job.*
> | guess
> | imagine |

Practice 1

You are a high school student again. Ask
your classmates what they intend to do
after graduation. Follow the model.

1. What/after graduation?
2. Which university?
3. And if you don't?
4. What/study?
5. And if you can't?
6. And if you don't get good grades?

1. If/good grades/go to college
2. If/scholarship/Yale
3. Then/to State College
4. If I can/medicine
5. Then/probably business
6. Well, then/a job.

Practice 2

You and your friend are talking to a travel agent about your travel plans.
Choose the place you want to go and ask about the cost and the time it
will take to get there. Complete the dialog.

Tourist: I wonder if you could help us. We'd like
         to go to _ _ _ _ _ _. How much _ _ _ _ _ _
         if we | go by | plane?
                | | bus?
                | rent a car?
Agent: If you go by _ _ _ _ _ _, it'll cost you _ _ _ _ _ _.
Tourist: I see. And by _ _ _ _ _ _?
Agent: That'll be _ _ _ _ _ _.
Tourist: And how long will it take by _ _ _ _ _ _?
Agent: It'll take _ _ _ _ _ _.
Tourist: Well, I think we'll go by _ _ _ _ _ _.
Agent: Very good sir/ma'am. How many tickets?
Tourist: _ _ _ _ _ _, please.
Agent: That'll be _ _ _ _ _ _ all together.

LOS ANGELES

	Bus	Plane	Train	Car
New York				
Cost	$100	$250	$220	$15/day
Time	4 days	6 hours	3½ days	6 days
Chicago				
Cost	$80	$210	$195	$15/day
Time	3 days	4½ hours	2½ days	4 days
New Orleans				
Cost	$90	$220	$200	$15/day
Time	3½ days	5 hours	3 days	5 days
San Francisco				
Cost	$30	$60	$45	$15/day
Time	10 hours	45 min.	8 hours	12 hours

LISTEN TO THIS

1. Peter is calling Monica to ask her for a
date. Listen to the telephone conversation. What
is Monica doing each evening this week? Place
a check next to the correct activity.

Monday	Tuesday	Wednesday	Thursday	Friday
☐ finish typing ☐ write letters ☐ complete term paper	☐ friends coming to dinner ☐ clean up the apartment ☐ meet new roommate	☐ see movie with Pat ☐ Bill and Joan coming to dinner ☐ free	☐ Daddy's birthday ☐ dinner at home ☐ see baseball	☐ sports club ☐ see movie ☐ free

Listen again and check your information.

2. Tony and his friends are at a restaurant. Look at the menu. Then
listen to the conversation and write down what each person orders.

John	
Barbara	
Ellen	
Tony	
Peter	

Listen again and check your information.

SPIRO'S COMPLETE DINNER SPECIALS

Dinner specials are served with a cup of soup or chilled tomato
juice, homemade bread and butter, potato, vegetable, choice of any
of our homemade desserts, coffee or tea and a complimentary glass
of wine. Specials served every day of the week 11:00 a.m. to 10:00 p.m.

1) **Charcoal Broiled Shell Steak**
   Thick and Juicy, Bone in, Served with Onion Rings . . . .
   $9.95

2) **Chicken Kiev**
   Breast of Chicken stuffed with butter and herbs,
   breaded and deep fried $8.95

3) **Fresh Roast Chicken** $7.95
   Greek style . . . .

4) **This is the prime time of the season for
   Yellow Tailed Flounder.**
   From the clear waters of New England enjoy this
   succulent filet of fish. We filet it and broil it to order.

   Broiled Whole Flounder $7.95
   in garlic butter and wine sauce

5) **Broiled Rainbow Trout** $7.95
   Butter sauce . . . .

6) **Omelette**
   turned to perfection with your choice of fillings . . . $5.95
   Cheese, Mushroom, or Spinach . . . .

UNIT 12

Did you hear what happened?

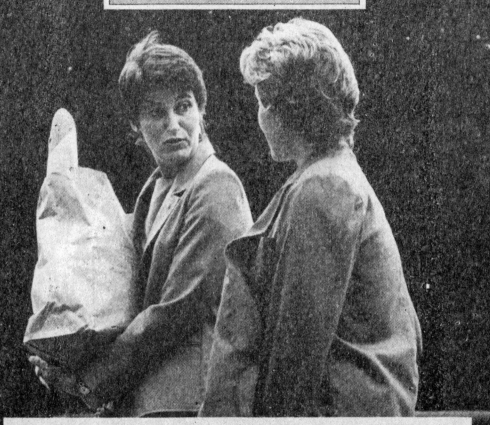

Beth: Did you hear that Ron was in the hospital?

Mimi: Oh, really? What's the matter with him?

Beth: He's got a very high temperature. He's very sick, I gather. It may be cholera.

Mimi: Cholera! How in the world did he get that?

Beth: He just came back from India. He must have gotten it while he was there.

Mimi: That's really too bad. Has he been sick for a long time?

Beth: For a couple of weeks, apparently. But he only went to see the doctor on Monday.

Mimi: Why did he wait so long? He should have seen a doctor earlier.

Beth: Yes, I know. But luckily he seems to be improving. The doctors say if he stays in the hospital for a few weeks, he should be able to avoid complications.

Mimi: Gee, I hope so.

GIVE IT A TRY

1. Responding to good and bad news

► Did you	know that hear	*Ron was in the hospital?* *Jenny's had a baby?*
▷ Oh,	really? is that right?	

| ▷ How | awful!
 terrible!
 That's too bad. | ▷ How | nice!
 wonderful! |

Practice 1

Tell your partner some news. Student A tells the news, and Student B responds and asks the question.

A: Did you hear that *Anne and Peter are getting married?*
B: Oh, really? How nice! When is the wedding?

Student A

1. Frank was in a traffic accident yesterday.
2. Joan's grandmother died Sunday.
3. George is in bed with the flu.
4. Ken got a job with IBM.
5. Bill got a scholarship to study in France.
6. The Schmidts' house burned down.

Student B

1. Was he hurt?
2. How old was she?
3. When did he get it?
4. When does he start?
5. When is he going?
6. When did that happen?

Practice 2

Practice telling news again. This time add your own questions and replies.

1. Barbara broke her leg.
2. Pat won first prize in a lottery.
3. Mr. Jackson's been admitted to the hospital.
4. There's a party at Brian's house this weekend. Want to go?
5. Ray's very sick.
6. Mrs. Mason had a baby.

2. Suggesting how something probably occurred

► Did you hear that *Ron had cholera?*
▷ Oh, really? How	awful! terrible!
► Yeah. *He just came back from India.* *He must have gotten it while he was there.*

Practice 1

Describe what happened to the people below. Your partner will respond with appropriate expressions of concern. Follow this example:

Peggy fell off her moped.
She was driving home in a storm./skidded in the rain

A: Did you hear that *Peggy fell off her moped?*
B: Oh, really? How awful!
A: Yeah, *she was driving home in a storm.* She must have skidded in the rain.
B: Oh, that's too bad.

1. Patty's in the hospital with food poisoning.
   She had dinner at a seafood restaurant last night./eaten some bad fish
2. Brian's father had a very bad traffic accident.
   He was coming back home very late at night./fallen asleep while driving
3. They've taken Mr. Bender to the hospital.
   He collapsed while he was at the office./had a heart attack
4. Penny hurt herself playing tennis.
   She slipped and she was in such pain she couldn't even stand up./broken her ankle
5. They had to rush Mrs. Thompson to the hospital.
   She was having dinner when she started to choke on a piece of fish./swallowed a fish bone

Practice 2

Work in groups of three and suggest what might have happened in the following situations. Make as many suggestions as you can.

STUDENT INJURED IN TRAFFIC ACCIDENT.

Brian Harris, 19, of 34 Radcliffe Drive, was admitted to Seaview Hospital last night in serious condition after his car ran off the road at 3 a.m. on Route 69. Mr. Harris was returning from a college wine-tasting party. . . .

PASSENGER RUSHED TO HOSPITAL.

A passenger waiting to board a plane to London collapsed at the airport at 3 p.m. yesterday afternoon and had to be rushed to the hospital. The air conditioning system at the airport was not working yesterday and temperatures in the departure lounge at times approach 95 degrees. It is believed the passenger.

FAMOUS PAINTING STOLEN FROM NATIONAL MUSEUM.

Police are investigating the theft of a valuable Picasso painting, stolen from the National Museum last night. The robbery was discovered this morning. There were no signs that the museum had been broken into. Employees of the museum are being interviewed, and police are anxious to know if anyone saw someone enter a storage room on the 3rd floor, at the time the museum was being closed. Police believe the thief . . . .

TIGER ESCAPES AT ZOO

A 6 ft. Bengali tiger escaped from its enclosure at the City Zoo yesterday and has not yet been located. Visitors to the zoo have recently pointed out how low the fence around the tiger enclosure is and have also complained about low overhanging trees growing around the enclosure. Police are also anxious to interview a youth seen near the back door to the enclosure . . . .

CENTRAL HOTEL DESTROYED BY FIRE

A fire destroyed the Central Hotel in Kong Street last night. All 35 guests escaped without injury, but the old wooden building was completely destroyed. The building was under renovation and the electrical wiring system was being replaced. A workman had also been using welding equipment on the roof. Guest rooms did not contain sprinklers. Fire department officials believe . . . .

3. Saying what someone should have done

> ► He only went to see the doctor last week.
>
> ▷ He | should | have *seen a doctor earlier.*
> | ought to |
> | shouldn't have *waited so long.*

Practice 1

The Smiths went away on vacation but they forgot to do lots of things before they left.

Student A: Tell your partner what happened to the Smiths.

Student B: You have little patience for the Smiths. Comment on this, saying what they should have done.

A: Did you hear about the Smiths? *When they got back from vacation, there were about a hundred newspapers piled up in front of their door!*

B: Really! Well, they should have *notified the paper before they left.*

Now you continue:

1. A: Yes, and then they found the wind had blown the door off their garage. Apparently they had left it open.
   B: shut it properly

2. A: Yes, but there's more. They found they had left a window open and you know there was that huge storm and it ruined their living room carpet.
   B: locked the windows

3. A: And of course all their houseplants had died.
   B: asked someone to water them

4. A: Then they discovered they had left an air conditioner running. They got a huge electricity bill because of that!
   B: turned off the electricity before/left

5. A: And what's more, Mr. Smith lost several important letters. The postman had left them on the mail box, but they must have blown away.
   B: called the post office before/went away

Practice 2

Student A tells the story of the Roberts' disastrous vacation.
Student B comments and suggests what they should have done.

B: | That's a shame. | But they really | should have _____.
| That's too bad. | | ought to have _____.
| | | shouldn't have _____.

1. Did you hear that Bill and Peggy went to Malaga for a vacation last month? But when they got there, they couldn't get a room in a good hotel!

2. The second night they were there, all their money was stolen.

3. Well anyway, they cabled their bank and got some more money. Peggy went shopping the next day and bought a beautiful silver bracelet for about $80. Then a couple of hours later, she found the same thing for only $20 in another shop!

4. They decided to rent a car one day. They drove off by themselves into
   the countryside and got completely lost. Then the car broke down. And
   they didn't know a word of the local language!

5. Well, they left the car on the side of the road and walked to the nearest
   garage to find a mechanic. And when they got back to their car,
   everything they had left in it had been stolen!

6. Anyway, Peggy really loved the food, I hear. Every day she and Bill
   were trying different things in the little restaurants downtown. But after
   five days Peggy came down with food poisoning!

4. Suggesting a course of action

If he *stays in the hospital for a few weeks,*		
he	should	*be able to avoid complications.*
	ought to	

Practice 1

Your partner is a "know-it-all" and loves to give advice. Talk to him/her
about your "problems." Use this model:

A: *I've put on about ten pounds in the last six months.*
B: Really? Well, if you *take up jogging,* you should be able to *lose that.*

Student A

1. have a terrible sore throat
2. have a bad toothache
3. never seem to be able to get up in the
   morning
4. not in very good shape these days/need
   more exercise

Student B

1. go to the drug store/get something for it
2. see a dentist/find out what's wrong
3. go to bed earlier/get up earlier
4. join a health club/exercise during lunch
   hour

Practice 2

Talk to your partner about these situations. Your partner will suggest
solutions.

1. I want to find out something about getting a visa to enter the United
   States.
2. I need to find out something about the history of Japan.
3. I have to buy a German/English dictionary.
4. I need to get some legal advice.
5. I want to get some help filling out my tax returns.
6. I want to find out how to get a driver's license.
7. I want to find out what the new telephone number of the Italian
   restaurant is.

LISTEN TO THIS

1. John and Margaret have invited their friends Terry and Susan to dinner. They were asked to arrive at 7 p.m. It is now 7:30. Look at the list below. Then listen to John and Margaret's discussion. Check (✓) the most likely reason for Terry and Susan's lateness.

- [ ] they forgot the invitation
- [ ] they must be walking
- [ ] they got delayed in traffic
- [ ] the subway must be late

Listen again and check your information.

2. Julie and Michael have been out shopping. When they return home, Michael discovers his wallet is missing. Listen to their discussion. Place a check next to the picture which shows how Michael most likely lost his wallet.

Listen again and check your information.

UNIT 13

What's this for?

Jerry: Excuse me. Could you show me how this vacuum cleaner works?

Clerk: Yes, of course.

Jerry: What's this thing for?

Clerk: Oh, that's for picking up heavy dirt.

Jerry: Why is it bent?

Clerk: That's so you can clean under furniture more easily. Let me show you.

Jerry: Oh, I see. And does it have a dust bag?

Clerk: Yes, of course.

Jerry: How do you change it?

Clerk: It's very easy. First, you make sure the power has been turned off. Then this clip is pressed down. The back is lifted off, and then the dust bag is taken out like this.

Jerry: Let me try it. Oh, that is easy. And it's also very light. What's it made of?

Clerk: It's made of plastic. But it's very strong.

Jerry: OK, fine. I think I'll take this one. Can it be delivered?

Clerk: Sure. We can deliver it to your home tomorrow morning.

Jerry: Fine.

GIVE IT A TRY

1. Describing what objects are used for

> ► What's this thing (used) for?
>
> ▷ That's | for *picking up* | *heavy dirt.*
> | to *pick up* |

Practice 1

Here are some common household
objects.

Student A: Ask your partner what
these things are used for.

Student B: Use these cues to
answer your partner's questions

Example:

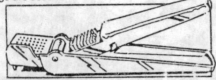

crush garlic

A: What's this thing (used) for?
B: That's for crushing garlic.

1.

1. slice eggs

2.

2. peel vegetables

3.

3. sharpen knives

4.

4. grind coffee

Practice 2

Look at this cassette player. Student A will look at the picture and ask about the numbered items. Student B can answer using the cues at the right. Use this model:

A: What's this | switch | for?
| | button |

B: It's | for *fast forwarding* | *the tape.*
| | to *fast forward* |

A: And what about this one?
And this one?

Student A:

Student B:

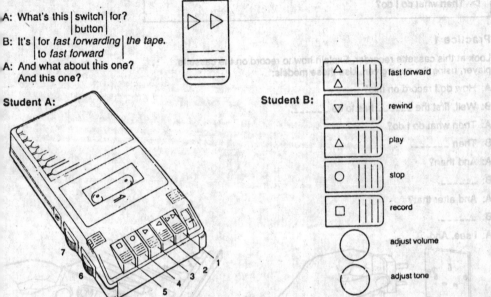

2. Explaining the reasons for certain features

▶ Why is it bent?

▷ That's so you can *clean under furniture* (*more easily*).

Practice 1

Ask your partner the following questions.
The answers can be found in the advertisements.

1. Why is this mattress divided into two parts?
2. Why is this hunting cap orange?
3. Why does this door come off the tape recorder?
4. Why does this skillet have this black coating?

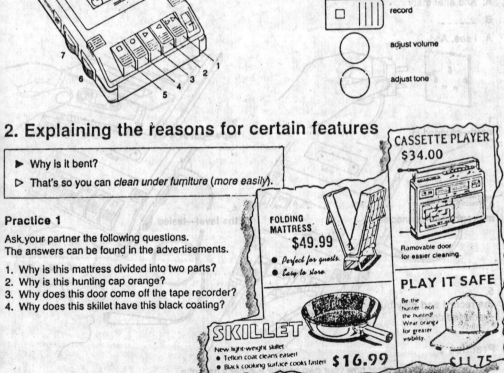

CASSETTE PLAYER
$34.00

Removable door
for easier cleaning.

FOLDING
MATTRESS
$49.99
• *Perfect for guests.*
• *Easy to store.*

PLAY IT SAFE

Be the
hunter not
the hunted!
Wear orange
for greater
visibility.

SKILLET
New light-weight skillet
• Teflon coat cleans easier!
• Black cooking surface cooks faster! $16.99

$11.75

3. Explaining how to do things (1)

▶ First you	have to should	make sure (that) the power	has been is	turned off.

▷ Then what do I do?

Practice 1

Look at this cassette recorder. Explain how to record on the cassette player, using the cues given. Use these models:

A: How do I record on this?

B: Well, first the _ _ _ _ _ _ has to be _ _ _ _ _ _.

A: Then what do I do?

B: Then _ _ _ _ _ _.

A: And then?

B: _ _ _ _ _ _.

A: And after that?

B: _ _ _ _ _ _.

A: I see. And _ _ _ _ _ _.

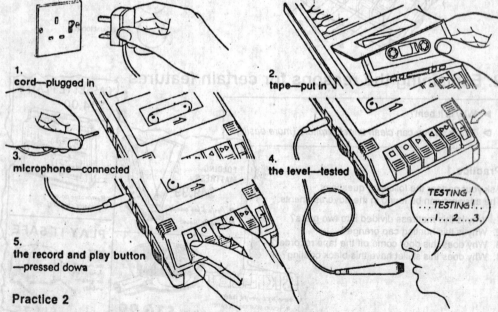

1.
cord—plugged in

2.
tape—put in

3.
microphone—connected

4.
the level—tested

5.
the record and play button
—pressed down

TESTING!
...TESTING!..
....1....2....3.

Practice 2

Now explain to your partner how your own or your teacher's cassette player is used.

4. Explaining how to do things (2)

> ► First *this clip is pressed down*. Then *the back is lifted off*.
> And finally *the dust bag is removed*.

Practice

Student A

Describe how to make a cheese omelette. Use the pictures and word cues below.

1. eggs/cracked into a bowl

2. some milk/added

3. the mixture/beaten

4. cheese, salt, pepper/added

5. butter/melted in a skillet

6. the egg mixture/poured into the skillet

7. it/cooked for 3-5 minutes

8. it/folded over

9. it/cooked for 1 minute

10. the omelette removed from the skillet and served

Student B

Describe how to use a coffee maker. Use the pictures and word cues below.

1. water/added to the water tank

2. the filter/placed in the basket

3. coffee/put into the filter

4. the basket/the carafe

5. the carafe/the warming unit

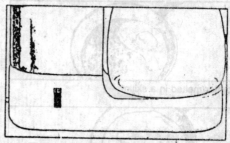

6. the control switch/turned on

7. when the carafe/filled the filter/removed

8. the coffee/served

5. Describing where things were made and what they are made of

> ► Could you tell me what this is made of?
> And do you know where it was made?

Practice

Role play a customer and a salesperson. The customer asks what these things are made of and where they come from. Follow this model:

A: Excuse me, but can you tell me what this is made of?
B: Yes, of course. It's made of *leather*.
A: Oh, I see. And do you know where it was made?
B: It was made in *Italy*.

Student A
You are the customer.
Ask about these things:

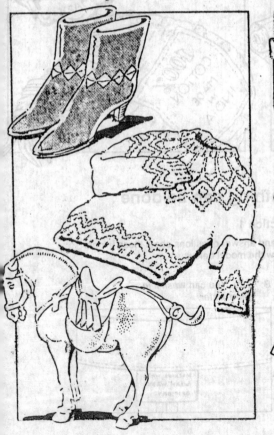

Student B
You are the salesperson.
Use this information to answer:

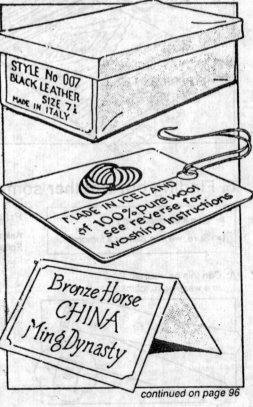

STYLE No 007
BLACK LEATHER
SIZE 7½
MADE IN ITALY

MADE IN ICELAND of 100% pure wool see reverse for washing instructions

Bronze Horse
CHINA
Ming Dynasty

continued on page 96

Student A

Student B

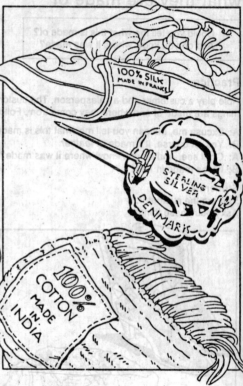

6. Finding out whether something can be done

> ▶ Can it be *delivered*?
>
> ▷ Sure, we can *deliver it tomorrow*.

Practice 1

Ask and answer questions about these things.
Follow the model below:

A: Can this be *washed
in a washing machine*?

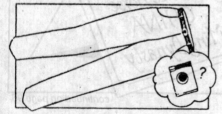

B: Sure. You can *wash it in
warm water*.

Student A
Ask about these things:

Student B
Use this information to answer your partner.

Practice 2

Now Student A can use the cues below to ask questions. Student B will use this model and provide his/her own answers.

B: | Yes, it/they can.
| Yes, I think so.
| No, I don't think so. They/it should be _____.

1. woolens/be washed in a washing machine
2. bananas/be kept inside a refrigerator
3. fish/be kept in a freezer
4. tropical orchids/be grown outdoors
5. saucepans/be washed in a dishwasher

LISTEN TO THIS

1. A customer in a supermaket is talking to the clerk about the cleaner pictured below. Read the list of materials. Then listen to the conversation. Place a check next to the materials the cleaner can be used on.

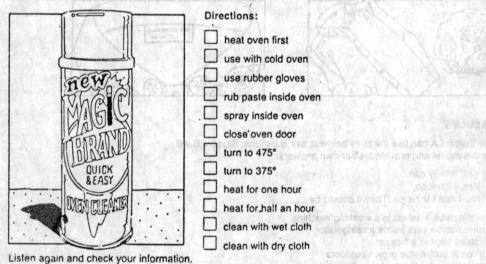

Used for:

- ☐ silver
- ☐ aluminum
- ☐ brass
- ☐ enamel
- ☐ tiles
- ☐ wood
- ☐ plastic

Listen again and check your answers.

2. Now the customer is going to ask about an oven cleaner. Read the statements about it. Then listen to the conversation. Place a check next to the statements which are correct.

Directions:

- ☐ heat oven first
- ☐ use with cold oven
- ☐ use rubber gloves
- ☐ rub paste inside oven
- ☐ spray inside oven
- ☐ close oven door
- ☐ turn to 475°
- ☐ turn to 375°
- ☐ heat for one hour
- ☐ heat for half an hour
- ☐ clean with wet cloth
- ☐ clean with dry cloth

Listen again and check your information.

UNIT 14

What did they say about it?

Wife:	Well, talk to you later then. Bye.
Husband:	Who was that?
Wife:	That was Lorraine. She and Phil just got back from their trip to Latin America.
Husband:	Oh, they did? So, what did she say about Mexico?
Wife:	Oh, they had a marvelous time. She said we'd really enjoy it.
Husband:	Did you ask how the weather was?
Wife:	It seems it was cool in Mexico City, but nice and warm along the coast.
Husband:	Did she say where she stayed?
Wife:	She told me but I don't remember.
Husband:	Well, did she say whether the hotels were crowded?
Wife:	Yes, apparently they were. They always are at this time of year. She recommended that we make our reservations as soon as possible.
Husband:	Well, we'd better do some checking. Do you still have that guide book? What did it say about accommodations?
Wife:	If I remember, it says the cheapest is around $35 a day.

GIVE IT A TRY

1. Asking about what someone said (1)

▶ | What did she say | about *Mexico*?
    | Did she say anything |

▷ She said we | 'd really enjoy it.
             | could travel around without any difficulty.
             | might find it a bit hot.

Practice

Take the parts of the husband and wife in the dialog. The husband asks what Lorraine said about the topics below. Lorraine's comments are on the right. For example:

1. Mexico

What did she say about Mexico?
            Student A

1. "You'll really enjoy it."

She said we'd really enjoy it.
    Student B

2. transportation from the airport

2. "You can get into town by bus or taxi."

3. a visa

3. "You won't need a visa for a short stay."

4. the hotels

4. "You may have some trouble getting a reservation."

5. shopping

5. "You'll find a lot of interesting things to buy."

6. changing money

6. "You can change money in the banks or in the hotels."

7. language problems

7. "You won't have any trouble in Mexico City."

8. what to wear

8. "You may need a sweater or jacket in the evening."

2. Asking about what someone said (2)

▶ Did | you ask | how *the weather* was?
      | she say |

▷ It seems | (that) It was *cool in Mexico City*.
   She said |

Practice 1

Now Student A will take the part of the wife talking to Lorraine about her vacation. Take notes on what Lorraine says — you will need these notes for Practice 2. Student A can use this model and the cues below to ask questions. Student B will respond with Lorraine's answers.

A: How was/were _ _ _ _ _ _?
    What did you think of _ _ _ _ _ _?

Student A	Student B
. the weather	.1. cool in Mexico City; nice and warm along the coast
. the hotels	2. up-to-date and very beautiful.
. the restaurants	3. excellent
. the night life	4. very colorful and lots of fun
. the beaches	5. gorgeous
. the public transportation	6. not very good
. the people	7. friendly and hospitable

Practice 2

Now Student A is the husband. Ask your wife what Lorraine said about the following topics. Use the model above to ask and answer indirect questions.

. the weather
. the beaches
. the nightlife
. the pu.., transportation

5. the restaurants
6. the hotels
7. the people

3. Asking about what someone said (3)

> Did | she say | if | they *reserved a room in advance?*
> | you ask | whether |

▷ Apparently they did.
She said (that) they did.
She told me (that) they did.

Practice 1

Student A will ask Lorraine questions based on the cues. Try to remember the answers.

1. the hotels/crowded?
2. reserve a room in advance?
3. meals/included?
4. the trip/expensive
5. visit the museum in Mexico City?
6. see the Aztec and Mayan temples?

1. always/at this time of year
2. yes
3. only breakfast
4. not really/very reasonable
5. yes/fascinating
6. no/didn't have time

Practice 2

Now Student B will ask what Lorraine said. Use the model above to ask and answer the questions.

1. the hotels/crowded?
2. reserve a room in advance?
3. the meals/included?
4. the trip/expensive?
5. visit the museum in Mexico City?
6. see the Aztec and Mayan temples?

4. Reporting recommendations

► Did you ask about *the hotels*?

▷ Yes. She | recommended | that we (not) *make reservations*.
         | suggested |
         | advised |
         | said | (not) to *make reservations*.
         | told us |

Practice 1

Ask Lorraine for advice. Start your questions like this:

A: | Do you think | we | should _____?
                 | ought to _____?
                 | it would be a good idea to _____?
  | What about _____?

Student A

1. make reservations
2. change some money before going
3. take sweaters and raincoats
4. visit the temples
5. avoid drinking the water
6. learn Spanish first

Student B

1. as soon as possible
2. a little bit
3. sweaters, yes; raincoats, no
4. if you have time
5. it would be a good idea
6. a few words at least

Practice 2

Ask what Lorraine said about the topics below. Use the model above to ask and answer the questions.

1. making reservations?
2. changing money before we go?
3. taking warm clothing and rainwear?
4. the temples?
5. the water?
6. learning some Spanish first?

5. Reporting information from a book

▶ | What does it say about | accommodations?
| Does it say anything about |
| Does it say if we | need | a visa?
| | should have |

▷ | It says (that) | the cheapest is around thirty-five dollars.
| you | don't | need one.
| | won't |
| | have to | get one.
| | ought to |

What does it say | about ...
Does it say anything |
Does it say if we need ...

Student A

1. accommodations
2. visas
3. health certificates
4. changing money
5. clothing
6. drinking water

Practice 1
Student A:

You and your partner are planning a trip to Mexico. Student B has a guide book. Student A will use each of these question forms to ask wnat the guide book says about the following points:

Student B: Answer Student A's questions using the information contained in the guide book. Follow the language model shown above. When you talk to your partner, you will have to change some of the formal, written language into simple, conversational English.
For example:

It says ...

Student B

Written expressions

secure a visa →
rain is infrequent
it is wise
caution should be exercised

Conversational phrases

get a visa
it hardly ever rains
it's a good idea
be careful

ACCOMMODATIONS
Mexico offers a wide variety of accommodation from luxury hotels to beach bungalos Rates range from $25 to $150 per night. It is advisable to make reservations.

DOCUMENTS
American citizens do not require a visa for stays up to two weeks. All other nationals should secure a visa from their local Mexican embassy or consulate. Health certificates are not required.

MONEY
The current rate of exchange is 200 pesos to the dollar. For your convenience, money may be changed at all banks and hotels. It is wise not to bring large amounts of cash· Carry traveller's checks instead.

WEATHER
Mexico's weather is mild all year long Heavy clothing is unnecessary. Because it is cool in the evenings, however, jackets or sweaters might be needed. Rain is infrequent.

HEALTH
Drinking water is safe in all major cities. In the countryside, however, caution should be exercised. You may want to bring water purification tablets, if you are going to do much touring.

Practice 2

It's always a good idea to take some medicine along when traveling. Ask
your partner what to do for headaches, burns, and insect bites. The
answers can be found on the medicine labels. Follow this model:

A: What does it say to do for | a headache?
                              | burns?
                              | insect bites?

B: It says | to _____.
           | not to _____.
           | you should(n't) _____.

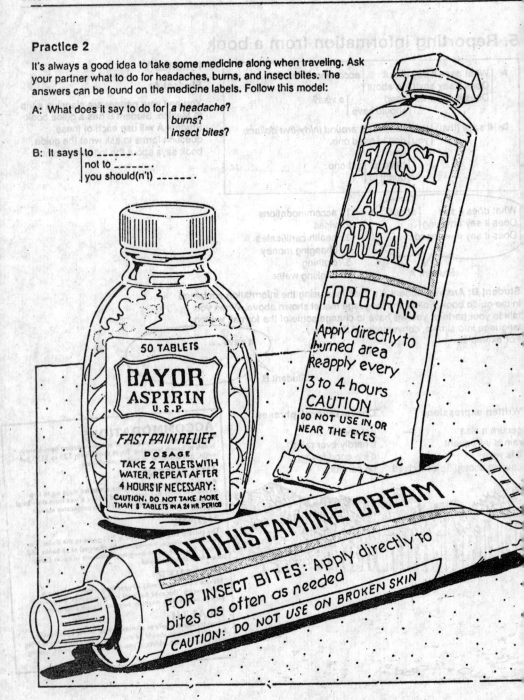

LISTEN TO THIS

1. You are going to hear two people talking about their friends' vacation in Venezuela. Listen to the conversation. Check (√) the phrase that agrees with what you hear.

1. The trip:
   - ☐ very enjoyable
   - ☐ satisfactory
   - ☐ not very enjoyable

2. The weather:
   - ☐ very cold
   - ☐ cool
   - ☐ warm
   - ☐ hot

3. The hotels:
   - ☐ uncomfortable but not expensive
   - ☐ good and not expensive
   - ☐ good but expensive

4. Communication problems:
   - ☐ few problems
   - ☐ some problems
   - ☐ serious problems

5. Hotel staff:
   - ☐ not very helpful
   - ☐ quite helpful
   - ☐ very helpful

6. Things to buy:
   - ☐ clothes
   - ☐ jewelry
   - ☐ electronic equipment

Now listen again and check your information.

2. Now you are going to hear two people discussing travel questions about Indonesia. Listen to the conversation. Check the phrase that agrees with what you hear.

1. Change money:
   - ☐ at the airport
   - ☐ at a state bank
   - ☐ at the hotel

2. Cholera:
   - ☐ no cholera in Indonesia
   - ☐ not much danger of cholera
   - ☐ still a risk of cholera

3. Visa:
   - ☐ not necessary
   - ☐ can get one at the airport
   - ☐ should get one before entering the country

4. Things to buy:
   - ☐ cameras and cassette players
   - ☐ silver jewelry
   - ☐ carvings and paintings

5. Where to buy things:
   - ☐ in the capital
   - ☐ out of the capital

6. Tours:
   - ☐ to the museums
   - ☐ to a factory
   - ☐ to a volcano

Now listen again and check your answers.

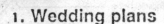

1. Wedding plans

You and your fiancée are famous actors (John Travolta and Goldie Hawn, for example). You are going to be interviewed by the editor of a gossip column. She wants to find out everything abou your wedding plans Fo this exercise, work in pairs with two different partners. The first time, your partner will be your fu'ure husband/wife. Decide on the details of your wedding together so that you will be ready to answer the editor's questions. When you are ready, change partners. This time your partner will be the editor. He/she will ask you questions about your wedding plans. Here are some questions that the editor might ask:

1. Are you planning a big wedding?
2. How many people are you going to invite exactly?
3. Where is the ceremony going to be?
4. Do you intend to hold a reception afterwards?
5. Where is that going to be?
6. What are you planning to wear?
7. Who is going to be the best man? Who are the bridesmaids?
8. Where are you going to go on your honeymoon?
9. Where are you going to live when you re Jm?
10. Are your parents going to live with you?
11. Do you intend to have a large family?
12. Are you going to v ork after you get married?

2. A new car

You are looking at the dashboard of a new car. You don't know what some of the parts are for, but your partner does. Ask your partner what some of the parts are and what they are for. Follow this example:

A: What's this | gauge | for?
             switch
             lever
             light
             thing

B: It's to | show | ------- .
          signal
          turn on

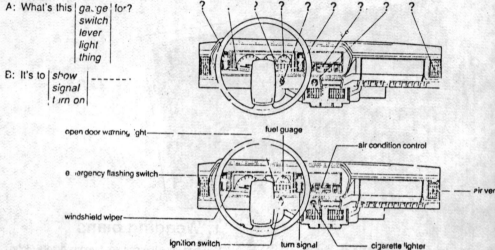

open door warning light — fuel guage — air condition control — air vent — windshield wiper — ignition switch — turn signal — cigarette lighter — emergency flashing switch

3. Bad news

Read these newspaper reports.

FIRE IN ROSE HOTEL KILLS 48

Forty-eight people were killed last night when a fire swept through the Rose Hotel on Brandon Street. Most of the guests were unable to escape from the hotel because the elevators had been turned off and there were no outside fire escapes. The hotel had apparently not been checked by safety officials for more than a year, and it is believed that both the alarm and the water sprinkling systems were not working. Many guests were injured when they jumped from windows instead of waiting to be rescued by firemen. It appears that the staff or night duty were sleeping when the fire broke out. When they woke up, they attempted to warn the guests before calling the fire department.

You and your partner work for the fire safety commission. Prepare a list of suggestions concerning what the hotel could have done to prevent the fire and what the guests might have done to save themselves. Use forms like these.

should have (been) _____
ought to _____
shouldn't have (been) _____

You and your partner work for the transport safety board. Prepare suggestions concerning what should and should not have been done in the situation below.

OVERCROWDED BUS OVERTURNS

A bus that was carrying more than 75 passengers overturned last night on Route 65, killing seven passengers and injuring a further 35. The bus was designed to carry only 50 passengers, and police are investigating why it was carrying more than its usual number and traveling at nearly 80 miles an hour. Many of the injured lay for nearly half an hour waiting for ambulances to arrive. The bus was not carrying first aid equipment and the driver was not trained in emergency procedures.

4. A trip to Turkey

a) You and your friend are planning a trip to Turkey.

Student A
You have gone to a travel agent to get information. Find out:

1. if it's an expensive place to visit
2. how much the plane ticket costs
3. how long the flight from New York takes
4. what you can see there
5. if the hotels are any good
6. if you have to have a visa
7. if the people there speak English
8. when it's the best time to go

IN JUST 10 HOURS, YOU CAN BE IN ANOTHER WORLD....
TURKEY
ROUND TRIP $1,300

Student B
You are a travel agent. Read this excerpt from a travel brochure about Turkey
so that you can answer the questions people will ask you.

The Blue Mosque, the Topkapi Museum, the ruins of Troy, the ancient city of
Ephesus—all this and more awaits you in exotic Turkey: the land where East
meets West. Stay in our modern, reasonably-priced hotels. Explore our bazaars.
Relax with a cup of Turkish coffee. And then swim in the beautiful, blue
Mediterranean.
In Turkey, you'll find warm weather and a warm reception all year long. And
you'll be pleasantly surprised at how many people speak your language.

Start your conversation like this.

A: Excuse me. I'd like to get some information about a
   trip to Turkey.
B: Certainly. Have a seat, please. ... Now, what exactly
   would you like to know?
A: Well, first of all, _____ .

b) Now report the information you have gotten from the travel agent to
   your friend (Student C).

Student C
Be sure to find out about:

1. the cost of a round trip flight to Turkey
2. the length of the flight
3. sightseeing possibilities
4. souvenirs and things to buy
5. hotels and reservations
6. visa and health certificate
7. the language problem
8. the best time to go

Begin your questions like this:

C: Did | you find out | about _____ ?
       | he/she | tell you | anything |
       | | say |

5. The mail must go through

Student A
Study the picture below. Using the word and picture cues, explain to your partner how mail is collected, sorted, and delivered.

Begin like this: First the mail is collected.

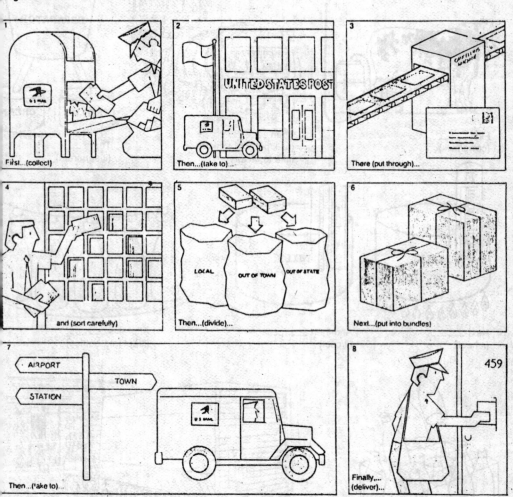

1. First...(collect)

2. Then...(take to)...

3. There (put through)...

4. and (sort carefully)

5. Then...(divide)...

6. Next...(put into bundles)

7. Then...(take to)...

8. Finally,... (deliver)...

6. From the farm to your market

Student B

Study the picture below. Using the word and picture cues, explain to your partner how milk is processed and delivered to your local store.

Begin like this: First the cows are milked.

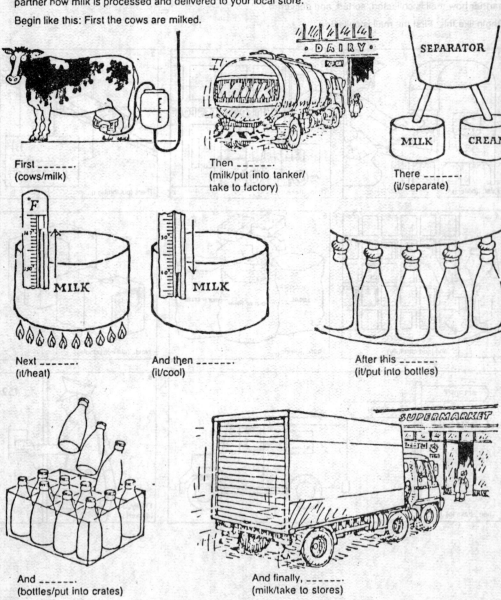

First _____.
(cows/milk)

Then _____.
(milk/put into tanker/
take to factory)

There _____.
(it/separate)

Next _____.
(it/heat)

And then _____.
(it/cool)

After this _____.
(it/put into bottles)

And _____.
(bottles/put into crates)

And finally, _____.
(milk/take to stores)

TAPESCRIPT

UNIT 1 Listen to this (page 7)

Look at the five pictures. You are going to hear four conversations. Listen. Where do you think the people are? Look for the appropriate picture and put the number of the conversation next to it. Does the second speaker recognize the first one? Check *yes* or *no* under the picture.

Conversation 1: (Two middle-aged men)
: Say, aren't you Teddy Williams?
: Yes, that's right.
: I thought so. I'm Fred Midler. Remember? We were in college together, Class of '63.
: Well, how about that! It's great to see you again, Fred. You haven't changed a bit.
: Oh, I don't know about that. Twenty years is a long time. But, tell me, what have you been up to?

Write the number 1 next to the appropriate picture.

Conversation 2: (Middle-aged man and woman)
: Haven't we met before?
: I don't think so.
: I'm sure we have. You look so familiar. Were you at that sales meeting in Boston last year?
: Yes ...
: And aren't you from Cleveland or someplace like that?
: Columbus.
: That's it. Columbus. I knew I recognized you. What was your name again?
: Harris, John Harris.
: Well, I'm Judy Lee ... from Atlanta.

Write the number 2 next to the appropriate picture.

Conversation 3: (Two young women)
: Don't I know you?
: I'm not sure. You look familiar.
: You went to Berkeley, didn't you?
: Yes, that's right. I graduated last year.
: Well, I think I met you in Paris two summers ago. You were doing your junior year abroad.
: Oh, now I remember. We were in the same French class, weren't we?
: That's right. I'm Toni Hudson.
: Susan Birney. It's nice to see you again. What have you been doing with yourself?

Write the number 3 next to the appropriate picture.

Conversation 4: (Young man and woman)
: Uh, excuse me. You're a friend of Liz Brown's, aren't you?
: Yes, that's right. Have we met before?
: I think so. Weren't you at Liz's Christmas party?
: Yes, but I ...
: Well, I think I met you there. You were with some tall, blond guy ... Anyway, my name's Joe Walsh.
: I'm Janet Murphy.
: Can I get you a drink?
: Sure, why not?

Write the number 4 next to the appropriate picture.

Now listen again and check your information.

You are going to hear three conversations. In each one, people are making introductions. Listen to the introductions, and match each name on the left with the information that is given about that person on the right. The first one has been done as an example.

Conversation 1: (Husband, wife and business acquaintance at office party)
: Excuse me, dear, but it's getting late, and I'm afraid you'll miss your plane.

B: OK, honey, just a few minutes more. By the way, have you two met?
A: No, I don't think we have.
B: Well, Jeannie, this is Don McNeil. Don, my wife, Jeannie.
C: How do you do?
A: It's very nice to meet you, Mr. McNeil.
C: Please call me Don.
B: Don's in our Chicago office—Accounts Department.
A: Oh, are you?

Conversation 2: (Three college guys)
A: Hi, Tom.
B: Oh, hi, Jack. How's it going? Join us.
A: OK, but just for a minute. I've got a class.
B: By the way, do you two know each other?
A: No, I don't think we do.
B: Well, this is Murray Goldman. Murray, Jack Anderson.
C: Glad to meet you.
A: Same here.
B: Jack's in the Economics Department.
C: Oh, are you? I'm in Business Administration.

Conversation 3: (Three business people: two men and a woman)
A: Excuse me, George. I wonder if I might interrupt you for a moment. I'd like to introduce Ellen Rosetti. She's just joined us from the Philadelphia office.
B: Oh, yes, of course. Come on in.
A: Ellen Rosetti, this is George Jimenez, Director of the Marketing Department.
C: I'm very pleased to meet you, Mr. Jimenez.
B: Call me George. It's very nice to meet you too. I've been hearing a lot about you lately. You've been doing a wonderful job in Philly. What will you be doing here? Are you going to continue in sales?
C: No, I've been transferred to the International Division.
A: Oh, have you? Well, wonderful. I hope you enjoy working here at the main office.
C: Oh, I'm sure I will.

Now listen again and check your answers.

UNIT 2 Listen to this (page 14)

1 You will hear an interview between a young woman who has applied for a position with a company, and an officer of the company.

1. Listen once to the interview.

A: I wonder if you'd mind telling me your full name please, Miss Norcross.
B: Helen Ann Norcross.
A: How do you spell Norcross?
B: N-O-R-C-R-O-S-S.
A: Thank you. Now let me see. Uhmm, you were an English major, weren't you?
B: Yes, that's right. I graduated from San Francisco State College.
A: When was that?
B: In 1980.
A: So you've been out of school for about 4 years.
B: Right.
A: And could you tell me what kind of office experience you've had?
B: Well, I'm working for Singapore Airlines at the moment, in their San Francisco office.
A: And what do you do there exactly?
B: I'm in ticket sales.
A: I see. And how long have you been with them?
B: For three years.
A: And would you mind telling me your present salary?
B: I'm making eleven hundred a month at present.
A: Eleven hundred. Uh huh. OK, well you've read the job description for this position ...

2 Listen to the interview again. How does the interviewer ask these questions? Write what the interviewer actually says in the spaces provided.

Listen one more time and check your information.

UNIT 3 Listen to this (page 22)

1 You are going to hear people talking about some of the delegates to an international conference. There are people at the conference from many different countries. Listen to the conversations. How many places do you hear mentioned? Circle them on the list.

A: Pardon me. Would you know who that gentleman over there is?
B: The one with the moustache, you mean?
A: That's right.
B: That's Mr. Thayer, the delegate from Australia.
A: Do you know who that gentleman is?
B: Which gentleman?
A: The one who's talking to the man from India.
B: Oh, yes. That's Dr. Koo. He's the delegate from Taiwan.
A: I wonder who that delegate is.
B: Which one?
A: The attractive woman in the long skirt.
B: That's Mrs. Nababan. She's from Indonesia.
A: What a wonderful costume that delegate is wearing.
B: Which one do you mean?
-. The man who's standing next to the door.
B. Ah, yes. That's the delegate from Nigeria. Mr. Achebe, I think.
A: Who's that woman talking to Mr. de Souza?
B: The one in the black evening gown?
A: Yes, that's right.
B: That's Mrs. Valdez from Mexico.

Listen to the conversation again. This time draw a line from the person identified to his or her name. Then write the delegate's country beside the name.

2 You are going to hear conversations about the following women and their husbands. Draw a line connecting each woman with the picture of her husband.

Conversation 1:
A. Have you met Adriana Lozada?
B: No, I don't think so. Is she the one whose husband flies for Pan Am?
A: Yes, that's right. Would you like to meet her?

Conversation 2:
A: Isn't that the woman whose husband works at the bank?
B: Yes, I think so.
A: What's her name again?
B: I'm really not sure, but I think it's Reiko.
A: She certainly speaks English well, doesn't she?

Conversation 3:
A: Oh, look. There's Jane Grant.
B: Who's she?
A: She's the one whose husband won the golf tournament last year.
B: Oh, yes, of course. I met them at the country club a couple of months ago.

Conversation 4:
A: Who's that? She looks familiar.
B: That's Christine Yung. She's one of the top fashion designers in the U.S.
A: Oh, yes. I read an article about her in the newspaper. She's the one whose husband won the lottery last year.
B: Yes, that's the one.

Conversation 5:
A: That's Linda Channing, isn't it? The one whose boyfriend works at Pizza Hut.
B: Yeah, I think so.
A: So, what's she doing with that other guy, then?
B: Beats me.

Now listen again and check your answers.

UNIT 4 Listen to this (page 32)

1 You are going to hear someone asking the location of the places below. Listen and then label each place on the map by drawing a line to it.

A: Oh, Joan. I have to go down to the Etna insurance building. Do you happen to know where it is?
B: Sure. It's on Bedford Street.
A: Bedford. Isn't that off President Drive?
B: That's right. Just before President Drive runs into Congress Street.
A: Is it on the same side of the street as the Pacific Hotel?
B: No, it's on the other side, just before you come to the theater.

Listen again and check your answers.

2 You will now hear a similar dialog. Listen and draw a line to:
the tax office
the Times Building

A: Excuse me, I'm looking for the tax office. Would you know where it is?
B: The tax office. Let me think. Oh sure, it's that big gray building, just past the park.
A: I see. And which one's the Times Building?
B: That's further up the street on the opposite side. It's a low two storey building. If I remember, there's a very tall glass office building next to it.
A: Thanks very much.
B: Don't mention it.

Listen again and check your answers.

3 You will now hear telephone conversations in which people ask about the hours of various places. Listen to the dialogs and indicate whether the statements below are True (T) or False (F).

Conversation 1:
A: Regent's Department Store.
B: Oh, hello. I just wanted to find out if you were open today.
A: Yes we are. Our weekend hours are the same as weekdays, 9 a.m. to 9 p.m.
B: Fine. Thank you very much.
A: You're welcome.

Conversation 2:
A: Well, this must be the National Gallery.
B: I guess so. Big isn't it? Oh no! I don't think it's open today.
A: What do you mean? It's Thursday.
B: Exactly. Look. It says "Closed Thursdays."
A: Oh, for goodness sake. Well, we'll just have to come back tomorrow.
B: Oh, but wait a minute. We're supposed to go on that tour tomorrow.
A: Oh, that's right. I forgot all about it. Well, how about Saturday then?
B: It's OK with me. The hours are the same, it seems, 10 to 5.
A: Good. Then tomorrow we can take the tour.

Conversation 3:
A: Dr. Lee's office. May I help you?
B: Yes, this is Mrs. Manning. I'd like an appointment to see the doctor please.
A: Well, let me see. I'm afraid he's fully booked from Monday till Thursday. How would Friday be?
B: Friday is a bad day for me. Have you got an opening on Saturday morning?
A: I'm afraid the office is closed on weekends.
B: Well, what about next Monday then?
A: That would be OK. Office hours are from 10:00 until 5:30. When would be convenient?
B: How about 11:30?
A: That's fine.

Conversation 4:
A: Hello, is this the Nautilus Health Club?
B: Yes, it is.

A. Uh, well, I think I'd like to become a member. Would you tell me what your hours are today?
B: We're open 24 hours a day.
A: 24 hours a day.
B: Yes that's right, and visitors are welcome any time.
A: And does that go for the weekends too?
B: That's right.

Conversation 5:
A: The Japanese Embassy. Can I help you?
B: Yes, I'd like to come down and apply for a visa. Could you tell me when you're open?
A: Certainly. You can come any weekday between nine and five o'clock.
B: Thank you. I'll come down this morning. Oh, and do I need to bring anything?
A: You'll need a passport, and your airline tickets to Japan.
B: OK, fine.

Listen again and check your answers.

4 In this exercise you will hear customers in a department store asking where they can find various departments. Listen to the dialogs and draw a line to the correct floor.

Conversation 1:
A: Excuse me, where can I find indoor plants?
B: In the Garden Shop on the second floor. Just take the stairs to your right.
A: Thank you.

Conversation 2:
A: Pardon me, where can I get a pair of running shoes?
B: Try the fourth floor for those. Sporting Goods. It's toward the rear of the store.
A: Fine, thank you.

Conversation 3:
A: Where can I exchange this toaster? I just bought it yesterday, and it's broken already.
B: You'd better try Customer Service on the 3rd floor, ma'am.
A: Third?
B: That's right.

Conversation 4:
A: Sorry to bother you, but could you tell me where to go to open a charge account?
B: Yes, sir. The Accounts Department's on the fifth floor. They'll be happy to help you.
A: Thank you very much.
B: You're welcome.

Conversation 5:
A: I want to buy some children's clothes. Where do I go for that?
B: The Children's Department is on this floor, to your left.
A: And where are the restrooms, please?
B: You'll find one on every floor near the elevators.
A: Fine. Thank you.

Listen again and check your answers.

UNIT 6 Listen to this (page 44)

1 You are going to hear two secretaries talking in their office. Listen to the conversation and answer the questions.

Tom: (sound of typing) Hi, Janice. How's it going?
Janice: Oh, hi, Tom. Not too well, I'm afraid.
Tom: Why? What's the matter?
Janice: Oh, I've got a splitting headache. That's all.
Tom: That's no fun. Why don't you take a break for a while?
Janice: I wish I could, but I have to finish this report by three.
Tom: Well then, maybe you should take a few aspirins.
Janice: I've taken some already and they didn't help.
Tom: Oh, I see. Well, after you finish, you should just pack up and go home. You really look exhausted.
Janice: Yes, that's a good idea. I think I will.

Now listen again and check your answers.

---

2 You are going to hear a man talking to his doctor. Listen to their conversation and answer the questions below.

Doctor: Now then, Mr. James, what seems to be the matter?
Patient: I just can't sleep, doctor.
Doctor: I see. And how long have you had this problem?
Patient: Oh, for about two months now.
Doctor: Two months. Do you have headaches?
Patient: Sometimes.
Doctor: Fever?
Patient: No.
Doctor: Are you having any family problems?
Patient: No, not really. My wife and I get along pretty well.
Doctor: And how about work?
Patient: Well, I have been working a lot lately—10 to 11 hours a day.
Doctor: Maybe you should take a vacation and just relax for a while.
Patient: Yeah, well, I can't right now. We're in the middle of some important business.
Doctor: I see. And this business, is it going well?
Patient: Well, it doesn't look so good at the moment.
Doctor: So, you're worried about that?
Patient: Yeah, I guess so.
Doctor: Do you like your job, Mr. James?
Patient: Oh, it's all right.
Doctor: Well, maybe you should consider a job change—something less stressful.
Patient: Yeah, well, it's pretty hard to find a new job at my age, you know.
Doctor: Yes, I understand, but you really ought to slow down. You're going to kill yourself at this rate.

Now listen again and check your answers.

UNIT 7 Listen to this (page 52)

1 Part 1. The pictures below show how to prepare chicken cooked in white wine, but the pictures are not in the correct order. Look at the pictures and try to decide in what order the events in the pictures occur. Number the steps in pencil from 1 to 9.
Part 2. Now listen to the dialog. You will hear two women talking about the recipe. Listen to their conversation and write the correct number beside each step in the recipe.

(Two female friends talking in kitchen)

A: Penny, that chicken was delicious. Please tell me how you make it.
B: Oh, it's very easy. You need about six pieces of chicken for two people. First, roll each piece of chicken in a little flour.
A: Just ordinary flour?
B: Well, I usually use seasoned flour just to give it a little extra flavor.
A: All right. And then what do you do?
B: OK. Then you heat a little oil in a frying pan. You'll need about half a cup.
A: I see.
B: And then you fry the chicken in the oil for a couple of minutes, until it's nice and brown all over.
A: Just two or three minutes.
B: That's right. Now you take your vegetables—you'll need celery, carrots, an onion, and some mushrooms—and you chop them up. And the next step is to add them to the chicken. And after you've done that, you add the spices. I like to put in some parsley, dill, tarragon, and a bit of salt and pepper. Just a pinch of each will do.
A: Let me go through that again. After you brown the chicken, you chop up the vegetables, put them in the frying pan, and then add the spices.
B: Right. Now you cook the vegetables and the chicken for another five minutes. And then you're ready to add your wine. You'll need about half a bottle of dry white wine. Pour it over the chicken together with about a cup of water.
A: That's enough liquid?
B: Oh, yes, that's plenty. Then put a lid on the frying pan and cook the chicken for another 30 or 40 minutes on a very low heat.
A: Oh, it sounds easy. I'm going to try it next weekend.

Now listen again and check your information.

2 You are going to hear a conversation between a person who has just moved into an apartment building and the building manager. The new resident wants to find out what the house rules are for new residents. Read the sentences below. Then listen to the conversation and place a check in the correct column.

(New tenant talking to apartment building manager)

A: Excuse me. I'm new in this apartment building. Could I ask you about some of the regulations here?
B: Yes, of course.
A: First, about parking. Is it OK to leave my car behind the building?
B: Sure. You'll see some parking spaces there for residents.
A: And what about when I have guests?
B: Well, guests aren't allowed to leave their cars in the back. They have to park in the guest parking area in the front.
A: I see. And are there any rules about house pets? Am I allowed to have a dog, for instance?
B: Cats are allowed, but I'm afraid dogs aren't permitted. You see, they make a mess all over the place and they bark at night, so the residents decided against it.
A: I understand. Now what about the garbage?
B: Garbage has to be taken to the trash disposal room. There's one on each floor next to the elevator.
A: All right, fine. And do I have to use those special plastic bags for the garbage?
B: No, that's not necessary. You can use the paper ones you get from the supermarket.

Now listen again and check your answers.

UNIT 8   Listen to this   (page 60)

1 Part 2. You are going to hear a panel discussion about the right to own a handgun. Five people will express their opinions. Listen to the discussion and place a check to show whether each speaker is for the right to own a gun or against it.

A: The question of handguns always raises a lot of discussion in this country. I'd like to get your opinions about it. Paul, why don't we start with you? What do you think?
B: Well, as far as I'm concerned, the law on this should be changed. Do you know there are nearly 40,000 people every year who are murdered with handguns? It's insane. Guns ought to be outlawed immediately.
A: I see you have a comment on this, Jane.
C: Yes. I think people should have the right to defend themselves. I mean, there are so many crazy people out there. It's a very violent country, and there'd probably be just as many murders even if we did ban handguns.
A: Roger?
D: I really can't agree with Jane. Why do people have to defend themselves? That's what we've got the police for. In my opinion violence only breeds more violence. We give people guns, and the murder rate goes up every year.
A: Steve?
E: Well, I agree with Jane. I think people have the right to protect themselves. If someone tries to break into your house—and that happens all the time—you never know what the guy plans to do once he gets inside. That's when you need a gun.
A: Suzie, you haven't said anything yet.
F: The thing is there are something like 16,000 accidents in homes every year involving handguns. It's not the thieves who get killed. It's mothers, fathers, and kids. You really should check the facts, Steven. Then maybe you'd change your mind.

UNIT 9   Listen to this   (page 67)

1 You will hear a conversation between a couple on tour and another tourist who is offering them advice. Listen to the dialog and indicate with a check (✓) whether the visitors have already done or have not yet done the activities listed.

A: You should really visit the science museum while you are here. It's absolutely fascinating. Have you been there yet?
B: No, we're going there tomorrow afternoon.

A: Well, you'll love it. And have you taken a bus tour? That's the best way to get to know the city.
C: Not yet. But we hear that it's worth doing.
A: What about the zoo? Have you been there yet?
C: Oh, yes. That was lovely. It's one of the nicest zoos I've seen, I think. Even better than San Diego's.
A: And if you are interested in art, you should visit the national art gallery. It has a famous collection of Italian paintings.
B: Yes, I've read about that. We should try to get there while we are here.
A: And don't forget to try some of the local restaurants. The sea food is great here.
C: Yes, it certainly is! Last night we had fantastic clams. Say, would you like to join us for dinner tonight?

Now listen again and check your answers.

2 You will hear two people talking about friends they used to know when they were college students. Listen to their conversation. Then match each person's name with the phrase that describes that person.

A: Oh look. Here is your old college graduation photo. Who's that blond guy next to you?
B: Oh, that's Richard Thomas.
A: Oh yes, of course. Whatever happened to him?
A: He went to Stanford law school after finishing college, and then he moved to New York. I hear he's making a lot of money these days.
A: And what about the girl next to him? Isn't that Bobbie Worth?
B: Yeah, that's right. She was one of those people who always wanted to travel. As soon as she finished school, she took off for Asia. Then I hear she married some French guy and now lives near Paris somewhere.
A: Really. Lucky her. And is this tall girl Ellen Rosenberg?
B: That's right. She was working in Los Angeles for a couple of years but I hear she's moved to Boston—opened a boutique or something.
A: Uh, huh. And this guy? What's his name again?
B: Oh, that's Dan Collins. He's been working as a TV sports commentator in Chicago.
A: Is that right? That sounds interesting. And what about Carol Chin? What happened to her?
B: Oh you remember. She moved to San Francisco and got an office job for a while. Then she went down to Texas to study library science. I think she's in her last year there.

Now listen again and check your answers.

UNIT 11   Listen to this   (page 82)

1 Peter is calling Monica to ask her for a date. Listen to the telephone conversation. What is Monica doing each evening this week? Place a check next to the correct activity.

A: Hello?
B: Hello, Monica?
A: Hello, Peter.
B: Look, what are you doing on Monday night? There's a great show at the Varsity Theater.
A: Monday night? Oh sorry, I'm planning to finish my term paper. It has to be in on Tuesday morning.
B: Oh well, never mind. Look, Tuesday, why don't we go out for dinner, just you and me, nice and romantic. We could go to that little restaurant you like so much.
A: That sounds like a great idea, but I think I might have to help my roommate clean up the apartment. You see, we are having some people in on Wednesday night. So we want the place to look really nice.
B: Well, that means you're going to be busy Wednesday night too?
A: I'm afraid so.
B: Well, how about Thursday night? There's going to be a basketball championship at school. How about we go and root for the old Blues?
A: Yes, I was planning to see that, but you know what's come up—it's daddy's birthday, so we are taking him out for dinner.
B: Well, I suppose you're busy on Friday night, too. I had planned to invite you to a concert, the Los Angeles Philharmonic

Well, I was going to stay in, what with all these late nights. But since I've been tied up all week, sure, I'd love to go with you. What time is it?

Listen again and check your answers.

Tony and his friends are at a restaurant. Look at the menu. Then listen to the conversation and write down what each person orders.

John:	Well have you decided what you are going to eat?
Urban:	I haven't made up my mind yet. What about you?
John:	I'm going to try the chicken kiev. It sounds delicious.
Urban:	Maybe I'll try that too. Ellen, what are you having?
Ellen:	I'm not sure. I really like fish but I wonder if their fish is fresh.
Barbara:	Well, I think the flounder would probably be fresh.
Ellen:	OK, I'll try it
Peter:	What about you, Tony?
Tony:	Well, I'm not really all that hungry, so I think I'll just have a cheese omelette.
John:	Peter, if you're hungry, you should try the steak. You won't believe the size of it!
Peter:	Yeah, but is it good?
John:	It's really terrific. I just had steak last night or else I would have ordered it myself.
Peter:	OK, sounds good to me.

Listen again and check your information.

UNIT 12 Listen to this (page 88)

John and Margaret have invited their friends Terry and Susan to dinner. They were asked to arrive at 7 p.m. It is now 7.30. Look at the list below. Then listen to John and Margaret's discussion. Check the most likely reason for Terry and Susan's lateness.

John, it's 7.30. I wonder how much later they're going to be?
Oh, you know Terry and Susan. They never arrive on time.
Yes, but half an hour late! My dinner will be ruined.
Oh, maybe they got stuck in traffic. You know what the traffic is like at this time of day.
Yes, but they said they were taking the subway so they wouldn't get caught in traffic.
Well, they shouldn't be late then. Why don't you give them a call and see if they've left. Maybe they forgot about the invitation.
They couldn't have forgotten about it. I was just talking to Susan last night. Anyway, let me just give them a call. Let me see. Their number is 214-3556.

No answer. They must have already left.
Yeah, don't worry. I'm sure they'll be here in a few minutes.
Oh, now I remember. Susan asked what kind of wine to bring. She said she was going to pick up a bottle on the way over at that wine shop on Vineyard Street.
Oh well, they must have gotten off the subway at the Vineyard Street stop to pick up the wine. They're probably still walking here from there.

Listen again and check your information.

Julie and Michael have been out shopping. When they return home, Michael discovers his wallet is missing. Listen to their discussion. Place a check next to the picture which shows how Michael most likely lost his wallet.

I can't find my wallet.
Oh no! Are you sure?
It's definitely not in any of my pockets.
You must have left it in the taxi.
Well, you paid the taxi fare. I don't remember having it when I was in the taxi.
Then when did you last have it? Maybe you left it at the bank? Remember? You took it out when you cashed that check. You could have left it on the counter.
Oh, the teller would have noticed it I'm sure. And anyway, I remember having it after that when we were in that coffee shop. Maybe it slipped out of my pocket while we were having coffee. But you paid for the coffee, remember?

A: That's right. And what did I do after that? I must have had it when I left the coffee shop because I remember feeling it in my pocket as we walked out.
B: Well, I wonder if someone stole it.
A: You mean a pickpocket?
B: Yes. Do think someone could have stolen it without you noticing it?
A: I doubt it. I'm sure I would have noticed. No. Do you know where it think it could be?
B: Where?
A: Remember that little bookshop we stopped in on the way to the taxi stand?
B: Yeah. Did you have it then?
A: Yes I did. I remember taking it out of my pocket to write down the name of a book on a piece of paper. I think I must have put it on the shelf while I was writing, and left it there. I'll call the bookshop and see if they've found it.

Listen again and check your information.

UNIT 13 Listen to this (page 98)

1 A customer in a supermarket is talking to the clerk about the cleaner pictured below. Read the list of materials. Then listen to the conversation. Place a check next to the materials the cleaner can be used on.

A: Tell me about this new cleaner please. Can it be used to clean metal?
B: Yes, on certain kinds. It's very good on aluminum and brass.
A: Aluminum and brass. I see. What about other metals? Can it be used with silver?
B: Well, it's not really very good with silver. We have a special cleaner for silver.
A: Oh. And what about enamel surfaces, like on a bathtub, for example.
B: Yes, it works well on enamel.
A: And what about on things like floor tiles?
B: Yes, it's perfect for floor tiles. It really takes off tough stains and marks. But it's not good for cleaning wooden floors or wooden surfaces. It might even damage them.
A: How about plastic?
B: Plastic's fine. No trouble at all.
A: Good, then I'll take two cans, please.

Listen again and check your answers.

2 Now the customer is going to ask about an oven cleaner. Read the statements about it. Then listen to the conversation. Place a check next to the statements which are correct.

A: Could you tell me about this new oven cleaner? I've never used a cleaner before. I usually do it by hand.
B: Oh, this makes it much easier. This is a special new product. It's different from a lot of other oven cleaners because with this one the oven doesn't have to be heated before you use it.
A: I see. So it can be used while the oven is cold.
B: That's right.
A: And how do you use it?
B: It's very easy. It won't hurt your skin, so it can be used without having to put on rubber gloves.
A: I see. Is it a kind of paste or a spray then?
B: It's a thick spray. It's just sprayed on the sides of the oven and on the oven trays.
A: That's all that has to be done?
B: Not quite. After the oven is sprayed thoroughly, the door of the oven is closed and you turn the oven on to at out 475.
A: I see. It has to be very hot.
B: That's right.
A: And how long do you leave the oven on?
B: Oh, just for half an hour. Then turn the oven off and let it cool.
A: And the dirt is all gone?
B: Not yet. But now the dirt can be removed very easily with a wet cloth.
A: I guess it does sound much easier than doing it by hand.
B: That's for sure.

Listen again and check your information.

UNIT 14   Listen to this   (page 105)

You are going to hear two people talking about their friends'
vacation in Vanezuela. Listen to the conversation. Check the phrase
that agrees with what you hear.

A: Did you get to talk to the Formans about their trip to Venezuela?
B: Oh yes. They said they had a great time.
A: What did they say the weather was like?
B: They said it was kind of cool. They suggested that we take some
    warm sweaters and coats.
A: Oh huh. Did you ask how the hotels were?
B: I. seems they're excellent, and not expensive.
A: Yeah, that's what I've heard. How about communication? Did
    they say if they had had any language problems.
B: Apparently language was sometimes a problem. They told me
    that hardly anyone speaks English except for the people in the
    hotels, but they found the staff of the hotels very helpful and
    friendly.
A: Well, that's good. And did they buy much while they were there?
B: Just souvenirs. They said not to buy clothes in Venezuela.
    They're much more expensive than in the States. But they told
    me you can get gold jewelry and leather goods for very little.

Now listen again and check your information.

2 Now you are going to hear two people discussing travel questions
about Indonesia. Listen to the conversation. Check the phrase that
agrees with what you hear.

A: Have you got that guide book to Indonesia handy?
B: Sure, what do you need to know?
A: Well, what about currency? Should I change my money at a bank
    or at the airport?
B: Oh, it says not to change it at the airport. It seems you get a bad
    rate of exchange that way. They suggest changing money at a
    state bank.
A: That's good to know. And does it say to have a cholera injection
    before going?
B: Yes, it says it's not required, but they strongly recommend getting
    one. There's still quite a lot of cholera there it seems.
A: And what about a visa?
B: It says to get one in Singapore. You can't get into the country
    without one.
A: What does it say about shopping?
B: They say it's a great place to buy woodcarvings and paintings.
    But they recommend waiting until you're out of the capital
    because prices there are much higher.
A: And is there any mention of tours?
B: Yes, it says there's a fascinating tour to a volcano just out of
    Jakarta.
A: Well, let's be sure to go there.

Now listen again and check your answers.

PERSON TO PERSON
(TẬP II)

* Dịch và chú giải :

BÙI QUANG ĐÔNG

Giáo viên chuyên ngữ tiếng Anh

Trường : - Đào tạo tại chức TP. Hồ Chí Minh

. - Cao đẳng Sư phạm TP. Hồ Chí Minh

- Lê Hồng Phong

- Trung tâm Nghiên cứu Dịch thuật ;

- SPNN2

NHÀ XUẤT BẢN TRẺ 1992

BÀI 1

> ## Chúng ta chưa gặp nhau lần nào phải không ạ?

1. Tom: Ông không phải là Jim Mc Donald sao ạ?

Jim: Dạ, chính tôi đây.

Tom: Tôi tin là chúng ta đã gặp nhau trong một hội nghị về thương mại hồi năm ngoái rồi. Tôi là Tom Bradshaw đây.

Jim: Ồ, vâng. Tôi nhớ ra rồi. Ông vẫn khỏe chứ ạ?

Tom: Dạ khỏe. Còn ông thì sao ạ?

2. Alan: Xin lỗi. Hình như chúng ta chưa từng gặp nhau?

Penny: Tôi không nghĩ như vậy.

Alan: Bà làm việc cho Pan Am phải không nào?

Penny: Vâng, đúng vậy ạ.

Alan: Tôi nghĩ tôi đã được gặp bà trong bữa tiệc của Bert Conway trong tháng Năm vừa qua.

Penny: Ồ, thật vậy sao ạ?

Alan: À này, tôi là Alan Baxter đấy.

Penny: Tôi là Penny Jacobs. Thú vị được gặp ông.

3. Bill: Hai anh chị đã gặp nhau lần nào chưa vậy?

Ellen: Dạ, chưa. Tôi nghĩ là chưa lần nào ạ.

Bill: Vậy hãy để tôi giới thiệu hai người với nhau, chị Ellen Robins, đây là Ted Newman, bạn của tôi.

Ted: Thú vị được gặp cô.

Bill: Ellen là một dược sĩ đấy.

Ted: Ồ, thế ạ.

Ellen: Vâng, tôi làm việc cho hãng Bristol Myers. Còn anh làm gì vậy Ted?

Ted: Ồ, tôi làm nhân viên kế toán.

❑ VOCABULARY & WORD ENRICHMENT:

To reintroduce /ˌriːˌɪntrəˈdjuːs/ = giới thiệu lại

To refer to /rɪˈfɜː/ = to méntion, to speak of (đề cập đến)

Ex: Don't refér to this mátter agáin, please. (Xin đừng đề cập đến vấn đề này nữa.)

To be referred to = to be sent to s/b for help, advíce or áction = được giới thiệu/

1

cử đến.

Ex: Jane was reférred to an eye spécialist for fúrther tréatment.

(Jane được giới thiệu đến một bác sĩ chuyên khoa về mắt để được điều trị thêm.)

Reférable /rɪ'fɜ:rəbl/ (adj) = có thể giới thiệu, có thể đề cập tới.

Reférral /rɪ'fɜ:rəl/ (n) = ① sự đề cập ② người được cử, được giới thiệu.

Reference /'refərəns/ (n) = sự tham khảo, sự đề cập, giấy chứng nhận

Ex: - The jóurnalist kept a card file of informátion on his desk for easy reference.

Vị nhà báo đã giữ một tập phiếu tin trên bàn của ông ấy để dễ tham khảo.

- That clerk has éxcellent réferences from her former emplóyers.

Cô thư ký ấy có những giấy chứng nhận rất tuyệt do các cơ quan cũ cấp cho cô ấy.

- All sorts of réferences are found in this líbrary.

(Mọi loại sách tham khảo được tìm thấy trong thư viện này.)

Current /'kʌrənt/ (adj) = of the présent time (hiện thời)

Ex: This is the cúrrent íssue of our mágazine.

Đây là số hiện tại của tờ tạp chí của chúng tôi.

To recognize /'rekəgnaɪz/ = ① to idéntify (nhận ra)

Ex: I récognized her right away álthough we hadn't seen each other for néarly ten years. (Tôi đã nhận ra cô ấy ngay mặc dù chúng tôi đã không gặp mặt nhau gần mười năm trời.)

② to show appóval or appreciátion (công nhận)

Ex: They récognized his héroism by giving

him a médal.

(Họ đã công nhận tính anh hùng của anh ta bằng cách thưởng cho anh ta một huy chương)

Recognítion /,rekəg'nɪʃn/ (n) = sự nhận diện, sự công nhận

Ex: He was given an awárd in recognítion of his brílliant achíevement.

Anh ấy đã được thăng thưởng để chứng nhận cho việc hoàn thành xuất sắc nhiệm vụ của anh ta.

Recognizable /'rekəgnaɪzəbl/ (adj) = có thể nhận ra được

Ex: The thief was éasily récognizable.

Tên trộm có thể bị nhận diện một cách dễ dàng.

To Alternate /'ɔ:ltəneɪt/ = to do, say, arránge by turns (làm, nói, sắp xếp luân phiên nhau).

Ex: - Day álternates with night.

Ngày luân phiên với đêm.

- The hóstess álternated géntlemen and ládies round the table.

Vị nữ chủ nhân đã xếp các ông và các bà ngồi xen kẽ nhau quanh bàn tiệc.

- Most fármers álternate their crops.

Phần lớn nông dân đều trồng mùa theo lối luân canh.

Alternate /ɔ:l'tɜ:nət/ (adj) = háppening or fóllowing one after anóther (luân phiên)

Ex: Jane and Mary do the work on altérnate days.

Jane và Mary làm việc vào những ngày xen kẽ nhau (1 người ngày chẵn, 1 người ngày lẻ)

Alternative /ɔ:'tɜ:nətɪv/ (adj) = luân phiên, xen kẽ (n) = sự luân phiên, sự chọn lựa thay thế.

Ex: There is no other altérnative.

Không còn con đường lựa chọn nào khác.

Dormitory /'dɔ:mɪtrɪ/ (n) = large sleeping

2

room in a cóllege or univérsity (phòng ngủ tập thể, ký túc xá.)

To mistake /mɪ'steɪk/, mistóok /mɪ'stuk/, mistáken /mɪ'steikən/ = to be wrong abóut s/th = nhầm lẫn.

- **Ex:** - You mistáke my méaning.

    Bạn hiểu nhầm ý tôi rồi.

    - She álways mistákes me for my elder bróther.

    Cô ta luôn luôn nhầm tôi với anh tôi.

Mistáke (n) = érror = lỗi lầm, sự nhầm lẫn

- **Ex:** Don't place blame on me! There must be some mistáke.

    Đừng đổ tội cho tôi! Hẳn có sự nhầm lẫn mất rồi.

To supply /sə'plaɪ/ = to give, to províde = cho, cung ứng

- **Ex:** - We can supplý you léather próducts of all kinds.

    Chúng tôi có thể cung ứng cho quí vị đủ loại sản phẩm về da thuộc.

    - She's working now for a school equipment supplýing cómpany.

    Bà ta đang làm việc cho một công ty cung ứng thiết bị trường học.

To be in short supplý (Idiom) = not pléntiful = thiếu

- **Ex:** We are in short supplý of raw matérial

    Chúng tôi đang hụt nguyên vật liệu.

Supplý (n) = sự cung ứng, tiếp tế.

- **Ex:** Our supplý of raw matérial is very short.

    Việc cung ứng nguyên vật liệu cho chúng tôi rất ít.

Campus /'kæmpəs/ (n) = tòa nhà và sân đại học.

colleague /'kɒliːg/ (n) = assóciate (in an office, school or proféssional work) = đồng nghiệp.

- **Ex:** His cólleagues gave him a gilf when he retired (các đồng nghiệp của ông ta đã tặng ông một món quà lúc ông về hưu.)

Import - export business /'ɪmpɔːt - 'ekspɔːt 'bɪznɪs/ = hãng, cơ sở kinh doanh xuất nhập khẩu.

Import /'ɪmpɔːt/ = goods impórted = hàng nhập khẩu.

Export /'ekspɔːt/ (n) = goods expórted = hàng xuất khẩu.

Formal setting /'fɔːməl/ = bối cảnh, môi trường nghi thức.

- **Ex:** The cáttle stands in a picturésque setting surróunded by hills.

    Bầy bò nổi bật trong một khung cảnh ngoạn mục có những ngọn đồi vây quanh.

Political science /pə'lɪtɪkl'saɪəns/ = pólitics = khoa chính trị

Business /'bɪznɪs/ = Khoa, bộ môn kinh doanh

Philosophy /fɪ'lɒsəfɪ/ (n) = Khoa, bộ môn triết học

Economics /ˌiːkə'nɒmɪks/ = Khoa, bộ môn kinh tế học

Geography /dʒɪ'ɒgrəfɪ/ (n) = Khoa, bộ môn địa lý

Engineering /ˌendʒɪ'nɪərɪŋ/ = Khoa, bộ môn cơ khí (kỹ sư)

Marketing /'maːkɪtɪŋ/ = Khoa, bộ môn tiếp thị

Accounts /ə'kaunts/ = Khoa, môn kế toán

International Division /ɪntə'næʃnəl dɪ'vɪʒn/ = ngành/ ban đối ngoại.

Public Relations /'pʌblɪk rɪ'leɪʃnz/ = việc giao tế nhân sự

※

※   ※

BÀI 2

Cô có sẵn lòng kể cho tôi nghe không?

PHỤ TÁ LUẬT SƯ

Tổ hợp pháp lý đang có uy tín cần tuyển sinh viên tốt nghiệp xuất sắc để giữ chức vụ bước đầu. Ứng viên lý tưởng cần có khả năng giao tế lưu loát và quá trình kiến thức sâu rộng.

Chức vụ bao gồm việc tiếp xúc số lượng đông đảo khách hàng và nghiên cứu vụ án. Cần khả năng đánh máy và viết tốc ký.

Cơ hội tiến thân
quyền lợi ưu đãi.

Bà Blake:	Chúng ta hãy bàn đến quá trình kiến thức của cô, cô Kelly nhé. Cô đã học môn chính là tiếng Anh phải không nào?
Cô Kelly:	Vâng, đúng vậy ạ. Đó là môn tôi thích nhất ở đại học.
Bà Blake:	Tốt. Và cô có thể cho tôi biết quá trình kinh nghiệm về công việc làm mà cô đã có được không nào?
Cô Kelly:	Chức vụ cuối cùng mà tôi đã giữ là ở tổ hợp Loomis và Martin. Đó là một tổ hợp pháp lý ở Sacramento ạ.
Bà Blake:	Cụ thể thời gian đó là thời gian nào vậy?
Cô Kelly:	Từ 1980 đến 1983 ạ.
Bà Blake:	Ừ.
Cô Kelly:	Trước thời gian đó, tôi đã làm việc cho tổ hợp Bishop và Baldwin. Đó là từ năm 1978 đến năm 1980. Và tôi đã làm cộng tác viên cho các tổ hợp luật trong mấy tháng vừa qua ạ.
Bà Blake:	Được rồi cô Kelly ạ, các điều kiện đòi hỏi cho công việc làm mà cô hội đủ thì rất tuyệt. Cô có thể vui lòng cho tôi biết cô đang mong muốn mức lương như thế nào?
Cô Kelly:	Dạ, công việc cuối cùng của tôi đã mang lại cho tôi 1500 Đô một tháng. Tôi hiểu rằng mức lương khởi đầu cho chức vụ ở đây là khoảng 1600 Đô một tháng.
Bà Blake:	Đúng vậy.
Cô Kelly:	Như thế sẽ phù hợp với tôi đấy ạ.

Bà Blake:	Và cô còn muốn thắc mắc gì về công việc làm nữa không nào?
Cô Kelly:	Vâng có ạ, tôi muốn biết xem công ty có tạo những cơ hội nào để tôi được tiến thân trên bước đường học vấn không?
Bà Blake:	Có chứ, nhân viên của chúng tôi được phép bỏ ra đến sáu tiếng đồng hồ một tuần mà vẫn hưởng đủ lương để theo học các khóa ở đại học.
Cô Kelly:	Điều đó thật là rộng lượng ạ.
Bà Blake:	Cô còn muốn biết điều chi nữa không nào?
Cô Kelly:	Lần này thì không ạ.
Bà Blake:	Vậy, tôi rất vui được gặp gỡ và tiếp chuyện với cô. Chúng tôi sẽ gọi điện cho cô trong vòng một tuần nhé.
Cô Kelly:	Cảm ơn bà. Tôi biết ơn về khoảng thời gian bà đã dành cho tôi ạ.

❏ VOCABULARY & WORD ENRICHMENT:

Major /'meɪdʒə/ (n) = ① môn học hoặc khóa học chính ở đại học Hoa kỳ.

② Sinh viên học môn học chính (HK)

Ex: - Her májor is Chémistry.

Môn chính của cô ta là Hóa học.

- He's a French Major.

Anh ấy là sinh viên môn tiếng Pháp.

Work experience /wɜːk ɪks'pɪərɪəns/ = quá trình làm việc

Ex: If you want to be well-paid, you must have work expérience for the job.

Nếu bạn muốn được trả lương hậu, bạn phải có quá trình làm việc cần cho công việc này.

position /pə'zɪʃn/ = chức vụ, địa vị

Ex: - What's his position in this cómpany?

Ông ta giữ địa vị gì trong công ty này?

- Wealth and posítion mean nothing to him.

Tiền tài và địa vị chẳng có nghĩa gì đối với ông ta.

. To do freelance /frɪːlaːns/ work = làm "sô" (không chính thức) cho một tờ báo, nhà xuất bản hay một cơ quan nào.

Freelancer = nhà văn, nhà báo gửi bài cho tòa báo, nhà xuất bản; diễn viên đóng tuồng theo yêu cầu của gánh hát cho từng vở diễn, hoặc người làm việc cho cơ quan và hưởng lương cho từng công việc được giao.

Qualifications /kwɒlɪfɪ'keɪʃnz/ = những điều kiện, tiêu chuẩn đòi hỏi (cho ứng viên)

Ex: Ápplicants must meet the following qualificátions so as to be emplóyed.

Các ứng viên phải hội đủ những điều kiện sau đây để được tuyển dụng.

To qualify /'kwɒlɪfaɪ/ for = đủ khả năng.

Ex: She's not quálified for such a respónsible position.

.Cô ta không đủ khả năng giữ chức vụ có trọng trách như thế đâu.

To make money = kiếm ra tiền.

Around /ə'raʊnd/ (prep) = abóut = khoảng

Ex: I'll see you aróund eléven.

Tôi sẽ gặp anh khoảng 11 giờ.

Provide /prə'vaɪd/ = ① to give = cho.

Ex: Compúter science provides you many opportunities in seeking adváncement.

Khoa điện toán cung cấp cho các bạn nhiều cơ hội để tiến thân.

② cung cấp, nuôi dưỡng = to suppórt

Ex: She has a big family to províde for.

Nàng có một gia đình đông phải cấp dưỡng.

③ to prepáre (for or against) = chuẩn bị

Ex: - Have you provided agáinst a petróleum shórtage when there is no electricity.

Anh đã chuẩn bị đối phó với việc khan hiếm dầu lửa lúc không có điện hay chưa?

- The man passed awáy without províding for his wife.

Người đàn ông đã mất đi mà không để lại chút gì cho vợ ông.

④ to make a condítion, to stípulate = qui định

Ex: - A clause in the agréement provídes that the ténant shall bear the cost of all repairs to the building.

Một điều khoản trong hợp đồng qui định rằng người thuê nhà sẽ phải chịu mọi phí tổn về việc sửa chữa tòa nhà.

províded /prəˈvaɪdɪd/ (conj) = províding = on condítion that = với điều kiện, miễn là

Ex: I will make such a trip provided all my expénses are paid.

Tôi sẽ thực hiện chuyến đi như thế miễn là mọi phí khoản của tôi được đài thọ

Opportunity /ˌɒpəˈtjuːnətɪ/ (n) = good chance = cơ hội

Ex: Don't miss this opportúnity to make her acquáintance.

Đừng bỏ lỡ cơ hội này để làm quen với nàng nhé.

To take the opportúnity to do sómething (Idiom) = nhân cơ hội để làm gì.

Ex: Let me take this opportúnity to expréss my profóund grátitude for your kind and sincére cooperátion with our énterprise in the past few years.

Cho phép tôi nhân cơ hội này được

bày tỏ lòng biết ơn sâu xa của tôi đối với việc hợp tác chân thành và rộng lượng của quí ông với xí nghiệp của chúng tôi trong những năm vừa qua.

To take up (Idiom) = to óccupy (time) = chiếm, mất.

Ex: Her time is fully taken up with looking after her kids.

Thời gian của bà ta mất trọn vào việc chăm sóc con cái.

at full pay = without any redúction in one's sálary = mà vẫn trả lương đủ.

Ex: Due to his gállantry in strúggling against the robbers, he was granted a week's leave in Dalat at full pay.

Do hành động dũng cảm của anh ta trong việc chống cướp, anh ta đã được hưởng một tuần phép tại Đà Lạt mà vẫn hưởng lương đủ.

Pay (n) = salary = lương.

Payday = ngày lĩnh lương.

payroll (n) = sổ lương, danh sách ghi tên công nhân viên và lương bổng của họ.

generous /ˈdʒenərəs/ (adj) = noble-minded = rộng lượng, cao cả.

generósity (n) = tính quảng đại, rộng lượng.

Ex: - You should show generósity in dealing with a deféated énemy.

Bạn nên tỏ ra rộng lượng trong việc đối xử với một kẻ thù bại trận.

To appreciate /əˈpriːʃɪeɪt/ = to válue highly = đánh giá cao.

To be gráteful for = biết ơn; to understánd with sýmpathy = thông cảm với.

Ex: - I really appréciate your sincére cooperátion (Tôi thực sự đánh giá cao việc hợp tác chân thành của các bạn).

- Your help was greatly appréciated.

Chúng tôi rất biết ơn sự giúp đỡ của các bạn.

- I appréciated your situation, but I

don't think I can help you.

Tôi thông cảm với hoàn cảnh của bạn, nhưng tôi không nghĩ rằng tôi có thể giúp bạn được đâu.

Appreciation /əprɪːʃɪ'eɪʃn/ (n) = lòng biết ơn, việc đánh giá cao.

Job description/ (n) = bản mô tả công việc làm.

Word processor /wɜːd prəʊ'sesə/ = máy vi tính dò từ (dùng trong ngành in, xuất bản)

Word-processing (n) = việc sửa lỗi bản in qua máy vi tính.

To be active in = tích cực trong việc gì.

Superior /suː'pɪərɪə/ (n) =

① Cấp trên.

② Người trội hơn.

③ Chức bề trên.

Ex: - A soldier must obey his superior.
Một người lính phải tuân lệnh cấp trên.

- He is my superior in knowledge.
Ông ấy là người hiểu biết rộng hơn tôi.

- The Father Superior has just paid a visit to our parish.
Đức cha bề trên vừa đến thăm giáo phận của chúng tôi.

Superior (adj) = ưu việt hơn, trội hơn # **inferior** (kém hơn).

superior to = better than = tốt hơn

Ex: This product is superior to that one.
Sản phẩm này tốt hơn sản phẩm kia.

Supervisor /'suːpəvaɪzə/ (n) = sếp, thủ trưởng.

To supervise = to watch (giám sát), to direct = điều hành.

Supervision (n) = sự giám sát, điều hành.

Employment /ɪm'plɔɪmənt/ (n) = việc tuyển dụng.

To employ = tuyển dụng, thuê mướn.

Ex: - They employed her to look after their newly-born child.
Họ đã thuê bà ta chăm sóc đứa

con mới sinh của họ.

Employ (n) = employment, service = việc tuyển dụng, việc phục vụ.

Ex: - How long has she been in your employ?
Cô ta đã phục vụ cho ông bà được bao lâu rồi?

Employer (n) = chủ nhân, cơ quan tuyển dụng.

Employee /emplɔɪ'ɪ/ (n) = công nhân viên.

State employee = công nhân viên nhà nước.

Length of service = thời gian phục vụ.

Reason for leaving = lý do nghỉ việc.

Resume /'rezjuːmeɪ/ (n) ① Summary = bản tóm tắt. ② (US) = curriculum vitae /kə'rɪkjuləm 'vɪtai/ (abbr. cv) = lý lịch trích ngang.

Staff training (n) = việc huấn luyện bồi dưỡng.

Staff /staːf/ (n) = ban tham mưu, người hỗ trợ.

Ex: - He was a staff (= support) to the whole group.
Anh ta là người hỗ trợ cho cả nhóm.

- That educational centre is noted for its teaching staff.
Trung tâm giáo dục đó nổi tiếng nhờ ban giảng huấn của họ.

Sales manual /seilz'mænjʊəl/ (n) = cẩm nang hướng dẫn buôn bán.

Manual (n) = handbook (sách chỉ dẫn).

'**Manual** (adj) = by hand = bằng tay.

Ex: Manual job (công việc làm bằng tay).

Purchasing Department = /'pɜːtʃəzɪŋ dɪ'paːtmənt/ phòng, cục mãi dịch.

To 'purchase = ① to buy something = mua sắm cái gì.

Ex: - Employees are encouraged to purchase national bonds.
Các nhân viên được động viên mua công trái.

② to obtain or achieve (at a cost or with

7

sácrifice) = đạt được với giá đắt hoặc do hi sinh.

Ex: - It was a déarly-púrchased víctory.
Đó là một chiến thắng phải trả giá rất đắt.

'Purchase (n) = việc mua sắm.

Ex: - He begán to regrét the púrchase of such a large house.
Ông ta đã bắt đầu hối tiếc việc tậu một căn nhà to như thế.

Purchase price = giá mua.

Ex: - The púrchase price is less if you pay by cash.
Giá mua sẽ nới hơn nếu như bà trả bằng tiền mặt.

'Purchaser (n) = buyer = người mua.

Purchasing power = mãi lực, sức mua.

Ex: - Inflátion has redúced the púrchasing power of people living on fixed íncomes.
Nạn lạm phát đã làm giảm mãi lực của những người sống nhờ mức lợi tức cố định.

To work part time = to work for only a part of the work day or week = làm việc không đủ thì giờ trong ngày hoặc tuần (công nhân viên không chính thức).

To work full time = to work eight hours a day or 40 hours a week = làm đủ giờ qui định trong ngày hoặc tuần.

Retirement plan /rɪ'taɪəmənt/ = qui chế nghỉ hưu.

Retirement age = tuổi về hưu.

Retired worker = công nhân về hưu

Ex: - An employée may retíre on a pénsion at 65.
Một công nhân viên có thể nghỉ hưu được hưởng hưu bổng vào tuổi 65.

Medical insurance /'medɪkl ɪn'ʃɔːrəns/ (n) = guarantée of compensátion for illness = bảo hiểm y tế.

Insúrance broker = người môi giới bảo hiểm.

Insúrer (n) = người chịu trách nhiệm việc bảo hiểm.

The insúred = người được bảo hiểm.

To be available /ə'veɪləbl/ = (that) can be used or may be obtáined (có thể xử dụng, lấy được).

Ex: This is the only aváilable room in our hotél at the .móment.
Hiện giờ chỉ còn một phòng có thể thuê được trong khách sạn của chúng tôi.

Recreational facilities /rekrɪ'eɪʃənl fə'sɪlətɪːz/ (n) = phương tiện tiêu khiển (hồ bơi, sân quần vợt,...). Recreátion (n) = sự tiêu khiển.

Ex: Gárdening is a form of recreátion.
Làm vườn là một hình thức tiêu khiển.

Overtime /'əuvətaɪm/ (n) = time for working after the úsual working hours = giờ phụ trội.

To cóver somebody agáinst/for something = To insúre him/her agáinst loss, dámage or ínjury = đóng bảo hiểm cho ai về việc mất mát, tổn thất hoặc thương tích.

To cover = to protéct fináncially; to provide enough money for = tài trợ.

Ex: If you buy an insúrance, you will be cóvered for any dámage or ínjury háppening to you or the person ínjured by you.
Nếu bạn đóng bảo hiểm, bạn sẽ được bồi thường về tổn thất hay thương tích gây ra cho bạn hoặc cho người mà bạn đã gây thương tích.

To cover up for somebody = to concéal somebody's mistákes, crimes in order to protéct him = bao che tội lỗi cho ai.

Ex: Thinking that his uncle will cover up for him, he gets invólved in some corrúpt práctices.
Nghĩ rằng chú hắn sẽ bao che cho hắn nên hắn nhúng tay vào vài vụ

tham nhũng.

To look fórward to + noun/gerund = to expéct = mong đợi.

Ex: - The students are looking fórward to their summer vacátion.

Các học sinh đang mong đợi kỳ nghỉ hè.

- We are looking fórward to seeing you again.

Chúng tôi đang mong mỏi được gặp lại các bạn.

Fcreign Exchange /'fɒrən ɪk'stʃeɪndz/ = kiều hối, ngoại hối.

Position applíed for = chức vụ muốn xin.

Expected salary /ɪk'spektɪd 'sælərɪ/ = mức lương mong muốn.

Previous experience /'prɪvɪəs ɪk'spɪərɪəns/ = kinh nghiệm quá khứ.

Current salary /'kʌrənt 'sælərɪ/ = mức lương hiện tại.

BÙI QUANG ĐÔNG

BÀI 3

Anh chàng không phải là người mà . . . ?

Joan:	Bồ có biết anh chàng kia là ai không nhỉ?
Ellen:	Anh chàng nào đâu?
Joan:	Anh chàng mặc quần màu sáng ấy?
Ellen:	Ô, Bob Wilson ấy mà - Anh chàng này là người mới dọn đến ở trong căn hộ cất thêm trên nóc tòa nhà ấy mà.
Joan:	Ồ, thật vậy à? Trông chàng ta có vẻ khá gợi cảm đấy chứ. Bồ có biết gì về chàng ta không?
Ellen:	Biết chứ. Anh chàng từ Anh quốc đến đấy. Chàng ta làm việc cho hãng Hàng không Anh quốc.
Joan:	Bồ đã tiếp xúc với chàng ta chưa? Chàng ta tính tình thế nào nhỉ?
Ellen:	Chàng ta có vẻ rất dễ thương. Chàng ta rất thân thiện và lại có óc khôi hài nữa.
Joan:	Anh chàng có phải là người có cô vợ đi chiếc Volvo màu xanh đó không?
Ellen:	Ừ, đúng rồi!
Joan:	Chúng mình nên mời họ đến uống cà phê đi. Bồ có biết họ đã có con cái chưa nào?
Ellen:	Chưa, tôi nghĩ họ vừa mới lấy nhau thì phải.
Joan:	Vậy thì hãy mời họ và gia đình nhà Colby đến chơi với mình một lúc nào đó vào cuối tuần này đi.

❏ **VOCABULARY & WORD ENRICHMENT:**

Guy /gaɪ/ = man, boyfriend, húsband (từ thường dùng một cách thân thiện với những người đồng trang lứa).

Ex: - He's a fine guy.

Hắn là một gã dễ thương.

- Please say hello to your guy and kids for me.

Cho tao gởi lời hỏi thăm chồng và bọn nhóc của mày.

Slacks /slæks/ (n) = loose trousers = quần rộng.

penthouse /'penthaʊs/ (n) = ① Nhà phụ cất thêm trên nóc một tòa nhà. ② Nhà phụ mái dốc dựng sát vào hông một tòa nhà.

kind of = sort of = sómewhat = hơi hơi, kha khá.

sense of humor /sens əv'hjuːmə/ = vui tính, tính khôi hài.

Humorous /'hjuːmərəs/ (adj) = có tính khôi hài.

Ex: - Mark Twain was one of the húmorous writers in the U.S.A.

Mark-Twain là một trong những nhà văn hài của Hoa Kỳ.

Húmorist (n) = người hay khôi hài.

Tenant /'tenənt/ (n) = người thuê nhà.

Personality /ˌpɜːsə'næləti/ (n) = characterístics and quálities of a person = cá tính.

Ex: - A recéptionist should have a pleasing personálity.

Một tiếp viên cần nên có một cá tính dễ chịu.

outgoing /'aʊtgəʊɪŋ/ (adj) = friendly and sóciable = vui vẻ, bặt thiệp.

Ex: - Your father is very óutgoing.

Cha của bạn rất vui vẻ, bặt thiệp.

Moody /'muːdɪ/ = bad-témpered = xấu tính.

Mood (n) = a fit of bad témper, depréssion (cơn bực bội).

Ex: - He's in a mood today.

Hôm nay ông ta đang bực bội.

Outspóken /aʊt'spəʊkən/ (adj) = frank = thẳng thắn.

Ex: - I líke his outspóken way of speaking.

Tôi thích cái lối nói thẳng thắn của anh ta.

Arrogant /'ærəgənt/ (adj) = háughty = kiêu hãnh # húmble, módest (khiêm tốn).

Árrogance (n) = pride, háughtiness = niềm kiêu hãnh.

Twin /twɪn/ = either of two children born at the same time by one mother = trẻ sinh đôi.

Lottery /'lɒtərɪ/ (n) = cuộc xổ số.

Lóttery ticket = vé số.

Ex: - She's just won the spécial prize of the lóttery.

Bà ta vừa trúng số độc đắc.

To identify /aɪ'dentɪfaɪ/ = to récognize = nhận diện, nhận ra.

Ex: - She could idéntify the things that were stolen from her house.

Bà ta có thể nhận ra được những vật đã bị đánh cắp ở nhà của bà ta.

Health club = cònvaléscent club = câu lạc bộ an dưỡng.

Hobby /'hɒbɪ/ (n) = fávorite activity during leisure time = thú tiêu khiển.

Ex: - My hobby is stamp-collécting.

Thú tiêu khiển của tôi là sưu tầm tem.

Delegate /'delɪgət/ (n) = represéntative = đại biểu.

Ex: - Délegates have come from different countries to join this internátional cónference.

Các đại biểu từ nhiều quốc gia trên thế giới đến dự hội nghị Quốc tế này.

Delegation /ˌdelɪ'geɪʃn/ (n) = group of delegates = phái đoàn.

Ex: - The Board of Mánagement has greeted the US delegation.

Ban Giám đốc đã đón tiếp phái đoàn Hoa Kỳ.

Conference /'kɒnfərəns/ (n) = hội nghị.

Ex: - Many international conferences are

held in Geneva.

Nhiều hội nghị Quốc tế đã nhóm họp tại Giơ-ne-vơ.

BÙI QUANG ĐÔNG

BÀI 4

Cụ thể nó ở đâu vậy?

Du khách:	Xin lỗi ạ. Có nơi nào gần đây mà tôi có thể nhờ sửa chữa chiếc máy ảnh của tôi không ạ?
Người thư ký:	Để tôi xem xem nào. Tôi nghĩ có một hiệu máy ảnh ở Đường Hoa Thịnh Đốn. Ông có biết con đường đó ở đâu không ạ?
Du khách:	Có phải con đường đó nằm song song với đường Main không ạ?
Người thư ký:	Không ạ. Đường Hoa Thịnh Đốn cắt ngang đường Main. Nó nằm song song với Đường Thompson cơ.
Du khách:	Ồ, đúng rồi. Tôi nghĩ tôi biết cái hiệu mà anh muốn ám chỉ rồi. Bây giờ thì xin cho biết nó nằm ở đâu trên đường Hoa Thịnh Đốn cơ?
Người thư ký:	Nó nằm trong tòa nhà Shell ấy.
Du khách:	Ủa? Tòa nhà nào vậy nhỉ?
Người thư ký:	Đó là tòa công thự to bằng kính vừa đi qua khỏi nhà bưu điện thì tới. Ông không thể nào lạc được đâu.
Du khách:	Anh có biết nó nằm ở lầu mấy không?
Người thư ký:	Ở tầng trệt ngay cạnh lối ra vào.
Du khách:	Vâng. Cám ơn. Ồ, và anh có biết nó còn mở cửa bao lâu nữa không?
Người thư ký:	Tôi nghĩ nó tiếp tục mở cửa cho đến 5 giờ 30.
Du khách:	Tốt. Xin cám ơn lần nữa nhé.

❏ VOCABULARY & WORD ENRICHMENT:

(Main Text and GIVE IT A TRY.)

To repair /rɪ'peə/ = to fix, to mend (sửa chữa)

  Ex: I am going to have my motorcycle repaired.

    Tôi đang đi nhờ người ta sửa chiếc xe gắn máy cho tôi.

Repáir (n) = Fixing, mending (sự sửa chữa).

  Ex: The repáir of the mótorcycle will take nearly two hours.

    Việc sửa chữa chiếc xe gắn máy sẽ mất gần hai tiếng đồng hồ.

Repáirer (n) = người sửa chữa

  Ex: He is a good watch repáirer.

    Anh ta là một người thợ sửa đồng hồ giỏi.

Repáirable (adj)= có thể sửa chữa được.

To repáir = to vísit (to some place fréquently

or in large númber) = ghé đến, đi đến

Ex: Let's repáir to our cóffee shop.
   Chúng mình hãy ghé quán cà phê
   quen đi.

Parallel /'pærələl/ (adj) = song song, tương
tự.

Ex: - That road runs párallel with the
   ráilroad.
   Con lộ đó chạy song song với đường
   xe lửa.
   - They have párallel idéas about what
   to do.
   Họ có cùng ý kiến về những việc
   phải làm.

Párallel (n) = sự so sánh = compárison

Ex: The crític drew a párallel betwéen
   the two plays.
   Nhà phê bình đã đưa ra sự so sánh
   giữa hai vở kịch.

to párallel = chạy song song; sánh kịp, so bì.

Ex: - The new highway párallels the old
   road.
   Xa lộ mới chạy song song với đường
   lộ cũ.
   - He couldn't párallel his father's
   achíevements.
   Hắn không thể sọ bì được với những
   thành quả của cha hắn.

Facilities /fə'sɪlətɪz/ (n) = thiết bị, phương
tiện, điều kiện thuận lợi.

Ex: Our kítchen has the latest facílities
   for cóoking.
   Nhà bếp của chúng tôi có các phương
   tiện nấu nướng mới mẻ nhất.

facility /fə'sɪləti/ (n) = tài năng, sự lưu loát,
thuần thục.

Ex: - We admíred her facílity in playing
   the píano.
   Chúng tôi ngưỡng mộ tài chơi đàn
   dương cầm của cô ta.
   - He plays the gúitar with surprísing
   facílity.

Anh ta chơi đàn ghi ta với vẻ thành
thạo lạ thường.

To facilitate /fə'sɪlɪteɪt/ = to make easier
= tạo điều kiện dễ dàng, khiến cho thuận
lợi.

Ex: - Módern equípment has facílitated
   mass prodúction.
   Các thiết bị hiện đại đã tạo điều
   kiện thuận lợi cho việc sản xuất
   hàng loạt.

Cue /kju:/)n) = exámple of what to do (thí
dụ hướng dẫn, gợi ý).

Ex: Just fóllow the cues belów so that
   you can compléte the díalogue.
   Hãy theo những điểm gợi ý sau để
   bạn có thể hoàn thành một bài đối
   thoại.

To dry clean /draɪ kliːn/ = to dry withóut
water, using a sólvent which eváporates
quickly = giặt khô.

Ex: I want this suit (to be) dry - cleaned.
   Tôi muốn bộ vét này được giặt khô.

Drycleaner (n) = hiệu giặt khô.

Ex: Bring these blánkets to the dry -
   cleaner for me.
   Hãy đem những cái chăn (mền) này
   đến hiệu giặt khô cho tôi.

Dry - cleaning (n) = Việc giặt khô.

Ex: Is dry - cleaning more expénsive than
   órdinary cleaning?
   Giặt khô có đắt tiền hơn giặt theo
   lối thông thường không?

Service /'sɜːvɪs/ (n) = ① Work done for
cústomers (dịch vụ).
② perfórming duties in the Ármy = quân
dịch.
③ work done by a véhicle, machíne = Sự
hoạt động.
④ a públic organizátion = sở, nha, vụ, cục.
⑤ hélpful act, fávour = hành động có ích,
đặc ân.
⑥ ceremony of relígious wórship or the
práyers = nghi lễ tôn giáo.

12

Ex: - She needed the sérvices of a lawyer so that she might claim back her house.

Bà ta cần đến dịch vụ của một luật sư để bà ta có thể đòi lại căn nhà.

- He has perfórmed ten years' sérvice in the Airforce.

Ông ta đã thi hành nghĩa vụ mười năm trong không lực.

- You will get good sérvive from this phótocopier.

Bạn sẽ thấy chiếc máy chụp phóng ảnh này hoạt động hữu hiệu.

- After you have compléted all the requíred forms, please submít them to the Immigrátion and Naturalizátion Service (INS) for considerátion.

Sau khi quí vị đã hoàn tất mọi mẫu đơn đòi hỏi, hãy nộp chúng tại Sở Nhập cư và Nhập tịch để cứu xét.

- You did me a great sérvice by showing me the truth.

Bạn đã giúp ích tôi rất nhiều vì đã cho tôi thấy sự thật.

- She often goes to the early Sunday morning service.

Nàng thường hay đi lễ (nhà thờ) sáng chủ nhật.

To service = to maintáin and repáir (a véhicle, machine) at régular íntervals = bảo trì và sửa chữa (xe cộ, máy móc).

Ex: You can prolóng the life of your mótorcycle by having it régularly sérviced.

Bạn có thể kéo dài tuổi thọ chiếc xe gắn máy của bạn bằng cách nhờ bảo trì và sửa chữa nó theo định kỳ

Salon /'sælɒn/ (n) = phòng, viện

Ex: Hair salon (phòng uốn tóc); beauty salon (thẩm mỹ viện); Auto salon (phòng trưng bày ô tô).

Lobby /'lɒbɪ/ (n) = éntrance - hall; ante - room. (tiền sảnh, hành lang).

Ex: She waited for me in the lóbby of the theatre.

Nàng đã đợi tôi trong hành lang rạp hát.

Lóbby politícian (n) = chính khách hậu trường.

corridor /'kɒrɪdɔ/ (n) = long, narrow pássage (hành lang)

Ex: The check - in counter is at the end of the córridor on your left.

Quầy đăng ký thủ tục ở cuối dãy hành lang phía bên tay trái của quí khách.

Souvenir /suːvə'nɪə/ (n) = gift = quà lưu niệm.

Ex: Souvenir shop; giftshop = hiệu bán quà lưu niệm.

To develop /dɪ'veləp/ = to treat an expósed film with chémicals so that the pícture can be seen (rửa phim); to impróve, to enlárge (mở mang phát triển)

Ex: - Please have this roll of film *devéloped* for me.

Làm ơn rửa giúp tôi cuộn phim này.

- The place has *devéloped* from a fishing port into a thríving tourist centre.

Từ một ngư cảng, nơi đó đã được khuyếch trương thành một trung tâm du lịch lớn mạnh.

Traveler's check /'trævlez tʃek/ (cheque) = check for a fixed amóunt, sold by a bank, and easily cashed in a fóreign country (chi phiếu du lịch).

To cash /kæʃ/ = to exchánge a check for áctual money = lĩnh tiền.

Ex: Please *cash* this check for me.

Làm ơn cho tôi lĩnh tiền chi phiếu này.

cash (n) = actual, ready money (tiền mặt).

Ex: You can pay for these árticles by check or by *cash* if you like.

Bạn có thể trả tiền những món hàng này bằng chi phiếu hay tiền mặt tùy thích.

specific /spə'sɪfɪk/ (adj) = partícular (đặc biệt); precíse (chính xác), áctuəl (cụ thể).

Ex: Your money should be used for one *specífic* púrpose.

Tiền bạc của anh nên được sử dụng vào một mục đích thiết thực.

Specífic (n) = 1. drug used to treat a partícular diséase (biệt dược); precìse detail (chi tiết cụ thể).

Ex: - Fansidar is a *specífic* for malária.

Fansidar là một biệt dược để trị sốt rét.

- We all agréed on our básic aims, but when we got down to *specífics*, it becáme much more cómplicated.

Tất cả chúng tôi đều nhất trí về những mục tiêu cơ bản, nhưng khi đi vào các chi tiết cụ thể mới thấy nó trở nên phức tạp hơn nhiều.

Trust company /trʌst'kɒmpənɪ/ = Công ty tín thác

Business college /'bɪznɪs kɒlɪdʒ/ (n) = trường Cao Đẳng Kinh doanh.

Express /ɪk'spres/ (n) = Xí nghiệp giao hàng tốc hành.

Insurance Company /ɪn'ʃɔ:rəns kɒmpənɪ/ (n) = Công ty bảo hiểm.

Insúrance broker = Người môi giới bảo hiểm.

Insúrance policy /'pɒlisi/ (n) = Hợp đồng bảo hiểm.

Insúrance premium /'prɪ:mɪəm/ = bảo hiểm phí.

Appearance /ə'pɪərəns/ (n) = outer look = vẻ bề ngoài.

Pérsonal appéarance = ngoại hình.

Ex: Ápplicants must speak English or French flúently and has good pérsonal appéarance so as to be assígned to this posítion.

Các ứng viên phải nói lưu loát tiếng Anh hoặc tiếng Pháp và có ngoại hình tốt để được bổ nhiệm vào chức vụ này.

Subway entrance /'sʌbwei éntrəns/ (n) = lối vào ga xe điện ngầm.

Embassy /émbəsɪ/ (n) = Tòa Đại sứ.

Ambassador /æm'bæsədə/ (n) = Ông đại sứ

Ambassadress /æm'bæsədrɪs/ (n) = bà đại sứ; phu nhân đại sứ.

Consulate /'kɒnsjulət/ (n) = Lãnh sự quán.

Consul /'kɒnsl/ (n) = Ông lãnh sự.

Household appliances /haushəuld əp'laɪənsɪs/ (n) = Vật gia dụng.

Men's wear /weə/ (n) = Quần áo đàn ông.

Sports wear = Quần áo thể thao.

Fóotwear = Giầy dép.

Lost and found department /lɒst ənd faund dɪ'pa:tmənt/ = Gian hàng cớ mất và tìm lại tài sản.

Registration fee /,redʒɪ'streɪʃn fɪ:/ (n) = Lệ phí đăng ký, thuế trước bạ.

Financial aid /faɪ'nænʃl eid/ (n) = việc tài trợ.

Registrar /,redʒɪ'stra:/ *office* = Phòng hộ tịch; phòng đăng ký ghi danh.

Housing office /'hauziŋ 'ɒfɪs/ (n) = Phòng nhà đất, phòng quản lý chỗ ở.

Art gallery /a:t'gælərɪ/ (n) = Phòng triển lãm nghệ thuật.

To label /'leɪbl/ = to descríbe (mô tả), call (gọi).

Various /'veərɪəs/ (adj) = dífferent = Khác nhau..

Ex: - She tried on *várious* dresses before choosing one.

Nàng đã mặc thử nhiều chiếc áo đầm trước khi chọn một.

- Várious people asked for you at the party.

Đủ mọi người trong buổi tiệc hỏi thăm anh.

BÀI 5: Linh tinh

Chuyện tình bán rao!

Claudine Williams, dạy học ở trường Trung học American (Hoa kỳ) và bố mẹ cô ta sống ở Laguna Beach, California, đã đính hôn với ông Lars Johannson, Bí thư thứ nhất (đệ nhất Tham Vụ Ngoại Giao) của Tòa Đại Sứ Đan Mạch. Cả Claudine và Lars đều là những vận động viên quần vợt siêu hạng mà mọi thành viên của câu lạc bộ quần vợt Regents đều biết đến. Chúng tôi không biết ai sẽ là những người khách may mắn đến dự lễ cưới của họ đây!

Bạn có nghe nói Paul Thomas, mà cô vợ Debby đáng yêu của ông ta vừa mới hạ sanh một đứa con, sẽ trở thành nhân vật số một ở cơ quan Ngân hàng Hoa Kỳ chưa? Chúng tôi cũng nghe nói rằng Paul vẫn làm việc hai đêm mỗi tuần tại câu lạc bộ YMCA ở trung tâm thành phố. Huấn luyện cho đội bóng rổ và giúp giải quyết các vấn đề của thanh niên.

Khá lắm đấy Paul ạ!

1. **Cột giao tế:**

Hãy làm việc từng nhóm khoảng sáu, bảy người. Bạn đang dự một bữa tiệc. Một vài người trong các bạn đang tiếp chuyện một người bạn; một vài người thì đang ngồi một mình. Hãy tự giới thiệu mình với càng nhiều người khác càng tốt. Có hai người bạn đã từng gặp mặt trước đây. Họ đã được báo chí đề cập đến hồi tuần trước. Hãy nhớ chào hỏi họ, dùng những câu nói sau đây:

Bạn không phải . . . . chứ?

Bạn không . . . . à?

Bạn không biết . . . . sao?

Chúng mình chưa gặp sau trước đây . . . . sao ạ?

Tôi chưa gặp bạn ở . . . . sao nào?

❏ VOCABULARY & WORD ENRICHMENT:

(Main Text and GIVE IT A TRY)

To major /ˈmeɪdʒə/ *in something* = to spécialize in a certain súbject (in cóllege) = theo chuyên đề về ...

Ex: She majored in Maths and Physics at university.

Cô ta theo chuyên khoa Toán, Lý ở Đại học.

15

To get to = *to begin to* = bắt đầu.

The Sóviet Bloc = khối Sô-viết.

Conservatory /kən'sɜ:vətrɪ/ (n) = nhạc viện

to be raised /reɪzd/ = to be brought up = lớn lên

Academy /ə'kædəmɪ/ (n) = học viện, viện hàn lâm

Ex: - Acádemy of músic = viện âm nhạc
- Mílitary Acádemy = học viện quân sự.

Academic /ˌækə'demɪk/ (adj) = thuộc về học viện, thuộc viện hàn lâm, thuộc vấn đề dạy và học.

Ex: The académic year = năm học

Performing Art /pə'fɔ:mɪŋ ɑ:t/ = nghệ thuật trình diễn (trước công chúng)

Féllow student = sinh viên cùng lớp

BÙI QUANG ĐÔNG

BÀI 6

Tốt hơn là chị nên đi nghỉ.

Joan:	A-lô!
Betty:	Ồ, chào chị Joan. Betty đây mà. Chị khỏe không nào?
Joan:	Khủng khiếp lắm chị ạ.
Betty:	Ủa, chuyện gì thế hả chị?
Joan:	Em lên cơn sốt và nhức đầu lắm cơ.
Betty:	Ôi, tệ quá nhỉ. Sao chị không uống ít viên Aspirin đi?
Joan:	Em đã thử uống rồi. Nhưng nó chả đỡ.
Betty:	Vậy thì có lẽ chị nên đi đến trung tâm y tế và nhờ bác sĩ khám đi.
Joan:	Vâng, em cũng nghĩ vậy nhưng em ghét đi bác sĩ lắm chị biết không?
Betty:	Vậy thì ít ra chị cũng nên nằm nghỉ mới được. Nghe chị có vẻ ốm thật rồi đấy.
Joan:	Vâng, chị nói nghe có lý đấy. Em sẽ đi nghỉ, nhưng em còn muốn đọc nốt cho xong bài báo này để chuẩn bị cho giờ học tiếng Anh.
Betty:	Thực ra thì chị chẳng nên làm công việc gì cả vào lúc này chị biết không. Nếu em là chị, thì em chỉ cần nằm nghỉ cho thoải mái một ít lâu.
Joan:	Vâng, em nghĩ chị nói đúng đấy.

❏ VOCABULARY & WORD ENRICHMENT:

(Main Text and GIVE IT A TRY)

Rest (n) = périod of sleep or stay in bed when tired or ill (việc nằm nghỉ).

Ex: Have you had a good night's rest?
Tối hôm qua bạn có ngủ ngon không?

To rest = to take a rest (nghỉ ngơi); to feel peaceful (of mind) = cảm thấy thanh thản.

Ex: - I often rest for an hour after lunch.
Tôi thường nghỉ ngơi một tiếng

đồng hồ sau bữa ăn trưa.

- I will never rest until I know the truth.

Chừng nào biết được sự thật tôi mới thấy an tâm.

As a matter of fact = in reálity = trên thực tế.

Ex: -' She's not so béautiful, as a matter of fact. = trên thực tế cô ta đâu có đẹp.

Matter /'mætə/ (n) = ① tróuble = trở ngại, điều phiền muộn ② something háppening or talked abóut (vấn đề cần giải quyết)

Ex: - What's the mátter with you?

Chị làm sao thế?

- An impórtant mátter causéd him to stay in town.

Một vấn đề quan trọng đã khiến ông ta phải ở lại thành phố.

To mátter = to afféct (gây ảnh hưởng); to concérn (có can hệ tới); to be impórtant to (có tầm quan trọng).

Ex: - It doesn't mátter to me.

Chuyện đó không ăn nhằm gì đến tôi.

- What does it mátter if they refúse to supplý us with the raw matẹrial we need?

Điều ấy có tầm quan trọng gì nếu như họ từ chối không cung cấp cho chúng ta nguyên vật liệu mà chúng ta cần?

Fever /'fı:və/ (n) = high bódy témperature = sốt

It didn't help = It didn't give a good effćt = nó không đem lại hiệu quả gì.

At least /ət lı:st/ (phrase) = ít nhất.

Ex: The repáir of this vídeo cassétte recórder will cost at least 200 Dóllars.

Việc sửa chữa chiếc đầu máy vi-đê-ô này sẽ tốn ít nhất là 200 Đô-la.

Shame /ʃeɪm/ (n) = píty (sự đáng tiếc); dishónour (sự xấu hổ)

Ex: - What a *shame* you didn't win the match!

Thật đáng tiếc là các bạn đã không thắng được trận đấu!

- Being crédulọus, the girl has brought shame upón her párents.

Vì nhẹ dạ, cô gái đã mang lại niềm tủi hổ cho bố mẹ cô.

To shame = to lose one's hónour (làm xấu hổ).

Ex: She has shamed her fámily.

Cô ấy đã làm xấu hổ gia đình mình.

Shámeful (adj) = đầy tủi hổ ≠ shámeless = trơ trên

Ex: - Cheating ínnocent people is a shameful deed.

Lừa người vô tội là một hành động đáng xấu hổ.

- She's quite shámeless abóut wearing séxy clothes at the párty.

Ả ta chẳng thấy xấu hổ gì về việc ăn mặc hở hang trong bữa tiệc.

That's too bad = That's lousy (rótten) = thật quá thảm, quá tệ.

Sore throat /'sɔ:θrəut/ (n) = viêm họng

Bad cough /bæd kɒf/ (n) = no nặng

Stomachache /'stʌməkeɪk/ (n) = đau dạ dày

Earache /'ɪəeɪk/ (n) viêm tai

Headache /'hedeɪk/ (n) = nhức đầu

Sore shoulder /'sɔ: ʃəuldə/ (n) = nhức vai

Lozenge /'lɒzɪndʒ/ (n) = viên thuốc ngậm

Rubbing alcohol /'rʌbɪŋ ælkəhɔ:l/ = cồn xoa bóp

Bicarbonate /baɪ'ka:bənət/ (n) = chất bi-cac-bô-nát

Ear drop /'ɪədrɒp/ (n) = thuốc giọt nhỏ tai

Capsule /'kæpsju:l/ (n) = viên nhộng, viên nang

Caplet /'kæplɪt/ (n) = viên thuốc nén dài

'Tablet /'tæblɪt/ (n) = viên thuốc nén tròn

Pill /pɪl/ (n) = viên thuốc hoàn

Tentative /'tentətɪv/ (adj) = not définite, decísive = ướm thử, thăm dò, dọ ý.

Ex: We made a *tentátive* suggéstion to

the Board of Directors and they said they would take it into accóunt

Chúng tôi đã đệ trình thử lời đề nghị đó lên Ban Giám Đốc và họ nói họ sẽ cứu xét đề nghị ấy.

To get rid of = to get free or clear of = trừ khử, loại bỏ, tiêu diệt, bài trừ.

Ex: - It's hard to get rid of corrúption.

Thật khó mà bài trừ được tham nhũng.

- They try to get rid of mice by using some chémical bait.

Họ cố diệt chuột bằng cách xử dụng bả (mồi) độc bằng hóa chất.

Carpet /'ka:pɪt/ (n) = thick woolen or synthétic fábric for cóvering floors = thảm trải sàn

Wall-to-wall carpet = fitted cárpet = thảm dán tường (ở xứ lạnh cho ấm)

Furniture /'fɜ:nɪtʃə/ (n) = đồ đạc (luôn luôn viết ở số ít)

A piece of fúrniture = 1 món đồ đạc.

Ex: They had to sell three pieces of *fúrniture* in their house so as to have money to pay for their debt.

Họ phải bán đi ba món đồ đạc trong nhà để có tiền trả nợ.

curtain /'kɜ:tn/ = (US) drape = bức màn.

Pattern /'pætn/ (n) = módel, desígn = mẫu

Rug /rʌg/ (n) = piece of thick matérial used on the éntrance of a house = thảm chùi chân

Exhausted /ɪg'zɔ:stɪd/ (adj) = very tired = rất mệt

To exháust = ① to tire very much = quá mệt

Ex: The hard work exháusted me.

Công việc cực nhọc làm tôi mệt nhoài.

② To use complétely = xử dụng hết

Ex: They had exháusted all their money.

Họ đã tiêu hết cả tiền.

Exhaustion /ɪg'zɔ:stʃən/ (n) = việc tiêu hao sức lực, việc xử dụng hết

Ex: They were in a state of exháustion after digging the trench.

Họ đã bị kiệt sức sau khi đào xong giao thông hào.

Exhaustive /ɪg'zɔ:stɪv/ (adj) = very thórough (thật kỹ lưỡng), compléte (trọn vẹn, đầy đủ)

Ex: An exháustive enquíry = một cuộc thẩm tra cặn kẽ

Sore back /sɔ:bæk/ (n) = đau lưng

Sore ankle /sɔ: æŋkl/ (n) = viêm mắt cá chân

Organized tour /'ɔ:gənaɪzd tuə/ (n) = chuyến du lịch có tổ chức hẳn hoi.

BÙI QUANG ĐÔNG

BÀI 7

Tôi có cần phải ...?

Yoko: Xin lỗi ạ. Em cần một vài thông tin về thể thức nhập học ở một đại học Hoa Kỳ ạ.

Viên chức: Tất nhiên là được. Vậy trước hết em hãy gửi thư để nhận được một đơn xin nhập học. Sau đó thì em gửi trả lại cùng với một học bạ và một mẫu đơn bảo lãnh về mặt tài chính (*) và sau nữa thì em phải xin thầy cô giáo của em những bức thư giới thiệu.

Yoko:	Thế em có cần phải dự một kỳ thi nào không ạ?
Viên chức:	Có, em phải dự kỳ thi TOEFL (**) một lần, và đối với một số các trường đại học thì tôi nghĩ em cũng cần phải dự cả kỳ thi SAT (***) nữa.
Yoko:	Thế còn nạp đơn vào nhiều trường đại học cùng một lúc có được không ạ?
Viên chức:	Ồ, tất nhiên. Chẳng trở ngại gì hết.
Yoko:	Thế còn vấn đề thị thực (chiếu khán) thì sao ạ? Chừng nào thì em có thể làm đơn xin giấy tờ đó ạ?
Viên chức:	Ơ, chừng nào mà em nhận được thư chấp thuận và một bản mẫu đơn I-20 của một trường đại học nào rồi thì em mới có thể làm đơn xin cấp thị thực (chiếu khán).
Yoko:	Thế ạ. và em xin hỏi một điều nữa. Các sinh viên người nước ngoài có được phép làm việc tại Hoa Kỳ không ạ?
Viên chức:	Họ sẽ chỉ cho phép em làm việc vào mùa hè mà thôi. Và em cũng sẽ cần phải xin một giấy phép ở Sở Di trú để được làm công việc đó. Trong suốt năm học em không được phép làm việc đâu trừ phi quá trình làm việc là một phần nằm trong chương trình học của em.

Ghi chú:

(*)   Mẫu này rất cần để chứng tỏ rằng bạn được hỗ trợ đầy đủ về mặt tài chính trong thời gian bạn là sinh viên tại Hoa Kỳ. Nó có thể là một thư chứng nhận của một ngân hàng hoặc một bản khai báo thuế của cha mẹ bạn.

(**)   TOEFL viết tắt từ Test of English as a Foreign Language (Kỳ thi kiểm tra trình độ tiếng Anh là Ngoại Ngữ)

(***)   SAT viết tắt từ Scholastic Aptitude Test (Kỳ thi kiểm tra năng khiếu học tập).

❏ VOCABULARY & WORD ENRICHMENT:

School records /sku:l 'rekɔ:dz/ (n) = học bạ, thành tích biểu, hồ sơ học vụ.

Affidavit of support /ˌæfɪ'deɪvɪt əv sə'pɔ:t/ = tờ khai bảo đảm hỗ trợ về mặt tài chính (do ngân hàng chứng nhận hoặc do người bảo lãnh cam kết có chính quyền thị thực)

Letter of recommendation /'letə əv ˌrekəmen'deɪʃn/ = thư giới thiệu.

Letter of acceptance /ək'septəns/ (n) = thư chấp thuận.

Permission /pə'mɪʃn/ (n) = allówance (sự cho phép), consént (sự đồng ý).

Ex: He took a day off from work without his boss's permission

Hắn đã nghỉ làm một ngày mà không xin phép thủ trưởng của hắn.

To permit = to allów = cho phép

Ex: Circumstances do not permit me to help you any longer.

Hoàn cảnh không cho phép tôi giúp bạn được nữa.

Pérmit (n) = written authórity to go sómewhere = giấy phép.

Ex: You can't travel during curfew time without a pérmit.

Bạn không thể đi lại trong giờ giới nghiêm nếu không có giấy phép.

Óffice of Immigration /,ɪmɪ'greɪʃn/ = sở di trú.

Internátional Stúdent Idèntificátion Sérvice = Sở thu nhận sinh viên quốc tế (ISIS)

Bulletin /'bulətɪn/ (n) = thông báo, nội san

Available /ə've ɪləbl/ (adj) = that can be used, sold or obtáined (có thể sử dụng, mua hay sở hữu)

Ex: - The doctors tried to use every *aváilable* rémedy to save the víctim.

Các bác sĩ đã cố gắng sử dụng mọi phương tiện chữa trị sẵn có để cứu sống nạn nhân.

- This invitátion card is only *aváilable* for one month.

Thiệp mời này chỉ có giá trị trong một tháng mà thôi.

To handle /'hændl/ = to deal with (giải quyết, sử lý), to mánage (quản lý), to contról (kiểm soát); to hold (cầm giữ)

Ex: - We were impréssed by her clever *hándling* of the affáir.

Chúng tôi đã cảm kích cách xử lý vấn đề khéo léo của bà ta.

- Frágile! Please *hándle* with care.

Dễ vỡ! Xin hãy khiêng cẩn thận.

- He knows how *to hándle* the personnél staff.

Ông ta biết cách điều khiển ban nhân viên.

- It's real hard for you *to hándle* that mátter.

Quả thật bạn khó mà giải quyết được vấn đề đó.

Appropriate /ə'prəuprɪət/ (ạd) = súitable (thích hợp); right and próper (chính đáng)

Ex: - Wóolen clothes are not *apprópriate* for a hot súmmer day.

Quần áo len chẳng thích hợp (để mặc) trong một ngày hè oi bức.

- Cándidates are told to choose the *apprópriate* words to fill in the blanks.

Các thí sinh được bảo phải chọn những từ thích đáng để điền vào những khoảng trống.

To apprópriate = (1) to set apárt for a spécial púrpose (dành riêng cho); to take for one's self (chiếm dụng)

Ex: - The city apprópriated expénditure for a new hóspital.

Thành phố đã dành riêng kinh phí để xây cất một bệnh viện mới.

- After the boy's párents died, an úncle apprópriated their próperty.

Sau khi bố mẹ đứa bé từ trần, một người chú đã chiếm dụng tài sản của họ.

To go in person to some place = đích thân đến một nơi nào.

Ex: You should have gone to the hóspital in person to vísit her instéad of sending your sérvant there.

Lẽ ra anh nên đích thân đến bệnh viện mà thăm nàng thay vì sai người giúp việc đến đó.

External /ɪk'stɜ:nl/ (adj) = outside = ở bên ngoài.

Ex: - This cream is for *extérnal* use only.

Chất kem này chỉ được dùng ở ngoài da mà thôi.

- All his injuries are *extérnal*.

Tất cả những vết thương của ông ta đều ở ngoài da.

- This news prógramme ónly cóvers external events.

Chương trình thông tin này chỉ bao gồm những biến cố xảy ra ở nước ngoài.

Extérnal examinátion = Kỳ thi tổ chức cho các thí sinh tự do (ngoài nhà trường)

Ínstitute of Psychológical and Educátional Méasurement = Viện đo lường Tâm lý Giáo dục.

Psychology /saɪ'kɒlədʒɪ/ (n) = Khoa tâm lý

Psychológical (adj) = thuộc về tâm lý

To measure /'meʒə/ = to find the size, extént, vólume, degrée of sth or sb = đo lường.

Ex: The tailor méasured me for the suit
Người thợ may đã đo để may bộ vét cho tôi.

Made-to-méasure clothes = quần áo may đo
Ready-made clothes = quần áo may sẵn
Méasurement (n) = sự đo lường

Ex: Please take my measurements
Làm ơn đo (người) cho tôi.

Méasuring tape = tape measure = thước dây thợ may.

Council on Internátional Educátional Exchánge = Hội đồng Trao đổi Văn hóa Quốc tế.

Commíssion on Educátion Exchánge = Ủy Ban Trao đổi Văn hóa (giáo dục)

To deposit /dɪˈpɒzɪt/ = ① to insért (bỏ vào) ② to put down (đặt xuống); ③ to put money in the bank (ký thác, gửi); ④ to give as part of total páyment (đặt thế chân, đặt cọc)

Ex: - Just depósit a quarter into this slot and you will have the drink you like.
Hãy bỏ đồng 25 xu (Mỹ) vào khe này và bạn sẽ có thức uống mà bạn thích.
- The van man depósits the páckage on the table.
Người phu áp tải xe hàng đặt gói hàng lên bàn.

Ex: - He depósited part of his íncome in the bank.
Ông ta đã ký thác một phần lợi tức của ông ta vào ngân hàng.
- The ténant has to depósit £500 as well as the first month's rent.
Người thuê nhà phải đặt thế chân 500 bảng Anh cũng như tiền thuê nhà tháng thứ nhất.

Receiver /rɪˈsiːvə/ (n) ① ống nghe (điện thoại), ② người nhận; ③ (Anh) người cố tình mua của phi pháp ④ máy thu thanh, truyền hình.

Mouth piece /ˈmauθpɪːs/ (n) = ống nói (điện thoại)

Dial tone /ˈdaɪəl təun/ (n) = tín hiệu báo đường dây không bận.

To bring something to the boil = to heat something until it boils = đun sôi.

Ex: Bring the míxture to the boil, then let it símmer for ten mínutes
Hãy đun sôi hỗn hợp rồi để nó sủi bọt trong mười phút.

To cook something slówly = đun lửa, riu riu
To cook /kuk/ = to prepáre food = nấu nướng.

Ex: Where did you learn to cook?
Bạn học gia chánh ở đâu vậy?

Cook (n) = đầu bếp

Ex: - Too many cooks spoil the broth = (Proverb)
(Quá nhiều đầu bếp làm hỏng món canh)
Lắm thầy thối ma, lắm cha em khó lấy chồng.

To cook somebody's goose (Idiom) = đảm bảo thất bại, bị sa lưới, thộp cổ.

Ex: When the police found his finger prints, he knew *his goose was cooked*
Khi cảnh sát đã tìm ra dấu tay của hắn thì hắn biết ngay hắn sẽ hết đường chạy tội.

Cooker (n) = nồi nấu
Cóokery (book) = cookbook = sách dạy nữ công gia chánh.

To wash the ríce = vo gạo
to cover with = to fill with = đổ đầy.

To focus /ˈfəukəs/ = ① to adjúst the lens to prodúce a clear picture = căn hình cho nét; ② to cóncentrate (tập trung, chú trọng vào)

Ex: - If you *fócus* the sun's rays through a mágnifying glass on a dry leaf, it will start to burn (Nếu bạn hội tụ những tia nắng vào 1 chiếc lá khô qua kính lúp, nó sẽ phát cháy)
- The phótographs were so sharp

becáuse I had fócused them cárefully.

Những bức ảnh rất nét vì tôi đã điều chỉnh ống kính rất kỹ.

- He was so tired he couldn't *fócus* 'his eyes on the lesson..

Nó mệt quá nên không thể chú tâm vào bài học được.

Focus (n) = ① tiêu điểm; ② điểm hội tụ, tập trung.

Ex: - Her face was badly out of *fócus* in the phótograph.

Khuôn mặt nàng quá nhòe trong bức ảnh.

- Her béauty makes her the fócus of atténtion.

Vẻ đẹp của nàng đã khiến nàng trở thành điểm tập trung của mọi người.

Lens cap (n) = nắp đậy ống kính.

Stop /stɒp/ (n) = bộ phận điều chỉnh ánh sáng (trong máy ảnh)

Recipe /'resəpɪ/ (n) = công thức (làm bánh, chế biến món ăn, pha chế thuốc); bí quyết.

Ex: - A *récipe* for a bírthday cake.

Công thức làm bánh sinh nhật.

- What is the *récipe* for your succéss?

Bí quyết gì đưa bạn đến thắng lợi vậy?

Médical examinátion = Việc khám sức khỏe.

to require /rɪ'kwaɪə/ sómething of sómebody = to insíst upon as a right or by authórity: đòi ai phải... (vì có thẩm quyền)

Ex: - What do you requíre of me?

Ông muốn đòi hỏi gì ở tôi?

- It is requíred of me that I must show évidence.

Người ta đòi tôi phải trưng ra bằng cớ.

Requirements /rɪ'kwaɪəmənts/ (n) = things órdered = những điều kiện được đòi hỏi.

Ex: - Only a few ápplicants sátisfied the *requírements* for that high posítion.

Chỉ có một số ít ứng viên đáp ứng được những điều kiện đòi hỏi đối với chức vụ có trọng trách cao đó.

Applicátion fee = lệ phí thu đơn.

As of /æz əv/ (conj) = (US) índicating the time or date from which something starts) = kể từ

Ex: - She will be exáctly 20 *as of* Áugust 20th.

Nàng sẽ được tròn 20 tuổi kể từ ngày 20 tháng 8.

- We shall have a new addréss *as of* Áugust 1st.

Chúng tôi sẽ có một địa chỉ mới kể từ ngày 01 tháng tám.

Wáter heater /'wɔːtə 'hiːtə/ = máy hâm nước.

Water filter = máy lọc nước.

Aquarium /ə'kweərɪəm/ (n) glass tank for keeping fish = hồ (bể) cá kiểng.

Obligatory /ə'blɪgətrɪ/ (adj) = compúlsory = cưỡng bách, bắt buộc.

Ex: Is atténdance at school oblígatory or óptional in your country?

Ở nước bạn việc đi học có cưỡng bách hay tùy ý?

Obligation /ˌɒblɪ'geɪʃn/ (n) = duty, moral pressure = nghĩa vụ.

Ex: - Every cítizen has the obligátion to defénd his Fátherland.

Mọi công dân đều có nghĩa vụ bảo vệ Tổ Quốc.

- Dámaging the goods puts you under an obligátion to buy them.

Việc làm hư hàng hóa buộc ông phải mua chúng.

- She's under an obligátion to him becáuse he has spónsored her fámily.

Nàng phải chịu ơn lão ta, vì lão ta đã bảo trợ cả gia đình nàng.

To oblige /ə'blaɪdʒ/ = to force, to compél (buộc)

Ex: - They were oblíged to sell their house

in order to pay their debts.

Họ buộc phải bán đi căn nhà của họ để trả nợ nần.

Valid /'vælɪd/ (adj) = legally efféctive (có hiệu lực); can be defénded (có thể bào chữa được)

Ex: - Is your visa still válid?

Thị thực của bạn còn hiệu lực không?

- Do you have a válid réason for your ábsence?

Anh có lý do hợp lý nào để bào chữa cho sự vắng mặt của anh không?

Inválid (adj) = hết, không còn hiệu lực.

Ex: This drug is invalid now

Thuốc này hết hạn dùng rồi.

Valídity (n) = tính chất hợp lý, hiệu lực.

To validate /'vælɪdeɪt/ = to make válid = hợp thức hóa, làm cho có hiệu lực.

Ex: I must go to the vísa séction to have it válidated

Tôi phải đến Ban thị thực để xin lại thị thực cho có hiệu lực.

Bus pass /bʌs pa:s/ (n) = thẻ đi xe buýt (có hạn kỳ)

Pass /pa:s/ (n) = ① pérmit (giấy phép, thẻ CNV); ② free ticket (vé cho không); ③ crísis (cơn khủng hoảng); ④ círcumstances = hoàn cảnh; ⑤ pássage over a móuntain (đường đèo); ⑥ succéss in an exám (việc thi đỗ)

Books on resérve = resérved books = books kept for spécial use = sách tham khảo.

to reserve /rɪ'zɜ:v/ = ① to save for future use = dự trữ, để dành.

Ex: The farmer resérved some of the corn to use as seed.

Bắc nông dân để dành lại ít ngô để làm giống.

② to keep for spécial use (dành riêng)

Ex: This parking lot is resérved for the employées of the énterprise.

Bãi đậu xe này dành riêng cho công nhân viên của xí nghiệp.

③ to book = đặt, giữ (vé, phòng) trước.

Ex: We resérved a room for you at the Ritz Hotél.

Chúng tôi đã dành trước một phòng cho ông ở khách sạn Ritz.

④ to have the right to posséss = giữ bản quyền

Ex: All rights resérved

Giữ trọn bản quyền.

Reservátion (n) = việc dành riêng, dự trữ.

Ex: If you don't make a reservátion now, you won't be able to have a room during this séason.

Nếu bạn không đăng ký giữ chỗ trước từ bây giờ, bạn sẽ không thể nào có phòng trong suốt mùa này đâu.

Resérved (adj) = dự bị; kín đáo, thâm trầm.

Ex: - He's a reserved officer.

Ông ta là một sĩ quan dự bị.

- It's very dángerous to keep a big quántity of resérved pétrol in your house.

Chứa một khối lượng xăng dự trữ lớn ở trong nhà bạn thì rất nguy hiểm.

- She's so resérved that nóbody can understánd her.

Cô ta quá thâm trầm đến nỗi chẳng ai có thể hiểu cô ta.

Personal use /'pɜ:sənl ju:s/ (n) = việc sử dụng riêng tư.

Ex: Reprodúction of any part in this book for pérsonal use is prohíbited.

Việc in lại bất kỳ phần nào trong quyển sách này để sử dụng vào việc riêng tư đều bị nghiêm cấm.

Bathing suit /'beɪðɪŋ su:t/ = bathing cóstume = swimming cóstume (UK) = bộ quần áo tắm

To skin = to take the skin of = lột da.

Ingredient /ɪn'gri:dɪənt/ (n) = one of the

23

parts of a mixture = thành phần.

Ex: Flour is one of the ingrédients needed
to make a cake.

Bột mì là một trong những thành
phần cần thiết để làm bánh gatô.

Áctive ingrédients = những thành phần chủ
yếu.

Celery stalk /'seləri stɔːk/ (n) = cọng rau
cần.

pinch /pɪntʃ/ (n) = một nắm nhỏ, một nhúm

Ex: Please put a pinch of séasoning into
this soup pot for me.

Làm ơn bỏ giùm em một nhúm bột
ngọt vào nồi súp này.

At a pinch = just póssible in case of necéssity
= vừa khít.

Ex: We can get twelve guests round the
table *at a pinch*.

Chúng tôi có thể sắp xếp mười hai
thực khách ngồi quanh bàn là vừa
khít.

If it comes to the pinch = in case of
emérgency = cùng đổi để lắm, vạn bất
đắc dĩ lắm.

Ex: If it comes to the pinch, we shall
have to sell the house.

Nếu cùng đổi để lắm thì chúng tôi
đành phải bán căn nhà.

Parsley /'paːslɪ/ (n) = ngò tây.

Dill /dɪl/ (n) = rau thì là.

Tarragon /'tærəgən/ (n) = rau ngải dấm

Resident /'rezidənt/ (n) = dweller = người
cư ngụ.

Résidence (n) = large house, villa = tư thất

Résident physícian (n) = Bác sĩ thường trú
(Mỹ)

Residéntial /,rezɪ'denʃl/ (adj) = thuộc nhà
ở.

Ex: This strip of land is going to be
turned into a residéntial quárter.

Dải đất này sắp được xây dựng thành
một khu nhà ở (không phải khu buôn
bán, mở mang công nghiệp).

Garbage /'gaːbɪdʒ/ (n) (US) waste matérial,
doméstic réfuse = rác rưởi.

Ex: Put the can of garbage in front of
your house so that the garbage truck
will pick it up.

Hãy để thùng rác trước cửa nhà bạn
để xe rác sẽ đổ nó.

BÙI QUANG ĐÔNG

BÀI 8

Bạn có cảm nghĩ gì?

Người chủ trì:	Chủ đề ngày hôm nay trên truyền hình là "Tuổi trẻ bộc trực". Tại sao trước hết chúng ta lại không đi một vòng để lấy cảm tưởng chung của các bạn mình hả Cathy? Chúng tôi có thể bắt đầu với bạn được không nào? Bạn có cảm nghĩ gì về các chương trình TV ngày hôm nay không?
Cathy:	Ơ, nếu bạn hỏi tôi thì những chương trình ấy tệ quá. Hầu hết những chương trình như thế hoàn toàn uổng phí thời gian.
Người chủ trì:	Còn Brian, bạn nghĩ thế nào về những chương trình đó?
Brian:	Ờ, nói chung thì tôi đồng ý với bạn Cathy. Nhưng điều làm tôi

24

	ᴄuan tâm hơn là chúng quá táo bạo.
Janet:	Tôi cũng nghĩ như vậy. Theo như chỗ tôi nhận thấy thì có quá nhiều màn trình diễn của công an và những chương trình dành cho giáo dục thì lại thiếu.
Người chủ trì:	Thế còn những bản tường thuật tin tức thì sao?
Janet:	Ồ vâng, theo ý kiến của tôi thì các phần chiếu về tin tức thì rất ư là chung chung. Chúng không thể giúp ta nắm được gì cả.
Tom:	Ồ, tôi chẳng biết tí gì về vấn đề đó. Tôi cứ nghĩ những bản tin tường thuật tuyệt vời chứ. Phần trình bày tin tức là phần mà TV thực hiện hay nhất.
Janet:	Cũng có thể, nhưng phần đưa tin vẫn chưa được thật tốt đâu. Tin tức trên TV chỉ là một hình thức giải trí khác mà thôi.

❏ VOCABULARY & WORD ENRICHMENT

Topic /'tɒpɪk/ (n) = súbject of a discússion = đề tài thảo luận.

Ex: What topic did you discúss at the meeting this morning?
Các bạn đã thảo luận về đề tài gì sáng hôm nay vậy?

Topical /'tɒpɪkl/ (adj) = thuộc vấn đề thời sự.

Ex: He often likes to listen to the tópical news on TV every evening.
Ông ta thường nghe tin thời sự trên TV vào mỗi buổi tối.

Impression /ɪm'preʃn/ (n) = deep féeling = cảm nghĩ, ấn tượng.

Ex: - The schoolboy made a good impréssion by his contribútion to the flood fund.
Cậu nam sinh đã gây một ấn tượng tốt đẹp nhờ sự đóng góp của cậu vào quĩ cứu lụt.
- What is your impréssion of our énterprise?
Cảm nghĩ của quí ông như thế nào về xí nghiệp của chúng tôi?

To impréss = to have a deep féeling = gây ấn tượng, khắc sâu (vào tâm trí).

Ex: Her ímage is still impréssed in my mind.
Hình ảnh của nàng vẫn khắc sâu trong tâm trí của tôi.

waste /weɪst/ (n) = sự lãng phí; vật, chất thải.

Ex: - What's a waste of time!
Thật là phí thời giờ!
- The indústrial waste from that fáctory has pollúted the river.
Chất thải công nghiệp từ nhà máy đó đã gây ô nhiễm cho con sông.

Go / run to waste = to be wasted = bị bỏ phí.

Ex: What a píty to see all that water running to waste!
Thật là đáng tiếc phải thấy tất cả lượng nước ấy chảy phung phí!

To waste = to squánder = phung phí, lãng phí.

Ex: He wasted all his money in luxúrious entertáinments.
Hắn đã phung phí tiền bạc vào những thú xa hoa.

Wasteful (adj) = lávish = lãng phí # económical = cần kiệm.

Ex: Going to the dancing hall so fréquently is a wásteful lúxury.

25

Đến vũ trường quá thường xuyên là một lối xa hoa lãng phí.

Violent /'vaɪələnt/ (adj) = tough (thô bạo); fúrious (dữ dội); inténse (gay cấn).

Ex: Those hóoligans were invólved in víolent clashes with the suppórters of the ópponent team.

Những tên côn đồ ấy đã can dự đến các trận xung đột với các cổ động viên của đội bóng đối phương.

Violence /'vaɪələns/ (n) = great force = vũ lực, bạo lực.

Ex: They were accúsed of róbbery with víolence.

Chúng đã bị kết tội cướp bằng vũ lực.

As far as somebody or something is concérned = to the extént that somebody or something is invólved or afféected = tới mức mà ai/ vật gì đó có liên quan hoặc bị ảnh hưởng.

Ex: As far as I am concérned, he won't be able to succéed in the coming eléction.

Theo như chỗ tôi am hiểu thì ông ta sẽ không thể đắc cử được trong kỳ bầu cử sắp tới được.

Concerned /kən'sɜːnd/ (adj) = ánxious, wórried (bận tâm, lo lắng).

Ex: We are much concerned for her safety.

Chúng tôi lo lắng cho sự an toàn của nàng.

To concérn = to afféct, to reláte = có ảnh hưởng, có liên quan đến.

Ex: - Don't interfére in what doesn't concérn you.

Chớ có xía vào những việc gì không có liên quan đến anh.

- To whom it may concérn.

Gửi đến giới chức trách có liên quan (thường ghi ở đầu thư giới thiệu để người được giới thiệu muốn trình cho ai thì tùy ở người đó,

theo lối thư tín của Hoa Kỳ).

Concérn (n) = búsiness (hãng buôn); mátte (vấn đề); care (quan tâm); anxíety (sự l lắng).

Ex: - There is no cause for concérn.

Chẳng có gì phải lo lắng cả.

- Our. main concérn is that th children are not recéiving enoug suppórt.

Mối bận tâm chính của chúng tôi bọn trẻ chưa được bảo trợ đầy đủ.

- The shop has now becóme a payin concérn.

Cửa hiệu này đã trở thành một c sở kinh doanh có lãi.

Opinion /ə'pɪnɪən/ (n) = idéa, thought (kiến, ý tưởng).

Ex: - In my opínion, they will win th world chámpionship.

Theo ý kiến của tôi, họ sẽ đoạ chức vô địch thế giới.

- What is your opínion of this próject

Ý kiến của anh về dự án này nh thế nào?

Extremely /ɪk'striːmlɪ/ (adv) = very ver = rất ư là, cực kỳ, hết sức.

Ex: I'm extrémely sorry for the deláy.

Tôi hết sức ân hận về việc chậm tr này.

Extréme (adj) = greatest, to the útmost = hết sức.

Ex: He uses extréme care when drivin in the rain.

Ông ta hết sức cẩn thận khi lái xe trong trời mưa.

Extrémes (n) = thái cực.

Ex: Water and fire are two extrémes.

Nước và lửa là hai thái cực.

Extrémity (n) = tính cực đoan, đầu mũi.

Extrémist (n) = người có tính cực đoan.

Superficial /ˌsuːpə'fɪʃl/ (adj) = not thórough not profound = nông cạn, hời hợt.

Ex: - A superficial wound can be éasily
healed.

Một vết thương nông thì có thể
mau lành.

- You're too superficial to give
remárks (= cómments) on such a
másterpiece.

Anh quá phiến diện khi đưa ra lời
bàn về một tuyệt tác phẩm như
thế.

Superficiality /ˌsuːpəˌfɪʃɪˈælətɪ/ (n) = tính
chất phiến diện, hời hợt.

To present /prɪˈzent/ = to show (trình bày);
to introdúce (giới thiệu).

Ex: - The master of céremonies presénted
the délegates to the áudience.

Người điều khiển chương trình buổi
lễ đã giới thiệu các đại biểu với cử
tọa.

- The spéctators are presénting their
tíckets to the ushers so as to be
shown their seats.

Các khán giả đang trình vé cho
các hướng dẫn viên để được chỉ
dẫn đến chỗ ngồi của họ.

Present /ˈprezənt/ (n) = gift = quà tặng.

Ex: She óffered me a nice présent on my
fortieth birthday.

Nàng đã tặng tôi một món quà xinh
trong sinh nhật lần thứ bốn mươi
của tôi.

Talk show = buổi mạn đàm (trên TV).

Quiz program /ˈkwɪz ˈprəʊɡræm/ = chương
trình đố vui.

Commercial /kəˈmɜːʃl/ (n) = advértisement
on TV or radio = chương trình thông
tin kinh tế.

Commércial (adj) = ① of cómmerce (thuộc
về thương mại). ② prófitable (sinh lợi,
kiếm lợi).

Ex: - Commércial flights are condúcted
more fréquently in that áirport these
days.

Những chuyến bay dân dụng (thương

mại) được tổ chức thường xuyên
hơn trong phi trường ấy vào lúc
này.

- That film was a commércial succéss.
Phim đó là một thành công về mặt
doanh thu

Commerce /ˈkɒmɜːs/ (n) = trading (việc buôn
bán).

To commércialize /kəˈmɜːʃəlaɪz/ = to make
money out of = kiếm ra tiền nhờ.

Ex: How can they commércialize sports?
Làm sao họ lại có thể kinh doanh
thể thao?

To bother /ˈbɒðə/ = to tróuble, to annóy =
gây phiền hà, làm rộn, gây khó chịu.

Ex: - I hate to bóther you but could you
expláin these words to me?
Tôi không thích làm phiền đến ông
nhưng ông có thể giải thích giùm
tôi các từ này không ạ?

- Does the pain from your operátion
bother you much?
Cơn đau do cuộc giải phẫu có làm
anh khó chịu lắm không?

Bóther (n) = tróuble (sự phiền hà).

Ex: - "Thank you for your help".
"Cám ơn sự giúp đỡ của bạn".

- "It was no bother".
"Chẳng phiền gì đâu".

Bother (n) = annóying thing, núisance =
chuyện bực mình.

Ex: What a bother! We've missed the bus.
Thật là bực mình! Chúng ta đã lỡ
chuyến xe buýt.

Bóthersome (adj) = annóying (hay làm phiền).

Dormitory /ˈdɔːmɪtrɪ/ (n) = ký túc xá.

Overcrowded /ˌəʊvəˈkraʊdɪd/ (adj) = with too
many people in = chở quá tải; crowded
too much = quá đông (khách).

Ex: - Shops and stores are overcrówded
before Christmas.

Các cửa hiệu lớn nhỏ đều đông
nghẹt khách hàng trước lễ Giáng

sinh.

- It's so dangerous to be in an overcrówded bus.

Ở trong một chuyến xe buýt quá tải thì rất nguy hiểm.

Stuffy /'stʌfɪ/ (adj) = badly-aired = hầm, ngột ngạt.

Ex: How can they stay in such a smoky, stuffy pub.

Làm sao họ có thể ở lại trong một quán rượu ngột ngạt, đầy khói như thế.

Tasteless /'teɪstlɪs/ (adj) = having no flávour (nhạt nhẽo); dull (buồn tẻ) ≠ Tasty (có vị thơm ngon).

Ex: This soup is tásteless because the cook forgót to put salt in.

Món súp này lạt lẽo quá vì người đầu bếp đã quên cho muối vào.

Reasonable /'rɪ:znəbl/ (adj) = accéptable, móderate = phải chăng (giá cả).

Ex: Goods are sold at réasonable prices in this store.

Hàng trong cửa hiệu này được bán với giá phải chăng.

Recreation facilities /ˌrekrɪ'eɪʃn fə'sɪlətɪːz/ = các phương tiện giải trí. *Delay* /dɪ'leɪ/ (n) = postpónement = sự trì hoãn, sự chậm trễ.

To deláy = to postpóne = trì hoãn.

Ex: They must deláy the flight untíl the wéather impróves.

Họ phải hoãn lại chuyến bay cho đến khi thời tiết tốt đẹp hơn.

Discipline /'dɪsɪplɪn/ (n) = kỷ luật.

To discipline = rèn kỷ luật.

Ex: The teacher dísciplined the class by giving them éxtra hómework.

Thầy giáo đã kỷ luật cả lớp bằng cách cho chúng làm thêm bài ở nhà.

Scenery /'sɪ:nərɪ/ (n) = surróunding views = phong cảnh.

Ex: The scénery in the cóuntryside is green and fresh.

Phong cảnh ở miền quê thì xanh và tươi mát.

For = thuận, ủng hộ.

Agáinst = chống, phản đối.

Overpaid /'əʊvəpeɪd/ (adj) = highly-paid = được trả lương cao ≠ underpaid = trả lương thấp.

Ex: I think she's *overpaid* for the little she does.

Tôi nghĩ cô ta được trả lương quá hậu so với việc cô ta làm quá ít.

Illegal /ɪ'lɪ:gl/ (adj) = agáinst the law (bất hợp pháp) # légal (hợp pháp).

Ex: That guy was arrésted for the *illégal* sale of wéapons.

Gã đó đã bị bắt về tội buôn bán vũ khí bất hợp pháp.

In bad shape /ʃeɪp/ = in bad condítion = trong tình trạng xấu, xuống cấp.

Ex: Due to lack of repáir and máintenance most of the apártment búildings in the city are *in bad shape*.

Do thiếu sửa chữa và bảo trì, phần lớn các tòa nhà chung cư trong thành phố đều bị xuống cấp.

Fattening /'fætənɪŋ/ (adj) = prepáred with much fat = chế biến quá béo, ngậy.

to fátten = ① to make fat = vỗ béo.

② to bécome fat = mập mạp.

Ex: - They try to *fatten* their pigs for sale.

Họ cố vỗ béo bầy heo để bán.

- Those pigs are *fattening* up nicely.

Những con lợn ấy trở nên béo tốt trông thấy.

To maintáin /meɪn'teɪn/ = to keep in good condítion = bảo trì, duy trì. Maintenance /'meɪntənəns/ (n) = sự bảo trì, sự duy trì.

Ex: Toll fees must be paid for the *maintenance* of roads.

Thuế cầu đường phải được đóng để bảo trì đường xá.

Atmosphere /'ætməsfɪə/ (n) = the air in a cértain place = bầu không khí.

Ex: Móuntain átmosphere is úsually dry and cool.

Không khí miền núi thì thường khô và mát.

Variety /və'raɪɪtɪ/ (n) = dífferent kinds of things = đủ loại.

Ex: That bóokstore sells a *varíety* of mágazines.

Hiệu sách đó bán đủ loại tạp chí.

To outlaw /'əʊtlɔ:/ = to decláre to be illégal = công bố là bất hợp pháp, gạt ra ngoài vòng luật pháp. Óutlaw (n) = kẻ sống ngoài vòng pháp luật.

Ex: If you óutlaw guns, then only óutlaws will have guns.

Nếu bạn gạt súng ống ra ngoài vòng pháp luật thì lúc đó chỉ có bọn sống ngoài vòng luật pháp mới có súng ống.

To defend /dɪ'fend/ = to protéct from harm = bảo vệ, phòng thủ.

Ex: She has to take a stick with her agáinst dogs.

Bà ta phải đem theo gậy để tự vệ chống lại chó.

Defénce (n) = fighting agáinst attáck = sự tự vệ.

Ex: They have fought brávely in defénce of their cóuntry.

Họ đã chiến đấu dũng cảm để bảo vệ đất nước của họ.

To commit /kə'mɪt/ = to do sómething bad = phạm tội.

Ex: That guy commítted a múrder.

Gã ấy phạm tội sát nhân.

Accidental injury /,æksɪ'dentl 'ɪndʒərɪ/ (n) = thương tích do tai nạn.

Ex: Playing fire-cráckers during the Lunar New Year may cause *accidéntal ínjuries* to others.

Chơi pháo trong dịp Tết Âm lịch có thể gây tai biến cho người khác.

Panel discussion /'pænl dɪ'skʌʃn/ = cuộc hội thảo (trên đài phát thanh, truyền hình).

BÙI QUANG ĐÔNG

BÀI 9

Kế đó thì anh ta đã làm gì nào?

Chủ bút:	Anh đã xem qua cái đơn xin việc này chưa nào?
Người tuyển mộ:	Ý ông muốn nói đơn do Colson gửi đến phải không ạ?
	Vâng, tôi mới vừa đọc xong.
Chủ bút:	Anh ta đã từng làm báo chưa vậy?
Người tuyển mộ:	Chưa, chưa hẳn là có ạ, nhưng anh ta vẫn thường làm biên tập cho một tạp chí lúc anh ta còn ở đại học ạ.
Chủ bút:	Ờ, khoản đó sát lắm đấy. Vậy sau khi lấy bằng B.A rồi thì anh ta đã làm gì nào?
Người tuyển mộ:	Dạ sau khi học xong đại học thì anh ta đã sang Thái Lan ạ.
Chủ bút:	Ồ vậy à?- Anh ta sang đó làm gì?

❑ VOCABULARY & WORD ENRICHMENT:

To edit /'edɪt/: làm biên tập (để xuất bản); sửa bài (gửi tòa báo)

Ex: He édits a lócal newspaper.
Ông ta làm biên tập cho một tờ báo ở địa phương.

Edition /ɪ'dɪʃn/ (n): ấn bản; lượng phát hành

Ex: - Students tend to buy pócket edítions.
Học sinh có khuynh hướng muốn mua những ấn bản loại bỏ túi.
- This book is a revísed edition.
Quyển sách này là ấn bản đã được hiệu đính lại.

Editor /'edɪtə/ (n): biên tập viên, chủ bút
Editor - in - chief = tổng biên tập.

Close /kləus/ (adj) : thórough, détailed, concíse: xác thực, rõ rệt, chi tiết, cụ thể.

Ex: The last witness's statement seemed very close.
Lời khai của nhân chứng sau cùng đã có vẻ rất cụ thể.

B.A. = Bachelor of Art = văn bằng tốt nghiệp đại học (Hoa kỳ)

Corps /kɔː/ (n) = group of people invólved in a partícular actívity = đoàn.

Ex: They are members of the diplomátic corps.
Họ là các thành viên của ngoại giao đoàn.

Article /'aːtikl/ (n) = ① a piece of writing: một bài báo; ② thing (vật dụng)

Ex: - I've just read an interesting árticle abóut Aids - like condítion.
Tôi vừa mới đọc một bài báo hay nói về tình trạng bệnh giống như Sida.
- The articles found in the car helped the police idéntify the dead body.
Những vật dụng được tìm thấy trong ô tô đã giúp cảnh sát nhận dạng được xác chết.

Freelance /'friːlaːns/ (n): indepéndent writer, journalist, artist... who earns his living by selling work to several employers = cộng tác viên cho tòa báo, nhà xuất bản, hoặc một cơ sở dịch vụ (also: fréelancer)
To fréelance = làm "sổ", làm cộng tác viên.

Ex: He's fréelanced for some newspapers
Anh ta đã cộng tác với vài tờ báo.

To contact /kən'tækt/ : to get in touch with s/b (by phone or letter) = tiếp xúc với ai.

Ex: Where can I contáct you tomórrow?
Ngày mai thì tôi có thể tiếp xúc với ông ở đâu?

Contact /'kɒntækt/ (n)= meeting (việc gặp gỡ, tiếp xúc); touching (sự va chạm)

Ex: - I have few cóntacts with her though we work in the same building.
Tôi ít tiếp xúc với cô ta, mặc dù chúng tôi làm việc chung cũng một tòa nhà.
- The cóntact of the two eléctric wires

caused the fire.

Sự va chạm của hai sợi dây điện đã gây ra đám cháy.

To arrange /ə'reɪndʒ/ = ① to órganize = sắp xếp, lo liệu; to prepáre = chuẩn bị.

Ex: We will arránge a meeting for next week.

Chúng tôi sẽ dàn xếp một buổi họp vào tuần tới.

② to put in órder, to make tidy = sắp xếp cho có trật tự, ngăn nắp.

Ex: She arránged all her things before going on vacátion.

Bà ta sắp xếp mọi thứ cho ngăn nắp trước khi đi nghỉ mát.

Arrangement /ə'reɪndʒmənt/ (n) = preparátion, putting in order = sự thu xếp, lo liệu.

Ex: - She's respónsible for all the travel arrangements.

Cô ta chịu trách nhiệm về việc lo liệu (thủ tục) cho các chuyến đi.

- Her flower arrángement won first prize.

Việc cắm hoa của cô ấy đã đoạt giải nhất

To reserve /rɪ'zɜ:v/ = to book (giữ chỗ, vé trước); to keep for a spécial use (dành riêng)

Ex: She resérved two tables at the Emperor's for tonight.

Cô ta đã đặt trước hai bàn (tiệc) ở nhà hàng Hoàng đế tối hôm nay.

Ex: The farmer resérved some of the corn to use as seed.

Bác nông dân đã dành lại ít ngô để làm giống.

Reservation /,rezə've ɪ ʃn/ (n) = resérved seat or ticket (chỗ hay vé đặt trước); booking = việc giữ chỗ trước.

Ex: I think we'd better make room rever-vations at that hotel now.

Tôi nghĩ tốt hơn là mình nên đặt phòng trước ở khách sạn đó từ bây giờ.

To cancel /'kænsl/ = to cross out = gạch bỏ; to abólish = hủy bỏ.

Ex: - Our excúrsion had to be cáncelled becáuse of the storm.

Chuyến du ngoạn của chúng tôi phải bị hủy bỏ vì trận bão.

- We decíded to cancel the cóntract because of their breach.

Chúng tôi đã quyết định hủy bỏ hợp đồng vì sự vi phạm của họ.

Cancellation /,kænsə'leɪʃn/ (n) = abolítion = sự hủy bỏ.

Ex: The cancellátion of that próject was due to shortage of expénditure.

Việc hủy bỏ dự án đó là do việc thiếu hụt kinh phí.

To pack /pæk/ = to put things into a bag or suitcase, box = đóng gói, hộp; xếp đồ đạc vào va li.

Ex: Have you packed (up) your things yet?

Mày đã sắp xếp hành lý của mày xong chưa?

Packing (n) = việc đóng gói, bao bì.

Packer (n) = người, máy đóng gói bao bì.

Package /'pækɪdʒ/ (n) = gói·hàng.

Packaged (adj) = trọn gói.

Ex: That tourist office fréquently órganizes páckaged tours

Cơ quan du lịch đó thường xuyên tổ chức các chuyến du lịch trọn gói

To inform /ɪn'fɔ:m/ = to nótify = thông báo.

Ex: Have you infórmed the lándlady of your inténded depárture?

Chị đã thông báo cho bà chủ nhà biết về chuyến đi dự trù của chị chưa?

Informátion (n) = thông tin, lời thông báo

Infórmant (n) = người thông báo.

31

Infórmative (adj) - chỉ dẫn thông tin

Ex: You can recéive a copy of that infórmative pámphlet from any tóurist ágency.

Bạn có thể nhận được một bản của quyển chỉ dẫn thông tin đó ở bất kỳ một hãng đại lý du lịch nào.

Habitual /hə'bɪtʃuəl/ (adj) = ① cústomary = theo thói quen, ② régular, úsual (thông thường, quen thuộc)

Ex: - She's a habitual movie - goer.

Nàng là dân ghiền đi·xem xi nê.

- That's his habitual seat in the coffee shop.

Đó là chỗ ngồi quen thuộc của hắn trong quán cà phê.

Habit /'hæbit/ (n) = cústom, práctice (tập quán); úsual beháviour (thói quen)

Ex: - It's all right to bórrow money occásionally but don't let it becóme a hábit.

Thỉnh thoảng mà vay tiền thì không sao, nhưng đừng để nó trở thành một thói quen.

- She only does it out of hábit.

Nàng làm như vậy chỉ vì thói quen thôi.

To fall (get) into the habit of doing s/th = nhiễm thói quen.

≠ To break oneself of a habit = từ bỏ một thói quen

Ex: She falls into the habit of switching on the cassette - player as soon as she gets home.

Nó nhiễm thói quen mở máy cát xét khi vừa về đến nhà.

To get out of the hábit of doing s/th = bỏ thói quen.

Ex: I've got out of the habit of drinking a glass of wine during meal.

Tôi đã bỏ cái thói quen uống một ly rượu vang trong bữa ăn.

To recruit /rɪ'kruːt/ = to get new employees

= tuyển dụng; to get new soldiers = tuyển mộ tân binh

Ex: We've just recrúited ten new salesclerks

Chúng tôi vừa tuyển dụng mười nhân viên bán hàng mới.

Recrúit (n) = nhân viên mới tuyển, tân binh

Ex: The recrúits were íssued uniforms

Các tân binh đã được cấp phát đồng phục.

Recrúiter (n) = viên chức tuyển dụng.

To belong to /bɪ'lɒŋ/ = to be the próperty of = thuộc về ai, thuộc quyền sở hữu của ai.

Ex: Who does that stréamlined car belóng to?

Chiếc ô tô dáng thon kia thuộc quyền sở hữu của ai vậy?

Democrat /'deməkræt/ (n) = Đảng viên, cổ động viên cho Đảng Dân Chủ (Hoa Kỳ)

≠ Repúblican (n) = Đảng viên, cổ động viên cho Đảng Cộng Hòa (Hoa Kỳ)

Part-time job = công việc làm nửa buổi.

≠ Full - time job = công việc làm cả ngày.

Reuníon /rɪ'juːnɪən/ (n) = buổi đoàn tụ, họp mặt

Ex: The Lunar New year is a good occásion for a fámily reúnion.

Năm mới âm lịch là một dịp tốt để họp mặt dòng họ.

To reunite /rɪːjuː'naɪt/ = to meet togéther agáin = đoàn tụ lại.

Ex: They have just reuníted after long years of separátion.

Họ đã đoàn tụ lại với nhau sau bao năm dài xa cách.

Med school = Medical school = trường Y.

Incredible /ɪn'kredəbl/ (adj) = unbelíevable = không thể nào tin được.

Ex: - What an incrédible story!

Thật quả là một câu chuyện khó tin!

- She earns an incrédible amóunt of money.

Cô ta đã kiếm được một món tiền khó mà tưởng tượng được

incrédibly (adv) = extrémely = cực kỳ; amázingly = đáng ngạc nhiên.

Ex: - How can they stand such incrédibly hot weather in África!

Làm sao họ có thể chịu nổi thời tiết cực kỳ nóng như thế ở châu Phi?

- Incrédibly, no one had ever thought of such a simple idéa befóre.

Thật đáng ngạc nhiên là chẳng ai lại nghĩ ra được một ý kiến giản đơn như thế trước đây.

Guru /'guru:/ (n) = Hindu influéntial teacher = một thầy giáo có tiếng tăm người Bắc Ấn

Balinese dance /ba:lɪ'nɪːz dæns/ (n) = điệu vũ của dân tộc Ba - li (ở phía Đông Đảo Java, Indo.)

Concurrent /kən'kʌrənt/ (adj) = existing at the same time = xảy ra cùng một lúc.

Ex: Her failure in the graduation éxam was concúrrent with her mother's death.

Việc nàng thi trượt kỳ thi tốt nghiệp đã trùng với việc mẹ nàng mất.

Concúrrence (n) = sự trùng lập, sự đồng ý.

Ex: - With your concúrrence, I'll sign the cóntract.

Nếu ông đồng ý, tôi sẽ ký bản hợp đồng.

- They have súffered an unfórtunate concúrrence of disésters.

Họ đã phải gánh chịu hai tai họa giáng xuống cùng một lúc.

concúrrently (adv.) = at the same time = cùng một lượt.

Ex: He was given two prison sentences, to run concúrrently.

Hắn ta đã bị kết hai án tù cùng một lượt.

Scholarship /'skɒləʃɪp/ (n) = grant of money to a student = học bổng.

Ex: He was given a schólarship to atténd the univérsity.

Anh ta được cấp một học bổng để theo học ở đại học.

Scholar /'skɒlə/ (n) = a person of great learning = học giả.

Ex: Chu Van An was respécted as a great scholar.

Chu văn An được tôn làm một học giả đại tài.

To be black and blue = to be bruised = bị bầm dập.

To be beaten black and blue = to be beaten until someone is covered with bruises = bị đánh thâm tím người.

Ex: The youngman was beaten black and blue by a group of hooligans.

Chàng thanh niên đã bị một toán du đãng đánh thâm tím mặt mày.

Comment /'kɒment/ (n) = lời bàn, lời bình luận.

Ex: The scándal caused a lot of comment.

Vụ gây tai tiếng đã gây ra lắm lời bàn tán.

To cómment = to give one's opínion = bình luận.

Ex: Everybody cómmented abóut your behávious.

Mọi người đều bàn tán về cách xử sự của mày.

Commentary /'kɒməntrɪ/ (n) = lời bình luận.

Ex: I úsually lísten to the bróadcast cómmentary of football matches.

Tôi vẫn thường nghe bình luận bóng đá trên đài.

Economics /ˌɪːkə'nɒmɪks/ (n) = môn kinh tế học.

✳

33

BÀI 10

Linh tinh

1. Vòng quanh thế giới:

Một sinh viên nước ngoài đang nói chuyện với bạn về những phong tục và cách xử thế ở nước bạn. Hãy trả lời những câu hỏi và giải thích xem điều gì hợp lý.

Hãy bắt đầu như thế này:

A. Tôi có thể hỏi bạn vài câu hỏi về đất nước bạn không ạ?

B. Tất nhiên, bạn cứ hỏi.

A. Ờ, trước hết thì có được không nếu tôi . . . . . ?

tôi có nên

tôi có cần phải

Học viên B có thể trả lời như vầy:

Vâng, tất nhiên rồi. Đó là điều mà chúng tôi

vẫn thường   làm.

vẫn hay

Vâng công việc ấy cũng được, nhưng . . .

Ờ, tốt hơn hết là đừng nên, bởi vì . . .

Ờ, điều đó cũng còn tùy thôi ạ. Nếu . . . . thì . . .

Ờ, thông thường thì chúng tôi . . . .

Hỏi về những điều này:

● Khi tôi đến thăm người ta để dùng cơm tối

. . . . bắt tay khi được giới thiệu.

. . . . nhận một món quà nhỏ.

. . . . gọi ông chủ và bà chủ nhà bằng tên tục của họ.

. . . . mặc quần "dzin"

● Khi tôi ở trong lớp

. . . gọi thầy giáo là "professor" (giáo sư)

. . . . nêu các câu hỏi trong suốt bài giảng.

. . . . nhờ các sinh viên khác giúp đỡ.

. . . . biếu thầy (cô) giáo của tôi một món quà vào cuối học kỳ.

● Khi tôi bắt đầu tìm hiểu người ta.

. . . . hỏi về công ăn việc làm của họ.

. . . . lương bổng

. . . . việc học hành

. . . . những quan điểm về chính trị.

. . . . tôn giáo

. . . . tuổi tác.

★

❏ VOCABULARY & WORD ENRICHMENT:

Appropriate /ə'prəuprɪeɪt/ (adj) = próper (thích đáng)

Ex: Sports clothes are not apprópriate for the meeting.

Quần áo thể thao không thích hợp cho buổi họp.

appropriateness (n) = sự thích hợp.

apprópriately (adv) = một cách thích đáng

To apprópriate = ① to resérve for: dành riêng cho; to take posséssion of: chiếm hữu.

Ex: - The city apprópriated expénditure for a new children's cúltural centre.

Thành phố đã dành kinh phí cho một trung tâm văn hóa thiếu nhi mới.

- After the boy's parents died, an uncle apprópriated his inhérited próperty.

Sau khi bố mẹ đứa bé đã mất, một người chú đã chiếm hữu tài sản thừa kế của nó.

To depénd on = to relý on = dựa vào, tùy thuộc vào

Ex: Children must depénd on their parents for food and clothing.

Trẻ con phải sống dựa vào bố mẹ của chúng về vấn đề ăn mặc.

Depéndent (adj & n) = người sống dựa vào người khác

Depéndence (n) = sự lệ thuộc ≠ **Independence** = sự độc lập

Ex: You should find a job and end your dependence on your parents.

Anh nên đi tìm một việc làm và thôi sống nhờ vào bố mẹ anh đi.

Depéndable (adj) = relíable = có thể tin cậy được

Ex: She is a depéndable assístant.

Cô ta là một trợ lý đáng tin cậy.

To get to = ① to begín to = bắt đầu.

Ex: He got to thinking that she perháps wouldn't come after all.

Anh ta đã bắt đầu có ý nghĩ rằng có lẽ rốt cuộc nàng sẽ không đến đâu.

② (with somebody) = to annóy = gây phiền hà

Ex: Her cónstant nagging is begínning to get to him.

Việc cằn nhằn liên tục của bà ta bắt đầu khiến cho ông ta thấy bực mình.

Call-in (adj) = súmmoned for consultátion = được mời đến để hội ý.

to call in = to request the answer = yêu cầu giải đáp

Panel /'pænl/ (n) = group of persons chosen to take part in a discússion, quiz ... with an audience = nhóm hội thảo, nhóm tham gia tiết mục đố vui.

Fictitious /fɪk'tɪʃəs/ (adj) = unréal = tưởng tượng, hư cấu.

Ex: All the places and cháracters in this nóvel are entírely fictítious.

Tất cả địa danh và tên nhân vật trong quyển tiểu thuyết này đều hoàn toàn là tưởng tượng.

Talented /'tæləntɪd/ (adj) = gifted = có thiên khiếu

Ex: Beethoven was a tálented musícian.

Beethoven là một nhạc sĩ thiên tài.

Talent /'tælənt/ (n)=spécial abílity = thiên khiếu

Ex: Picasso was a painter of great tálent

Picasso là một họa sĩ thiên tài.

To submit /səb'mɪt/ = nộp, trình; qui phục

Ex: - She's just submitted her claim to court.

Bà ta mới vừa nộp đơn khiếu nại lên tòa

- We never submit to our enemy.

Chúng tôi chẳng hề bị khuất phục trước kẻ thù.

Submission (n) = việc đệ nạp, việc qui phục.

Ex: - Some parents want their children to show complete submission to their wishes.

Một số bậc cha mẹ muốn con cái họ phải chịu qui thuận hoàn toàn theo ước muốn của họ.

- Your submission of the application form must not be later than Oct. 10th.

Việc nạp đơn của bạn không được để quá ngày 10 tháng 10.

To snore /snɔ:/ = to breathe noisily while sleeping = ngáy // snoring (n) = tiếng ngáy.

Ex: - Does his snoring bother you?

Tiếng ngáy của anh ta có làm phiền chị không?

- Do you often snore in your sleep?

Anh có thường ngáy trong giấc ngủ không?

To keep somebody awake = làm cho ai tỉnh giấc.

Ex: The heavy rain kept all of us awake in the night.

Cơn mưa lớn đã làm mọi người trong chúng tôi thức giấc trong đêm.

To disturb /dɪ'stɜ:b/ = to bother = gây phiền hà.

Ex: The doctor is busy, you should not disturb him.

Bác sĩ đang bận, bạn không nên quấy rầy ông ta.

Disturbing (adj) = bothering = gây bực mình.

Ex: I couldn't stand that disturbing noise.

Tôi không thể nào chịu nổi cái tiếng ồn khó chịu đó.

Disturbance (n) = sự náo động, sự quấy rầy, kẻ quấy rầy, sự gây nhiễu (sóng).

Ex: - The teacher told him to leave as he was a disturbance to the other students.

Thầy giáo đã bảo hắn ra ngoài vì hắn là kẻ quấy rầy những học sinh khác.

- There were many political disturbances in the world in the past few years.

Trong vài năm qua có nhiều xáo trộn về mặt chính trị trên thế giới.

Bald /bɔ:ld/ (adj) = hairless = hói đầu; dull, boring (buồn tẻ, tẻ nhạt).

Ex: His head has become bald since he was thirty.

Đầu ông ta đã trở nên hói từ lúc ông ta mới 30 tuổi.

Ex: He has a bald style of writing.

Ông ta có một bút pháp tẻ nhạt.

Thin on top = bald = hói

Ex: - He's getting rather thin on top. (= He's starting to go bald).

Ông ta bắt đầu hói.

Tense (adj) = strained = căng thẳng.

Ex: - My nerves were tense from waiting.

Thần kinh của tôi đã căng thẳng vì đợi chờ.

- There was a tense atmosphere in the meeting.

Bầu không khí trong phòng họp rất là căng thẳng.

To tense = to strain, to stretch = gây căng thẳng

Ex: - Alcohol may tense your nerves.

Rượu có thể làm cho thần kinh của bạn căng thẳng.

To relax /rɪ'læks/ = to make less tense = làm thư giãn; to rest from work = xả hơi.

Ex: - His feeling relaxed now.

Bây giờ thì tinh thần của anh ta đã thư giãn.

- Let's stop working and ralax for an hour.

Chúng ta hãy ngừng công việc và nghỉ xả hơi trong một tiếng đồng hồ đi.

Relaxation /rɪ:læk'seɪ∫n/ (n) = việc thư giãn, xả hơi, thú tiêu khiển.

Ex: Fishing is my relaxátion.

Câu cá là thú tiêu khiển của tôi.

Uptight /ʌp'taɪt/ (adj) = nérvously tense = căng thẳng thần kinh.

Ex: He gets uptight abõut the resúlt of the exam he's just taken.

Anh ta trở nên căng thẳng chờ đợi kết quả kỳ thi mà anh vừa tham dự

To give up = to quit = từ bỏ, cai.

Ex: You'd better give up drinking if you don't want to die of cirrhósis.

Tốt hơn anh nên bỏ rượu nếu anh không muốn chết vì sơ gan.

Ingredient /ɪn'grɪdɪənt/ (n) = one of the parts of a mixture = thành phần cấu tạo.

Ex: Flour is one of the ingrédients needed to make a cake.

Bột mì là một trong những thành phần cấu tạo cần để làm một chiếc bánh.

Instruction /ɪn'strʌk∫n/ (n) = diréction, indicátion = lời chỉ dẫn

Ex: Please read these instrúctions for use cárefully before fúnctioning the VCR.

Xin hãy đọc kỹ lời chỉ dẫn cách xử dụng trước khi điều khiển đầu máy Video.

To instrúct = to diréct (chỉ dẫn); to teach (dạy); to order = ra lệnh.

Ex: - The doctor instrúcted me to stay in bed for three days.

Bác sĩ đã ra lệnh cho tôi nằm nghỉ trong ba ngày.

- He instrúcted the students in biólogy.

Ông ta đã dạy học sinh môn sinh vật.

Instrúctor (n) = teacher (thầy giáo); trainer (huấn luyện viên).

Survey /'sɜ:veɪ/ (n) = study giving a géneral view of the whole of a subject = việc thăm dò ý kiến.

Ex: The súrvey shows a need for more houses.

Cuộc thăm dò ý kiến cho thấy có nhu cầu xây dựng thêm nhà ở.

To survey /sə'veɪ/ = to exámine = xem xét, khảo sát

Ex: He stood on top of a lofty building and survéyed the surróunding área.

Ông ta đứng trên nóc của một tòa cao ốc và quan sát khu vực chung quanh.

Survéyor (n) = người quan sát, thăm dò, đo đạc đất đai.

Make /meɪk/ (n) = hiệu

Ex: What make is your car?

Xe ôtô của bạn hiệu gì vậy?

To run for political office = tham gia tranh chức (về mặt chính trị); tham chính.

Ex: Who are running for the présidency in the United States?

Những ai đang tranh chức tổng thống ở Hoa kỳ vậy?

Forcefully /'fɔːsfəlɪ/ (adv) = 'powerfully = một cách mạnh mẽ, sôi động.

Ex: They have árgued fórcefully agáinst each other.

Họ đã tranh cãi với nhau kịch liệt.

Forceful (adj) = pówerful = mạnh mẽ, kịch liệt.

Ex: He made a fórceful criticism agáinst his oppónent.

Ông ta đã chỉ trích mạnh mẽ đối phương của mình

- To bring up = to put forward = Đưa ra, trình bày

Ex: These are mátters that you can bring up in committee

Đây là những vấn đề mà anh có thể trình ra trước ủy ban.

- Energy /'enədʒɪ/ (n) = năng lượng; sức mạnh

Ex: Sunlight and electricity are both forms of énergy.

Ánh nắng và điện là hai dạng năng lượng

Energetic /'enə'dʒetɪk/ (adj) = full of énergy (đầy năng lượng); áctive (ham hoạt động, có nghị lực).

Ex: He's an energétic worker.

Ông ấy là một công nhân năng nổ.

Poverty /'povətɪ/ (n) = condition of being poor = sự nghèo đói, khô cằn

Ex: - The póverty of his fámily made it impóssible for him to go to school.

Sự túng bấn của gia đình đã khiến anh ta không thể đi học được.

- The poor crops were due to the póverty of the soil.

Hoa màu thiếu kém là do bởi đất đai cằn cỗi.

To strengthen /'streŋθn/ = to make or becóme stronger = tăng cường, làm cho cứng, vững.

Ex: This spécial shampóo will súrely strengthen your hair.

Loại dầu gội đầu đặc biệt này chắc chắn sẽ làm cho tóc của bạn cứng lên.

- Defense /dɪ'fens/ = ① resistance agáinst attáck = sự phòng vệ.

Ex: The army's defénse of the city was succéssful.

Sự phòng thủ thành phố của quân đội rất hữu hiệu.

② árgument in suppórt of one's actions = lời hỗ trợ

Ex: The Prime Minister gave a speech in defénse of his pólicies

Vị Thủ tướng đã đọc bài diễn văn

hỗ trợ cho các chính sách của ông.

To defénd = to protéct, to keep safe = phòng vệ, to speak in fávor of something = bào chữa.

Ex: - The dog defénded its master from harm.

Con chó đã bảo vệ chủ nó khỏi bị hại.

- He wrote a letter to the néwspaper deféndng his actions.

Ông ta đã viết một bức thơ gửi cho báo để bào chữa cho những hành động của mình.

Compulsory /kəm'pʌlsərɪ/ (adj) = oblígatory = cưỡng bách

Ex: Is English a compúlsory súbject in the examinátion?

Môn tiếng Anh có phải là một môn thi bắt buộc không?

Compulsion /kəm'pʌlʃn/ (n) = obligátion = sự bắt buộc

Ex: You need feel under no compúlsion to accépt it.

Cô không cần phải chấp nhận điều đó một cách bắt buộc đâu.

To ban /bæn/ = to forbíd, to prohíbit = cấm đoán

Ex: The sale of liquor to children is banned.

Việc bán rượu cho thiếu nhi bị cấm đoán.

ban (n) = prohibítion = sự cấm đoán, bảng cấm.

Ex: There is a ban on smoking in the theatre.

Có một bảng cấm hút thuốc trong rạp hát.

Nuclear /'njuːklɪə/ (adj) = of a núcleus = thuộc về hạch nhân; nguyên tử.

Ex: Nuclear energy is used in some powerful countries to generate electricity.

Nguyên tử năng được xử dụng ở một

vài cường quốc để phát điện.

Nucleus /'nju:klɪəs/ (n) hạt nhân, phần trung tâm.

Women's liberátion (n) = việc giải phóng phụ nữ.

To liberate /'lɪbəreɪt/ = to set free = giải phóng, phóng thích.

Ex: Many prísoners were liberated by the góvernment on the occásion of the Nátional Day.

Nhiều tù nhân được nhà nước phóng thích nhân dịp lễ Quốc khánh.

- *Death penalty* /'deθpenltɪ/ (n) = án tử hình

Penalty /'penltɪ/ (n) = púnishment for breaking the law = hình phạt.

Ex: The máximum pénalty for this crime is ten years' imprísonment.

Hình phạt tối đa cho tội này là mười năm tù.

Pénalty kick = cú đá phạt đền.

Ex: The home team scored a goal by a pénalty kick.

Đội bóng nhà đã ghi được một bàn thắng bằng cú đá phạt đền.

BÀI 11

Cô dự định sẽ làm gì?

Cố vấn:	Cô dự định sẽ làm gì sau khi cô tốt nghiệp phổ thông hả Jenny?
Jenny:	Ồ, em dự định sẽ lên đại học ạ.
Cố vấn:	Ừ. Thế cô dự tính sẽ theo học ngành nào vậy?
Jenny:	Em đang nghĩ đến việc sẽ theo ngành Hóa là chính.
Cố vấn:	Ừ, ngành ấy hay đấy. Thế còn cậu thì sao hả Mike?
Mike:	Em hy vọng sẽ được sang châu Âu.
Cố vấn:	Ồ thế hả? Vậy cậu định sẽ làm gì ở bên đó?
Mike:	Ồ, em chỉ nghĩ đến việc sẽ đi du lịch khắp đó đây một phen.
Cố vấn:	Cậu may mắn đấy nhé! Còn Grey, cậu tính là cậu sẽ làm gì nào?
Grey:	Dạ em tính lên đại học, nhưng có thể sẽ phải hoãn lại việc ấy và thay vào đó em tìm một công việc làm. Lúc này em không có tiền.
Cố vấn:	Ừ, tôi hiểu ý cậu rồi. Thời buổi này tiền bạc khó kiếm lắm. Thế còn cô thì sao hả Sally?
Sally:	Ơ, nếu như em nhận được một học bổng, em sẽ theo học ngành kiến trúc tại Nữu Ước.
Cố vấn:	Còn nếu như không nhận được thì sao?
Sally:	Dạ lúc đó thì em nghĩ là em cũng sẽ phải tìm một công ăn việc làm thôi.

❏ VOCABULARY & WORD ENRICHMENT:

To Postpone /pəʊst'pəʊn/ = to deláy = trì hoãn.

Ex: They postpóned their jóurney becáuse
of bad weather.

Họ đã hoãn lại cuộc hành trình vì
thời tiết xấu.

Postpónement (n) = deláy = việc trì hoãn.

Ex: Heavy rain caused the postpónement
of the match.

Mưa lớn đã gây ra việc đình hoãn
trận đấu.

- *Tight* /taɪt/ (adj) = not easy to earn =
khó kiếm (tiền).

Ex: Money seems very tight nówadays.

Dạo này tiền bạc có vẻ rất khó kiếm.

- *To make up' one's mind* = to decíde =
quyết định.

Ex: 'Have you made up your mind where
to go for your vacátion?

Bạn đã quyết định đi nghỉ mát ở
đâu chưa?

- *Take it easy* (collóquial) = Don't worry! =
đừng lo âu mà chi!; Just reláx and forget
everything = hãy quẳng gánh lo đi.

Ex: Take it easy, man! and let God dispóse
éverything for you.

Hãy quẳng gánh lo đi ông bạn ơi và
hãy phó mặc cho Thượng Đế.

college-bound /'kɒlɪdz-baʊnd/ (adj) = có ước
muốn theo học ở đại học.

Senior /'sɪːnɪə/ (n) = Học sinh các lớp cao.

That sounds like fun = Việc ấy có vẻ lý
thú đấy.

Possibility /'pɒsə'bɪlətɪ/ (n) = líkelihood =
Việc khả dĩ.

Ex: Is there any possibílity that I'll see
you this weekend?

Liệu có thể nào anh sẽ được gặp em
vào cuối tuần này không?

Póssible (adj) = that can be done = có thể
≠ impóssible = không thể.

Ex: Are you insúred agáinst all póssible
risks?

Anh có được bảo hiểm chống lại mọi
rủi ro có thể xảy ra không?

Grade /greɪd/ (n) = Lớp (Hoa Kỳ); bậc lương.

Ex: My daughter is now in the twelfth
grade.

Con gái tôi đang học lớp 12.

His sálary grade is five = Anh ta đang
hưởng lương bậc 5.

Charcoal Broiled Shell Steak = Bí tết nướng
vỉ than.

Tailed flounder /'teɪld flaʊndə/ (n) = Một
loài cá biển.

Súcculent fílet of físh = Cá nạc (không
xương) ngon.

Trout /traʊt/ (n) = Cá Hồi sông

Filling (n) = Chất phụ gia để nhồi vào gà,
vịt, cá...

BÙI QUANG ĐÔNG

BÀI 12

Chị có nghe chuyện gì đã xảy ra không?

Beth:	Chị có nghe chuyện anh Ron đã nằm viện chưa nào?
Mini:	Ồ, thật vậy sao? Anh ta đau ốm làm sao vậy?
Beth:	Anh ấy lên cơn sốt rất cao. Tôi độ là anh ấy ốm nặng lắm cơ. Có thể đó là chứng bệnh thổ tả.
Mini:	Bệnh thổ tả à! Làm thế quái nào mà anh ta lại mắc chứng bệnh đó

	được cơ chứ?
Beth:	Anh ấy mới vừa từ Ấn Độ trở về. Hẳn là anh ấy đã mắc chứng bệnh ấy trong lúc còn đang sinh sống ở bên đó.
Mini:	Rõ thật là khổ. Thế anh ta bị lâu chưa vậy?
Beth:	Nghe nói đâu khoảng một hai tuần nay rồi. Nhưng anh ấy chỉ đi khám bác sĩ vào ngày thứ Hai mà thôi.
Mini:	Vì sao mà anh ta lại đợi lâu quá như vậy? Lẽ ra anh ta phải đi khám bác sĩ sớm hơn chứ.
Beth:	Vâng, em biết. Nhưng cũng may anh ấy đã có vẻ đỡ hơn rồi. Các bác sĩ bảo nếu như anh ấy nằm viện khoảng vài tuần lễ thì anh ấy sẽ có khả năng tránh được các biến chứng.
Mini:	Lạy Chúa, em cũng hy vọng như thế.

❏ VOCABULARY & WORD ENRICHMENT

Cholera /ˈkɒlərə/ (n) = Bệnh thổ tả.

Apparently /əˈpærəntlɪ/ (adv) = évidently, cléarly, óbviously = một cách hiển nhiên, rõ ràng; as it seems that = nghe nói.

Ex: - He had appárently escáped by bribing a guard.

Hiển nhiên là hắn đã vượt ngục bằng cách hối lộ một tên lính canh.

Appárently, they're getting divórced.

Nghe nói là họ sắp ly dị nhau.

Apparent /əˈpærənt/ (adj) = évident, clear = rõ ràng, hiển nhiên.

Ex: It became appárent that she márried that oldman on her parents' accóunt.

Điều đó đã trở nên quá rõ ràng là nàng đã lấy lão già ấy để chiều theo ý muốn của bố mẹ nàng.

- *To improve* /ɪmˈpruːv/ = to becóme better = khả quan.

Ex: Thanks to their fináncial aids, his health is impróving.

Nhờ có sự giúp đỡ của họ về mặt tài chánh, sức khỏe của anh ta rất khả quan.

Improvement /ɪmˈpruːmənt/ (n) = Sự cải tiến.

Ex: This year's car is an impróvement on last year's módel.

Chiếc xe sản xuất năm nay là kiểu cải tiến từ kiểu xe sản xuất năm ngoái.

Complications /ˈkɒmplɪˈkeɪʃns/ (n) = new illness that makes treatment more dífficult = Biến chứng.

Ex: Complications set in and the patient died.

Các biến chứng đã bắt đầu bộc phát và bệnh nhân đã chết.

Gee /dʒiː/ (Inter) = Jesus! /ˈdʒiːzəs/ = Chúa ơi! Giê Su 'ma!

Moped /ˈməʊped/ (n) = Xe mô bi lết

To skid /skɪd/ = to slip sideways = Trợt ngang.

Ex: Becáuse the road was so slíppery, the car skidded into the cliff.

Vì đường trơn quá nên chiếc ô tô đã lạc tay lái đâm vào vách núi.

Food póisoning (n) = Nhiễm độc thực phẩm.

To collapse /kəˈlæps/ = to fall down becáuse of illness = Suy xụp, ngã gục.

Ex: She collápsed in the street and died on the way to hóspital.

Bà ta đã ngã gục ngoài phố và chết trên đường đến bệnh viện.

Collápse (n) = fáilure, sudden fall = Sự suy xụp.

Ex: The ecónomy is in a state of collápse.
Nền kinh tế hiện đang trong tình trạng suy xụp.

- Heart attack /ha:t ə'tæk/ (n) = Cơn đau tim.

To slip = to lose one's bálance = Mất thăng bằng, trợt.

Ex: She slipped on a banána skin and broke her arm.
Nàng trợt vô chuối và gẫy tay.

- To choke /tʃəʊk/ = to have dífficulty breathing = Nghẹn.

Ex: She was choking on a piece of meat.
Bà ta bị nghẹn vì ăn miếng thịt.

To choke back = to hold back (tears) = Cầm (nước mắt)

Ex: She choked back her tears and tried to smile.
Nàng cầm nước mắt và cố gượng cười.

To choke up = to come close to crying = nghẹn ngào.

Ex: She choked up but did not cry.
Nàng nghẹn ngào nhưng không khóc.

To injure /'ɪndʒə/ = to hurt = Gây tổn thương.

Ex: He ínjured his arm when he fell.
Ông ta đã bị thương cánh tay khi ngã xuống.

Ínjured (adj) = wounded (bị thương).

Ex: The injured pássengers were taken immédiately to the hóspital.
Các hành khách bị thương được đưa ngay vào bệnh viện.

Injury /'ɪndʒərɪ/ (n) = phýsical harm = Thương tích.

Ex: Excéssive dósage of this drug can resúlt in ínjury to the líver.
Việc dùng quá liều lượng thuốc này có thể gây tổn thương cho gan.

Departure lounge /dɪ'pa:tʃə laʊndʒ/ (n) = Phòng đợi chuyến bay.

To invéstigate /ɪn'vestɪgeɪt/ = to fînd out and exámine in order to obtáin the truth = Điều tra.

Ex: The police are invéstigating the múrder.
Cảnh sát đang điều tra vụ án mạng.

Investigátion /ɪnvestɪ'geɪʃn/ (n) =

Ex: That áccident is súbject to investigátion.
Tai nạn đó cần phải được điều tra.

Invéstigator /ɪn'vestɪgeɪtə/ (n) = Nhân viên điều tra.

Theft /θeft/ (n) = róbbing, stéaling = Vụ trộm cắp.

Ex: They repórted the theft to the police.
Họ đã báo cáo vụ trộm cắp cho cảnh sát.

To break into = to énter by force = Đột nhập.

Ex: His house was bróken into last week.
Căn nhà của anh ta đã bị đột nhập hồi tuần trước.

Storage /'stɔ:rɪdʒ/ (n) = place for stóring = Nơi chứa, trữ.

Enclosure /ɪn'kləʊzə/ (n) = Hàng rào vây quanh.

Ex: Wild beasts are kept in enclósures so as to protéct the visitors from being harmed.
Thú dữ được nhốt trong các chuồng có rào vây quanh để du khách không bị hại.

Overhanging /əʊvə'hæŋɪŋ/ (adv) = rủ là đà xuống.

To overháng - overhúng = phủ xuống, rủ xuống.

Ex: The lake was overhúng by willow trees, so it looked so rcmántic at súnset.
Hàng liễu rủ quanh hồ nên hồ trông rất nên thơ vào lúc chiều tà.

To be under renovátion = Đang được chỉnh trang.

Ex: Those apártment buildings are under renovátion.

Những tòa nhà tập thể đó đang được chỉnh trang.

To renovate /'renəveɪt/ = to restóre s/th to good condition = Chỉnh trang, canh tân.

Ex: This building is rénovated to becóme a modern hotél.

Tòa nhà này được chỉnh trang thành một khách sạn hiện đại.

Sprinkler /'sprɪŋklə/ (n) = device for sending up water = Máy phun nước.

To sprinkle /'sprɪŋkl/ = to scátter water in small drops or párticles = Phun tưới nước.

Ex: The gárdener is sprínkling water on the vegetable beds.

Người làm vườn đang tưới những luống rau.

Patience /'peɪʃns/ (n) = Sự kiên nhẫn.

Ex: With patience and self cónfidence, one can óvercome every difficulty.

Với lòng kiên nhẫn và tự tin, người ta có thể khắc phục mọi khó khăn.

Patient /'peɪʃnt/ (adj) = Kiên nhẫn. ≠ Impátient = không kiên nhẫn.

Ex: He was pátient despíte the long wait.

Chàng đã kiên nhẫn bất kể đợi lâu.

Pile /paɪl/ (n) = heap, mass = đống.

Ex: They put all the wood in a pile.

Họ xếp tất cả chỗ gỗ ấy thành một đống.

To pile (up) = to put in a pile = xếp đống.

Ex: Pile up those books for me please.

Làm ơn xếp những quyển sách ấy lại thành đống cho tôi.

To notify /'nəʊtɪfaɪ/ = to infórm = Thông báo.

Ex: She nótified us that she was going to leave.

Nàng đã thông báo cho chúng tôi rằng nàng sắp ra đi.

Notification /nəʊtɪfɪ'keɪʃn/ (n) = Sự thông báo.

Ex: There have been notifications of AIDS cases in the world in the past few months.

Đã có những thông báo về các ca bệnh Sida trên thế giới trong vài tháng qua.

Air - conditioner /eə kən'dɪʃənə/ (n) = Máy điều hòa không khí.

Air - conditioning (n) = Hệ thống điều hòa không khí.

Air - condítioned (adj) = Có gắn máy điều hòa.

Ex: Is that réstaurant air - conditioned?

Nhà hàng đó có gắn máy điều hòa không?

Disastrous /dɪ'za:strəs/ (adj) = calámitous = tai hại.

Ex: Buying this house was a disástrous thing to us. It was both leaked and flooded, not counting the toilet being stuffed up.

Mua căn nhà này quả là một điều tai hại cho chúng tôi. Nó vừa dột vừa ngập, chưa kể việc nhà cầu bị nghẹt.

Disaster /dɪ'za:stə/ (n) = calámity (tai hại); áccident (tai nạn).

Ex: The epidémic was a disáster for the whole village.

Trận dịch là một tai họa cho cả làng.

Bracelet /'breɪslɪt/ (n) = vòng đeo tay.

To break down = to stop óperating = ngưng hoạt động, hỏng.

Ex: The train couldn't arrive on schédule becáuse it had broken down halfway.

Chuyến xe lửa đã không thể đến được theo lịch trình vì nó đã bị hỏng máy ở giữa đường.

43

A "Know - it - all" = person who behaves as if he knew éverything = Kẻ đa sự, làm ra vẻ cái gì cũng biết.

To put on = ① To add to = Tăng thêm.

Ex: You're putting on weight. You should go on a diet.

Chị đang lên cân đấy. Chị nên ăn kiêng đi.

② To wear = Mặc, đội, mang, đeo, thắt, xức...

Ex: He put on his hat and left the room.

Ông ta đội mũ vào và rời khỏi căn phòng.

③ To preténd to have = Giả vờ

Ex: - Her ínnocence is all put on.

Nàng chỉ giả bộ ngây thơ mà thôi.

- Don't beliéve her. She just puts on an air of ínnocence.

Đừng tin cô ả. Cô ả chỉ làm bộ giả nai mà thôi.

④ To make available = Tạo điều kiện, phương tiện.

Ex: They áre planning to put on éxtra buses during the rush hours.

Họ đang trù tính đưa thêm những chuyến xe buýt vào phục vụ trong những giờ cao điểm.

Legal advice /'liːgl əd'vaɪs/ (n) = Lời khuyên về mặt pháp lý.

Tax returns /tæks rɪ'tɜːnz/ = Tờ kê khai thuế.

BÙI QUANG ĐÔNG

BÀI 13

Bộ phận này để làm gì vậy?

Jerry:	Xin lỗi. Bà có thể chỉ giúp tôi xem cái máy hút bụi này hoạt động như thế nào không ạ?
Người thư ký:	Vâng, tất nhiên.
Jerry:	Bộ phận này dùng để làm gì vậy?
Người thư ký:	Ô, bộ phận đó là để hút đất nhiều ạ.
Jerry:	Tại sao nó lại cohg vậy?
Người thư ký:	Như vậy là để ông có thể thu dọn dưới gầm đồ đạc cho dễ dàng hơn ạ. Hãy để tôi chỉ cho ông xem nhé.
Jerry:	Ồ, tôi thấy rồi. Thế nó có kèm một bao bị đựng đất không ạ?
Người thư ký:	Vâng. Tất nhiên là có ạ.
Jerry:	Và bà thay đổi nó làm sao ạ?
Người thư ký:	Rất là dễ. Trước hết, ông phải biết chắc rằng điện đã được ngắt. Kế đó thì phải ấn cái ngàm này xuống. Nắp đậy đằng sau được rút lên để lấy ra, và sau nữa thì lôi bao đất ra như vầy đây.
Jerry:	Hãy để tôi làm thử xem. Ồ, cũng dễ thôi. Và nó cũng lại rất nhẹ nữa. Nó làm bằng chất gì vậy cơ?
Người thư ký:	Nó làm bằng chất nhựa tổng hợp. Nhưng nó rất là chắc.
Jerry:	Thôi được rồi. Tôi nghĩ tôi mua cái máy này được! Bà có thể giao

❑ VOCABULARY & WORD ENRICHMENT:

Vacuum cleaner /'vækjuəm klɪːnə/ (n) = Máy hút bụi.

To pick up = ① To clean up = Thu dọn, lau chùi; ② To get from = nhặt, lượm; ③ To learn = biết được; ④ To incréase = gia tăng ; ⑤ To become better = tốt hơn; ⑥ To give s/b a lift (ride) in one's car = đón ai.

Ex: - She picked up the office before going home.

Cô ấy thu dọn văn phòng trước khi ra về.

- Pick up that piece of paper on the floor for me.

Hãy nhặt giúp tôi mảnh giấy trên sàn nhà kìa.

- Where did you pick up that piece of information?

Cô biết được mẩu tin đó từ ở đâu vậy?

- The car quickly picked up speed.

Chiếc ô tô đã vội vàng tăng tốc độ.

- We're waiting until the weather picks up a bit.

Chúng tôi đợi cho đến khi thời tiết khá hơn một chút.

- I'll pick you up at six o'clock, OK?

Anh sẽ đến đón em vào lúc sáu giờ, được không nào?

To turn off = to switch off = Tắt (công tắc, nút) ≠ To turn on = to switch on = Bật, mở (công tắc, nút).

To turn up = Vặn (to) lên.

To turn down = vặn (nhỏ) xuống

Clip /klɪp/ (n) = Cái ngàm, cái kẹp, ghim

Ex: Paper clip = kẹp giấy.

To clip = Ghim, kẹp lại.

Ex: - She clips papers together with a paper clip.

Cô ta ghim những tờ giấy vào nhau bằng một cái ghim giấy.

Nail clipper (n) = Cái bấm móng tay.

To deliver /dɪ'lɪvə/ = ① To bring goods to the customer's house = giao hàng tận nhà cho khách; ② To give birth to (a child) = hộ sinh; ③ To give a lecture, speech = đọc diễn văn; ④ to rescue = cứu thoát.

Ex: - Did you deliver my message to my wife?

Anh có giao bức thư của tôi đến tận tay bà xã tôi không?

- Her baby was delivered by her husband because he was an obstetrician.

Chồng bà ta đã đỡ đẻ cho bà ta vì ông ta là một bác sĩ sản khoa.

- He delivered a talk on HIV2 to the med students.

Ông ta đã thực hiện một buổi nói chuyện về HIV2 cho sinh viên y khoa nghe.

- May God deliver you from evil.

Cầu xin Thượng Đế cứu các ngài ra khỏi tai họa.

Delivery /dɪ'lɪvərɪ/ (n) = Sự, lúc giao hàng; việc, thời kỳ hộ sinh; cách phát biểu.

Ex: - Please pay on delivery.

Xin hãy thanh toán tiền vào lúc gi o hàng.

- It was a difficult delivery because

the mother was rather weak.

Việc đỡ đẻ thật khó khăn vì bà mẹ khá yếu.

- His speech was good but his delivery was poor.

Bài diễn văn của ông ta thì hay, nhưng lối diễn đạt thì dở lắm.

To crush /krʌʃ/ = ① To press togéther so as to dámage or change the shape of = làm móp méo.

Ex: - She crushed my hat when she sat on it.

Bà ta làm móp chiếc mũ của tôi khi bà ta ngồi lên nó.

② To break into fine pieces = Nghiền nát ra

Ex: - The machíne crushed the stones into a fine pówder.

Chiếc máy đã nghiền nát những hòn đá thành bột nhuyễn.

③ To deféat complétely = dẹp tan, đập tan.

Ex: - The coup d'état was crushed easily within 24 hours.

Cuộc đảo chánh đã được dẹp tan một cách dễ dàng trong vòng 24 tiếng đồng hồ.

Crush (n) = ① Sự nghiền nát; ② đám đông.

Ex: - We lost sight of each other in the crush of people at the square.

Chúng tôi đã khuất bóng nhau trong đám đông nơi quảng trường.

Garlic /'gɑːlɪk/ (n) = Tỏi.

To slice /slaɪs/ = To cut into slices = Xắt thành lát.

Ex: - Please help me slice the water - melon.

Làm ơn xắt quả dưa hấu thành lát giúp tôi.

Slice (n) = a thin, flat piece of s/th = lát mỏng.

Ex: He ate two slices of papaya.

Hắn đã ăn hai lát đu đủ.

To peel /pɪːl/ = To pull awáy the óuter skin = lột vỏ.

Ex: She is peeling onions in the kitchen.

Bà ta đang lột vỏ hành trong bếp.

Peel (n) = outer skin of s/th = lớp vỏ ngoài.

Ex: They used tangeríne peel to make food.

Họ đã dùng vỏ quít để chế biến thành thức ăn.

To sharpen /'ʃɑːpən/ = to make sharp = mài bén; chuốt, vót nhọn.

Ex: - These knives need sharpening.

Những con dao này cần được mài bén.

- Please have this péncil shárpened for me.

Làm ơn cho chuốt nhọn cây bút chì này giùm tôi.

Sharp /ʃɑːp/ (adj.) = ① bén, sắc ≠ blunt – cùn, lụt.

② Distínct = rõ rệt, nổi bật.

③ Abrúpt = đột ngột

④ Píercing = the thé

⑤ Pricking = đau nhói.

⑥ Harsh = lanh lảnh.

⑦ Clever = tinh thông.

Ex: - The TV picture isn't very sharp.

Hình vô tuyến truyền hình không được "nét" lắm.

- There is a sharp curve in the road ahéad.

Có một khúc quanh đột ngột trên đường phía trước.

- Becáuse of the invásion of the smúggling goods, there is a sharp drop in prices of the doméstic goods.

Vì sự tràn ngập hàng hóa nhập lậu nên giá cả của các mặt hàng trong nước tụt xuống thê thảm.

- A sharp cry in the night kept all of us awáke.

Một tiếng kêu thất thanh trong đêm đã làm tất cả chúng tôi thức

dậy.
- I've got a sharp pain in my chest.
  Tôi bị đau nhói nơi ngực.
- She has a sharp tongue.
  Bà ta có giọng nói lanh lảnh.
- That little boy is very sharp.
  Chú bé kia rất là minh mẫn.

To grind /graɪnd/, ground /graund/ = ① To crush s/th into powder = Nghiền, xay thành bột.

Ex: - We buy coffee beans and grind them ourselves.
  Chúng tôi mua cà phê hột và tự xay lấy.
- You can feed the child with some ground beef.
  Bà có thể cho cháu bé ăn một ít thịt bò xay.

② To make smooth by rubbing hard = mài

Ex: - The oldman makes his living by grinding knives and scissors.
  Lão già sinh sống bằng, nghề mài dao kéo.

Grindstone /'graɪndstəʊn/ (n) = hòn đá mài.
Grinder (n) = máy xay, máy mài.
Knife - grinder (n) = thợ mài dao.

To fast forward /fɑːst 'fɔːwəd/ = lướt băng cho nhanh = to skip

To rewind /rɪ'waɪnd/ = trả ngược băng (để nghe hoặc xem lại) = to review.

To adjust /ə'dʒʌst/ = To make suitable for use = điều chỉnh

Ex: - The body can adjust itself to changes of temperature.
  Cơ thể có thể tự điều hòa để thích nghi với mọi nhiệt độ thay đổi.
- You'll have to adjust yourself to new living conditions.
  Bạn sẽ phải tự điều chỉnh để thích nghi với những điều kiện sinh sống mới.

Adjustment /ə'dʒʌstmənt/ (n) = sự điều chỉnh, bộ phận điều chỉnh.

Ex: - We've made a few minor adjustments to the construction plan.
  Chúng tôi đã thực hiện một số bước điều chỉnh nho nhỏ trong đề án xây dựng.
- This part is the adjustment of height.
  Phần này là phần điều chỉnh chiều cao.

Adjustable /ə'dʒʌstəbl/ (adj.) = có thể điều chỉnh được.

Ex: - You'd better use an adjustable wrench to undo the bolts.
  Tốt hơn là bạn nên dùng một mỏ lết để mở những bù loong.

Feature /'fiːtʃə/ (n) = ① distinctive characteristic = đặc điểm; ② one of the named parts of the face = nét; ③ special article (bài báo đặc biệt); ④ main film = phim chính.

Ex: - Many examples and diagrams are among the special features of this dictionary.
  Nhiều ví dụ và hình vẽ là một phần trong những đặc điểm của quyển tự điển này.
- Her eyes are her most striking feature.
  Đôi mắt của nàng là nét độc đáo nhất (trên khuôn mặt của nàng).
- That magazine will be running a special feature on industrial achievements next week.
  Tạp chí đó sẽ đăng tải một bài báo đặc biệt về những thành tựu trong công nghiệp vào tuần tới.

Ex: - The main feature will be shown after the ads and cartoon.
  Phim chính sẽ chiếu sau các tiết mục quảng cáo và phim hoạt hình.

To feature = to give a prominent part of s/b or s/th = dành vai chính cho ...; to have an important part in = đóng vai trò quan trọng.

Ex: - That film features a new filmstar who was selected beauty Queen last month.

Phim đó dành vai chính cho một ngôi sao điện ảnh mới được chọn làm hoa hậu tháng vừa rồi.

- Does a new job feature in your future plans?

Một công việc làm mới có giữ vai trò quan trọng đối với các dự định trong tương lai của cô không?

mattress /'mætrɪs/ (n) = tấm đệm.

Ex: - Each mattress from our enterprise is sold with a five - years' guarantee.

Mỗi tấm đệm do xí nghiệp chúng tôi bán ra đều có phiếu bảo hành 5 năm.

hunting cap = mũ (lưỡi trai) đi săn.

To come off = ① To be removed = Tháo ra được, tẩy được.

Ex: - Does this knob come off?

Tay nắm này tháo ra được không?

- These stains won't come off.

Những vết dính này sẽ không tẩy đi được đâu nhé.

② (informal) = to take place = Diễn ra.

Ex: - When and where is their wedding coming off?

Đám cưới của họ dự định diễn ra ở đâu và lúc nào?

③ Be successful = Thành công.

Ex: - Her attempt to break the world record in swimming nearly came off.

Dự tính phá vỡ kỷ lục thế giới về môn bơi lội của cô ta gần đạt được rồi.

④ + adverb = to get on, to fare = tiến triển.

Ex: - He is coming off well in the hospital.

Ở trong bệnh viện, (sức khỏe) anh ta đang tiến triển khả quan.

To come off s/th = to fall from s/th = Ngã

Ex: - She came off her bicycle and broke her arm.

Nàng ngã xe đạp và bị gãy tay.

- One button has come off my coat.

Một chiếc cúc đã tuột ra khỏi áo khoác của tôi.

- To come off: (used in the impérative mood) = to stop saying about something that somebody thinks is untrue = đừng nói gì nữa (về điều mà người ta không nắm rõ).

Ex: - Come off it! England don't have a chance of winning the world football championship!

Đừng huênh hoang nữa! Anh Quốc không có một cơ hội nào đạt được chức vô địch bóng đá thế giới đâu.

- To come off a price = sụt, giảm giá.

Ex: - I have heard that one hundred Dongs a litre is coming off the price of petrol.

Tôi nghe nói rằng giá xăng đã giảm xuống mỗi lít một trăm đồng.

Skillet /'skɪlɪt/ (n) = frying pan = chảo, tay cầm

Coating /'kəutɪŋ/ (n) = thin layer or covering = lớp sơn phủ lên mặt.

coated /kəutɪd/ (adj.) = covered with a thin layer = được phủ, bọc.

Ex: - She is always hungry for chocolate - coated waffle.

Cô ta luôn luôn thích ăn bánh phủ sô cô la.

cord /kɔːd/ (n) = sợi dây cáp điện.

To plug /plʌg/ = to fill the socket = cắm vào ổ điện // plug (n) = "phích" cắm điện.

Microphone /'maɪkrəfəun/ (n) = mi- krô.

To connect /kə'nekt/ = To join = nối; to link = liên lạc.

Ex: - Where does the cooker connect with the gas pipe?

Bếp lò nối với ống ga ở chỗ nào

đâu?

Connéction (n) = Sự nối liền, liên lạc.

Level /'levl/ (n) = rate = mức, độ.

To test = to méasure by doing, watching or examining = đo lường mức độ bằng cách thực hiện hoặc kiểm tra.

Ex: - The automobíle tires were tested by driving on a rocky road.
Những vỏ xe ô tô được thử nghiệm bằng cách cho chạy trên một con đường lởm chởm đá.

test (n) = cuộc thử nghiệm, xét nghiệm.

Ex: - The lab technician is making a blood test to find HIV.
Chuyên viên phòng thí nghiệm đang thực hiện một cuộc xét nghiệm để tìm vi rút HIV.
- She left the purse on the table as a test of the maid's hónesty.
Bà ta để chiếc ví đầm trên bàn để thử tính thật thà của người tớ gái.

To press down = nhận, nhấn xuống.

To crack /kræk/ = to break something open = làm vỡ nứt ra, tách ra (làm 2 mảnh).

Ex: - The glass cracked when she put a heavy load on it.
Miếng kính nứt ra khi bà ta đặt một bao nặng lên nó.
- The footballer cracked a bone in his left leg when he fell.
Người cầu thủ bị gẫy một xương bên chân trái lúc anh ta ngã xuống.

Mixture /'mɪkstʃə/ (n) = combinátion = Hỗn hợp.

Ex: - Air is a mixture of gases.
Không khí là một hỗn hợp gồm các chất khí.

To mix /mɪks/ = trộn lẫn.

Ex: - You can mix blue and yellow to make green.
Bạn có thể trộn màu xanh da trời với màu vàng thành màu xanh lá cây.

To fold /fəʊld/ over = to bend over upon itsélf = gấp lại.

Ex: - He folded the néwspaper and put it in his trávelling bag.
Ông ta gấp tờ báo và cho nó vào giỏ xách du lịch của ông.

Fold (n) = nếp gấp.

Ex: - There is a threefold curtain in the living room.
Có một bức màn gấp ba lớp trong phòng khách.

Filter (n) = cái lọc.

Carafe /kə'ræf/ (n) = bình thủy tinh = glass contáiner.

Warming unit /'wɔ:mɪŋ jʊ:nɪt/ (n) = bộ phận hâm nóng.

Control switch /kən'trəʊl swɪtʃ/ (n) = công tắc kiểm tra.

Reverse /rɪ'vɜ:s/ (n) = ópposite side = mặt bên kia; the cóntrary thing = điều trái ngược.

Ex: - Please sign your name on the revérse of the cheque.
Xin làm ơn ký tên của ông vào mặt sau của tờ chi phiếu.
- She said she would refúse, but later she did the reverse.
Nàng nói nàng sẽ từ chối, nhưng sau đó thì nàng lại làm điều ngược lại.

Revérse (adj.) = back = Phía sau, phía trong.

Ex: - The revérse side is not seen when the coat is worn.
Khi áo khoác được mặc vào thì mặt phía trong sẽ không còn trông thấy.

To revérse = to turn báckward = quay trở lại; to turn ínside out = lộn trái.

Ex: - To reach Tây Ninh, you have to revérse your direction.
Để đến được Tây Ninh, ông phải đi theo chiều ngược lại.
- After washing, you have to revérse the trousers and dry them in the

sun.

Sau khi giặt, bạn phải lộn trái chiếc quần lại rồi phơi ra ngoài nắng.

Pure /pjʊə/ (adj.) = not mixed = 100% nguyên chất, tinh khiết.

Ex: - The room is painted pure white.

Căn phòng được sơn toàn màu trắng.

- This shirt is made of pure nylon.

Chiếc áo sơ mi được làm bằng toàn sợi ni - lông.

- Pure gold is also sold in that jewel store.

Trong hiệu kim hoàn ấy cũng có bán vàng ròng.

Dynasty /'dɪnəstɪ/ (n) = séries of rulers, all belónging to the same fámily = triều đại.

Ex: - The "Memoir of the Westbound travel" was probably compósed in the Tang Dynasty.

Tác phẩm "Tây Du ký" có lẽ được sáng tác vào Triều đại nhà Đường.

Ming Dynasty (n) = triều đại nhà Minh.

Orchid /'ɔːkɪd/ (n) = Hoa lan

Ex: - Many kinds of wild orchid are becóming rare.

Nhiều loại lan rừng đang trở nên

khan hiếm.

Saucepan /'sɔːspən/ (n) = Xoong

Material /mə'tɪərɪəl/ (n) = vật liệu.

Paste /peɪst/ (n) = moist, soft mixture = kem, chất nhão.

Ex: - She mixed the flour and water into a paste.

Bà ta nhào bột mì và nước thành một chất bột nhão.

to spray /spreɪ/ = phun, xịt.

Ex: - He is spraying his house to get rid of mosquitoes.

Ông ấy đang phun nhà cửa để trừ muỗi.

Sprayer (n) = bình xịt.

To heat /hiːt/ = to warm = hâm nóng.

Ex: - The chicken has already been cooked. It only needs heating up now.

Món gà đã được nấu chín rồi. bây giờ chỉ cần hâm cho nó nóng lại thôi.

Heat (n) = hotness = hơi nóng.

Ex: - This fire doesn't give out much heat.

Đống lửa này không phát ra đủ hơi nóng.

BÙI QUANG ĐÔNG

BÀI 14

Chị ấy đã nói gì về nơi ấy vậy?

Vợ:	Vậy thì sẽ nói chuyện với chị sau vậy - Tạm biệt nhé.
Chồng:	Ai vậy cơ?
Vợ:	Lorraine ấy mà. Chị ấy và Phil vừa mới trở về sau chuyến du lịch của họ ở Châu Mỹ la tinh.
Chồng:	Ồ, thế à? Vậy chị ta đã nói gì về Mê-hi-cô nào?
Vợ:	Ồ, họ tận hưởng một khoảng thời gian thật tuyệt vời. Chị ấy nói thế nào mình cũng thích nơi ấy cho mà xem.

Chồng:	Thế em có hỏi thời tiết ở đó ra sao không?
Vợ:	Hình như ở thành phố Mê-hi-cô thì trời hơi lạnh, còn dọc theo miền duyên hải thì ấm áp dễ chịu.
Chồng:	Chị ta có nói chị ta đã ở những đâu không nào?
Vợ:	Chị ta có bảo nhưng em lại không nhớ.
Chồng:	Thế chị ta có nói khách sạn đông lắm không?
Vợ:	Có, nghe nói là chúng đông khách lắm. Trong năm thì mùa này các khách sạn lúc nào cũng đông nghẹt. Chị ấy đề nghị chúng ta nên giữ phòng trước càng sớm càng hay.
Chồng:	Ờ, tốt hơn là mình hãy rà lại xem cái đã.
	Em vẫn còn giữ tập sách hướng dẫn đó phải không? Quyển sách đó nói gì về các tiện nghi phòng ốc?
Vợ:	Nếu như em còn nhớ thì sách nói giá thuê rẻ nhất cũng khoảng 35 Đô một ngày.

❏ VOCABULAIRY and WORD ENRICHMENT:

Marvellous /'ma:vələs/ (adj) = ① éxcellent = tuyệt vời; ② astónishing = lạ lùng, đáng ngạc nhiên.

Ex: - He has a márvellous mémory.
    Ông ấy có một trí nhớ tuyệt vời.
  - It was márvellous how he could jump that far.
    Thật là kỳ diệu làm sao ông ấy lại có thể nhảy xa đến như thế.

Marvel /'ma:vl/ (n) = ① wónderful thing = điều kỳ diệu; ② person doing surprísing thing = người làm được điều kỳ diệu.

Ex: - It's a márvel that she escáped unhúrt.
    Thật là điều kỳ diệu bà ta đã thoát nạn mà không bị thương tích gì.
  - He worked so hard inspíte of his illness. He was a márvel.
    Ông ta đã làm việc rất cực nhọc mặc dù đang đau ốm. Ông ta là một người phi thường.

Marvels (n) = wónderful resúlts = những kết quả diệu kỳ.

Ex: The doctor 's tréatment has worked marvels: the pátient has recóvered very soon.
    Việc điều trị của vị bác sĩ đã đưa đến kết quả thật diệu kỳ; bệnh nhân đã bình phục rất nhanh.

To márvel = to be very surprísed (and often admíring) = rất ngạc nhiên (đến độ thán phục)

Ex: We all márvel at her boldness
    Tất cả chúng tôi đều ngạc nhiên đến độ thán phục về tính gan dạ của cô ta.

To recommend /,rekə'mend/ = ① to suggést = đề nghị, giới thiệu.

Ex: Can you recomménd me a good place for lodging?
    Bạn có thể giới thiệu cho tôi một nơi trọ tốt không?

② to state that someone is good = đề cử, tiến cử.

Ex: His former employer recomménded him highly.
    Người chủ cũ của anh ta đã tiến cử anh ta hết mình.

Recommendation /,rekəmen'deɪʃn/ (n) = lời giới thiệu, lời đề cử.

51

Ex: - My recommendátion is that you should go on vacátion for a cóuple days.

Đề nghị của tôi là anh nên đi nghỉ mát một đôi ngày.

- His former emplóyer gave him a letter of recommendátion.

Chủ cũ anh ta đã trao cho anh ta một thư giới thiệu.

Accommodations /ə,kɒmə'deɪʃnz/ (n) = room for lodging and meals = phòng ốc, tiện nghi ăn ở.

Ex: The accommodátions in that hotel are not very good.

Tiện nghi ăn ở trong khách sạn đó không được tốt lắm.

Short stay = thời gian ở ngắn hạn.

up - to- date (adj) = módern (hiện đại, tối tân); fáshionable (hợp thời trang) ≠ out of date = lỗi thời.

Ex: - She often wears clothes that are right up- to-date.

Nàng thường mặc quần áo rất hợp thời trang.

- Languages are now taught with up-to-date methods.

Ngoại ngữ hiện đang được giảng dạy với những phương pháp hiện đại.

Gorgeous /'gɔːdʒəs/ (adj) = Richly -coloured = sặc sỡ, rực rỡ.

Ex: The walls of the hotel lounge are hung with gorgeous tápestries

Những bức tường của phòng đợi trong khách sạn được treo những tấm thảm sặc sỡ

Górgeously (adv.) = magnificently = một cách rực rỡ

Ex: Mediéval people were often dressed górgeously.

Dân thời trung cổ thường ăn mặc một cách sặc sỡ.

Hospitable /'hɒspɪtəbl/ (adj.) = friendly and gentle = hiếu khách.

Ex: Our people are hóspitable to foreign tourists

Nhân dân ta rất hiếu khách từ nước ngoài đến.

Hospitality /,hɒspɪ'tæləti/ (n) = sự hiếu khách

Ex: Thank you for your kind hospitálity

Cám ơn về lòng hiếu khách của quí ngài.

In advance /əd'vɑːns/ = befóre = trước.

Ex: - Galileo's ideas were in advánce of the age in which he lived.

Những tư tưởng của Galileo đã có trước thời đại mà (lúc đó) ông ta đã sinh sống.

- You can recéive the amóunt in advánce if you wish.

Nếu anh muốn thì anh có thể nhận tiền trước.

Advánced (adj.) = ① progréssive = tiên tiến.

② higher lével = cấp cao

③ very new = rất mới mẻ.

④ élderly = cao tuổi.

⑤ infórmed in advánce = được báo trước

Ex: - Jules Verne had advánced idéas in his time.

Jules Verne đã có những tư tưởng tiến bộ trong thời của ông.

- This book is for advanced students.

Quyển sách này dành cho học sinh cấp cao.

- Nóbody can accépt his advánced propósal at this early stage.

Không ai có thể chấp thuận lời đề nghị quá mới mẻ của anh ta vào giai đoạn sơ khai này.

- She died at an advánced age.

Bà ta mất lúc tuổi đã cao rồi.

- You will be entítled to recéive one month's sálary in lieu of an advánced nótice.

Cô sẽ có quyền hưởng một tháng

lương thay cho lời báo trước (khi nghỉ việc).

Advancement /əd'va:nsmənt/ (n) = sự tiến bộ, sự tiến lên, sự tiến thân, sự thăng thưởng

Ex: - This job óffers good opportúnities for adváncement.

Công việc này sẽ đem lại nhiều cơ hội để tiến thân.

- Employées are allówed to take up six hours a week to atténd cóllege courses for the adváncement of learning.

Công nhân viên được phép bỏ ra sáu tiếng đồng hồ một tuần để theo học các khóa ở đại học nhằm tiến thân trên đường học vấn.

Rainwear /'reɪnweə/ (n) = clothing for use when going out in the rain = đồ mặc đi mưa.

Health certíficate /helθ sə'tɪfɪkət/ (n) = giấy chứng nhận của cơ quan y tế.

To secure /sɪ'kjuə/ = to obtáin = lấy, xin cấp

Ex: - We'll need to secúre a bank loan.

Chúng tôi sẽ cần (làm đơn) xin vay tiền ở ngân hàng.

- They've secúred góvernment backing for the próject.

Họ đã tranh thủ sự ủng hộ của nhà nước về dự án đó.

Caution /'kɔːʃn/ (n) = prúdence = sự cẩn tắc, tính thận trọng; warning = việc cảnh giác.

Ex: - You should éxercise extréme cáution when driving in the rain.

Bạn nên tập tính thận trọng hết sức khi lái xe lúc trời mưa.

- He's walking alóng the slíppery cáuseway with cáution.

Ông ấy đang đi dọc trên con đường đê trơn trượt với vẻ thận trọng.

- Extréme cáution must be taken while using this drug for over fíve days.

Phải hết sức thận trọng trong khi sử dụng thuốc này quá năm ngày.

To cáution = To warn (s/b) to be cáreful = cảnh giác ai điều gì, khuyến cáo ai.

Ex: - We were cáutioned not to drive so fast.

Chúng tôi được khuyến cáo không nên lái xe quá nhanh.

- I would cáution agáinst undúe óptimism.

Tôi khuyên (bạn) không nên quá lạc quan như thế.

to exercise /'eksəsaɪz/ = to use, to práctise = sử dụng, tập tính.

Ex: Everybody has the right to éxercise his rights as a citizen.

Mọi người đều có quyền hành xử các quyền công dân của họ

Up to s/th = as a máximum number or amóunt = lên đến, đến tối đa là

Ex: My youngest son can count up to a húndred.

Đứa con út của tôi có thể đếm đến 100.

to be up to s/b = to depénd on = tùy thuộc vào.

Ex: It's up to you to order any dish you like.

Tùy anh muốn gọi món gì mà anh thích.

To be up = to be going on = đang diễn ra.

Ex: I heard a lot of shouting in the street.
- What's up?

Tôi đã nghe thấy nhiều tiếng la ó ở ngoài đường. - Chuyện gì vậy?

Advísable (adj.) = to be recomménded = được khuyên, được đề nghị.

Ex: It's advísable to read the instrúctions cárefully befóre using the set.

Xin khuyên hãy đọc lời chỉ dẫn thật kỹ lưỡng trước khi sử dụng máy.

Mild (adj.) = warm, témperate = ấm áp, ôn hòa.

Ex: The clímate here is mild all the year aróund.

Khí hậu ở đây ôn hòa quanh năm.

Infrequent /ɪnˈfriːkwənt/ (adj.) rare, not fréquent = hiếm.

Ex: Mángoes are infréquent in this séason.

Mùa này xoài rất hiếm.

Purification tablet (n) = viên thuốc lọc nước

Purification /ˌpjuərɪfɪˈkeɪʃn/ (n) = việc thanh lọc.

Ex: There was a purificátion in the rank of party members last year.

Có một sự thanh lọc trong hàng ngũ các đảng viên hồi năm ngoái.

To purify /ˈpjuərɪfaɪ/ = to make s/th pure by remóving dirty, hármful súbstances = thanh lọc.

Ex: The water has to be púrified of all bactéria before drinking.

Nước phải được thanh trùng trước khi uống.

Púrifier (n) = chất thanh trùng.

Burn /bɜːn/ (n) = ínjury or mark caused by fire = vết phỏng.

Ex: The victim died becáuse of sérious burns.

Nạn nhân đã chết vì các vết phỏng nặng.

Burnt (adj.) hurt by burning = bị phỏng.

Ex: - The burnt child dreads the fire (Proverb)

- Kinh cung chi điểu.

- Trợt vỏ dưa thấy vỏ dừa cũng sợ.

(Đứa bé bị phỏng khiếp lửa)

Ínsect bite (n) = vết côn trùng cắn.

Insect /ˈɪnsekt/ (n) = côn trùng.

Insécticide (n) = thuốc diệt côn trùng

Label /ˈleɪbl/ (n) = nhãn hiệu.

Ex: I read the informátion on the lábel befóre decíding which shampóo to buy.

Tôi đọc lời ghi trên nhãn hiệu trước khi quyết định nên mua loại đầu gội đầu nào.

To label = dán nhãn.

Ex: They've just impórted a machíne for lábelling their próducts

Họ vừa nhập một máy dán nhãn hiệu sản phẩm.

Fast pain relief = thuốc giảm đau nhanh.

To relieve /rɪˈliːv/ to léssen = làm giảm

To repeat /rɪˈpiːt/ (here) to take the same dose agáin = uống lại 1 liều y hệt.

First-aid cream = kem cấp cứu.

To apply /əˈplaɪ/ = (here) to rub all over = thoa đều khắp.

Ex: Applý the óilment to the affécted area twice daily.

Hãy thoa thuốc (pô-mát) mỡ vào chỗ bị đau ngày hai lần.

Application /æplɪˈkeɪʃn/ (n) = việc thoa bóp

Ex: This lotion is for extérnal applicátion only.

Thuốc nước này chỉ được dùng để thoa bóp ngoài da mà thôi.

to re-apply = to apply agáin = thoa lại lần nữa.

Anti-hístamine cream = kem kháng Histamin

Broken skin = da bị rách, nứt.

※ ※ ※

BÀI 15

Linh Tinh

1. Dự trù đám cưới:

Bạn và vị hôn thê của bạn là những diễn viên nổi tiếng (như John Travolla và Goldle Hawn chẳng hạn). Bạn sắp được chủ biên của mục chuyện vặt đó đây phỏng vấn. Bà ta muốn tìm hiểu mọi điều về chương trình đám cưới của bạn. Để thực hiện bài tập này, hãy thực hành từng đôi một, với hai người bạn khác nhau. Lần đầu, người bạn đối thoại chung sẽ là người chồng / người vợ chưa cưới của bạn. Hãy cùng quyết định những chi tiết về đám cưới của các bạn để chuẩn bị trả lời các câu hỏi của vị chủ biên. Khi nào thực hành xong rồi thì hãy đổi vai. Lần này thì người bạn đối thoại chung sẽ làm vị chủ biên. Anh ấy / chị ấy sẽ hỏi bạn những câu hỏi về chương trình đám cưới của bạn. Đây là một số câu hỏi mà vị chủ biên có thể hỏi:

1. Bạn có dự trù làm đám cưới to không?
2. Cụ thể là bạn dự định mời bao nhiêu người?
3. Lễ cưới dự định sẽ được cử hành tại đâu?
4. Sau đó thì bạn có định mở tiệc khoản đãi không?
5. Buổi chiều đãi sẽ dự định tổ chức ở đâu?
6. Bạn dự định sẽ mặc quần áo gì?
7. Ai sẽ là người rể phụ? Những người nào sẽ làm dâu phụ?
8. Các bạn sẽ dự định đi hưởng tuần trăng mật ở đâu?
9. Khi trở về thì các bạn sẽ dự định sống ở đâu?
10. Bố mẹ của bạn có đinh sống chung với các bạn không?
11. Bạn có định sinh nhiều con cái không?
12. Sau khi kết hôn rồi bạn có định làm việc nữa không?

❏ VOCABULARY and WORD ENRICHMENT:

Fiancée /fɪˈɒnseɪ/ (n) = wife to be = vị hôn thê

Fiancé /fɪˈɒnseɪ/ (n) = husband to be = vị hôn phu

Gossip column /ˈgɒsɪp ˈkɒləm/ (in) = cột chuyện phiếm.

Gossip /ˈgɒsɪp/ (n) cásual talk of other people's affairs = chuyện gẫu, tào lao.

Ex: Don't believe all the gossip you hear.

Đừng tin vào mọi chuyện tào lao mà bạn nghe được.

Ex: She's too fond of idle góssip.

Bà ta rất thích chuyện tào lao.

To gossip = to talk góssip = nói chuyện tào lao.

Ex: Don't stand here góssiping all day!

Đừng có mà đứng đây nói chuyện tào

lao suốt ngày như thế!

Column /'kɒləm/ (n) = ① cột (báo); ② mónument = tượng đài.

Ex: - The témple is suppórted by mássive columns.

Ngôi đền được chống đỡ bởi những cột đồ sộ.

- Tran Hung Dao's Cólumn is a famous mónument on the Saigon River bank.

Tượng đài Trần Hưng Đạo là một đài Kỷ niệm nổi tiếng bên bờ sông Sài Gòn.

Columnist (n) = nhà báo phụ trách viết cột tin thời sự.

Bridesmaid /'braɪdzmeɪd/ (n) = girl atténding a bride at her wédding = cô phụ dâu

Bestman (n) = youngman suppórting a bridegroom at his wedding = chú rể phụ.

Best guy (n) = kép độc (kịch, cải lương...)

Honeymoon /'hʌnɪmuːn/ (n) = holiday taken by a newly-married couple = tuần trăng mật.

Hóneymooner (n) = người đi hưởng tuần trăng mật.

Ex: They are on their hóneymoon.

(= They are hóneymooners)

Họ đang đi hưởng tuần trăng mật.

To hóneymoon = to spend a hóneymoon = hưởng tuần trăng mật.

Ex: They are hóneymooning in Da Lat.

Họ đang hưởng tuần trăng mật ở Đà Lạt.

Dashboard /dæʃbɔːd/ (n) = bảng điều khiển (trong ôtô)

Gauge /geɪdʒ/ = (US) gage = ínstrument for méasuring the level of sth = đồng hồ đo.

Ex: The pétrol gauge shows that the car runs out of petrol.

Đồng hồ báo xăng cho thấy xe hết xăng.

Lever /'liːvə/ (n) = cần (sang số)

Warning light (n) = đèn báo

Emérgency flashing switch = công tắc đèn báo khẩn

Emergency /ɪ'mɜːdʒənsɪ/ (n) = súdden sérious situátion requíring prompt action = tình trạng khẩn cấp.

Ex: - In case of emérgency, please dial 14.

Trong trường hợp khẩn cấp, xin quay số 14.

- The góvernment has decláred a state of emergency throughóut the nation.

Chính phủ đã tuyên bố tình trạng khẩn trương trên toàn đất nước.

Windshield /'wɪndʃiːld/ (n) = kính chắn gió.

Windshield wiper /'waɪpə/ (n) = cái gạt nước trên kính chắn gió

Ignition switch (n) = công tắc khởi động máy.

Ignition /ɪg'nɪʃn/ (n) = causing sth to catch fire = việc đánh lửa; eléctrical mechánism causing the míxture of explósive gases to burn in a pétrol éngine = bộ phận đánh lửa.

To ignite /ɪg'naɪt/ = to catch fire = bắt lửa.

Ex: Pétrol ignítes rapidly.

Xăng bắt lửa rất nhanh.

Turn sígnal (n) = đèn tín hiệu quẹo

Air Vent /'eə vent/ (n) = bộ phận thông gió

To 'sweep /swiːp/, swept /swept/ = ① to move swiftly and steadily = lan nhanh, di chuyển nhanh.

Ex: - She swept into the room in a long, flowing dress.

Bà ta lướt vào phòng trong chiếc áo dài phủ sát đất.

- Huge waves swept over the deck as if they would dash the small ship into pieces.

Những lượn sóng to quét lên boong tàu như thể chúng muốn đập tan con tàu nhỏ ra thành từng mảnh.

② to wash away = cuốn trôi đi

Ex: Húndreds of houses in the small fish-
ing víllage have been swept awáy by
the flood.

Hàng trăm nóc nhà ở làng chài nhỏ
đã bị con nước cuốn trôi đi.

③ to spread rápidly = lan nhanh

Ex: Rúmours have swept as fast as
líghtnings.

Những tin đồn đã lan nhanh như
chớp.

apparently /ə'pærəntlɪ/ (adv.) = óbviously,
clearly = một cách rõ ràng, hiển nhiên.

Ex: That guy is appárently foolish.
Rõ ràng là gã đó điên rồ.

apparent /ə'pærənt/ (adj) = óbvious, clear =
rõ ràng, hiển nhiên.

Ex: Their motives, as will soon becóme
appárent, are complétely selfish.

Những động cơ thúc đẩy họ, mà chẳng
bao lâu nữa sẽ trở nên hiển nhiên,
là hoàn toàn do tính ích kỷ.

safety official /seɪftɪ ə'fɪʃl/ (n) = viên chức
phụ trách vấn đề an toàn.

Alarm /ə'la:m/ (n) = chuông, còi báo động

To alárm = ① to fríghten = gây hoảng sợ
② to warn = báo nguy

Ex: - I don't want to alárm you, but
there's a strange guy prowling about
in this área and glancing slýly at
your house.

Tôi không muốn làm chị hoảng,
nhưng có một gã lạ đang lảng vảng
quanh khu vực này và lấm lét nhìn
vào nhà chị đấy.

- Alármed by the noise, the birds
flew awáy.

Hoảng sợ bởi tiếng ồn, bầy chim
đã bay đi.

To sprinkle /'sprɪŋkl/ = to spray = phun,
tưới.

Ex: The gardener is sprinkling water on
dusty paths.

Người làm vườn đang phun nước trên
các lối đi bụi bặm.

Sprinkler (n) = vòi phun nước.

Sprinkling system = hệ thống phun tưới

Night duty (n) = phiên trực đêm

To break out = to start súddenly = bộc
phát, bùng nổ.

Ex: - Fire broke out during the night
when everybody was sleeping sound-
ly.

Đám cháy đã bùng lên trong đêm
lúc mọi người đang say ngủ.

- The First World War broke out in
1914.

Đệ nhất Thế chiến đã bùng nổ năm
1914

Commission /kə'mɪʃn/ (n) = hội đồng.

Ex: The commíssion of médical expertíse
Hội đồng giám định y khoa.

Transport safety board /'trænspɔ:t 'seɪftɪ
bɔ:d/ (n) = Ban quản lý trật tự an toàn
giao thông.

Overcrowded /ˌəuvə'kraudɪd/ (adj) = with so
many passengers or cústomers in = quá
tải, quá đông.

Ex: - Stores and shops are
overcrówded before Christmas.

Những cửa hàng lớn nhỏ đều đông
nghẹt người trước lễ Giáng sinh.

- Overcrówded buses must be fined
strictly so as to avóid danger.

Những xe buýt (đò) quá tải phải
bị phạt nặng để tránh nguy hiểm.

To overturn /ˌəuvə'tɜ:n/ = to turn upside
down = lật úp.

Ex: Due to the driver's careless driving
on the slippery road, the minibus was
overtúrned.

Do việc lái ẩu của người tài xế trên
đường trơn, chiếc xe buýt mi-ni đã
bị lật nhào.

Route /ru:t/ (n) = (US) = quốc lộ, tuyến
đường.

To design /dɪ'zaɪn/ = thiết kế, có ý định.

Ex: - Her questions were designed to make me angry.

Những câu trả hỏi của nàng nhằm định chọc tức tôi.

- The vehicle was designed for use in hilly regions.

Chiếc xe được thiết kế để xử dụng trong các vùng đồi núi.

Design (n) = ① general arrangement = việc thiết kế; ② pattern = mẫu vẽ; ③ plot = âm mưu, ý đồ

Ex: - A machine of faulty design will not sell well.

Một chiếc máy được thiết kế thiếu sót sẽ bán không chạy.

- The dress has a beautiful design of flowers.

Chiếc áo có một mẫu hoa in rất đẹp.

To have designs on s/b = intend to harm s/b or take sth from s/b for oneself = có âm mưu hại ai hoặc chiếm đoạt của ai cái gì.

Ex: - She has designs on his money.

Ả ta có ý định muốn chiếm đoạt tiền bạc của anh ta.

- He has designs on her.

Hắn có ý định muốn chiếm đoạt nàng.

Designer (n) = chuyên viên thiết kế.

Ambulance /'æmbjuləns/ (n) = xe cấp cứu.

First-aid equipment /fɜ:st eɪd ɪ'kwɪpmənt/ (n) = thiết bị cấp cứu.

Emergency procedure /ɪ'mɜːdʒənsɪ prə'siːdʒə/ (n) = thủ tục cấp cứu.

Emergency /ɪ'mɜːdʒənsɪ/ (n) việc khẩn cấp, việc cấp cứu.

Round trip (n) = chuyến du lịch khứ hồi.

Brochure /'brəʊʃə/ (n) = tập sách hướng dẫn du lịch

Mosque /mɒsk/ (n) = đền thờ Hồi giáo

Ruin /ruːɪn/ (n) = di tích

Exotic /ɪg'zɒtɪk/ (adj) = ngoại lai

Ex: A lot of exotic clothes have been introduced to our country these days

Dạo này rất nhiều quần áo kiểu ngoại lai đã du nhập vào nước ta.

Reasonably-priced /'riːznəbəblɪ praɪst/ (adj) = giá cả phải chăng.

To explore /ɪk'splɔː/ = ① thám hiểm ② dò xét, quan sát kỹ lưỡng ③ thăm dò ④ to find out = tìm ra.

Ex: - As soon as they arrived in the new city, they went out to explore.

Ngay sau khi họ đến thành phố mới, họ đi ra ngoài để thăm dò.

- We explored several solutions to the problem.

Chúng tôi đã tìm ra được nhiều giải pháp cho vấn đề.

- He explored all the possibilities to get out of harm's way.

Anh ta đã quan sát kỹ mọi khả năng để có thể thoát vòng nguy hiểm

Exploration (n) = cuộc thám hiểm.

Explorer /ɪk'splɔrə/ (n) = nhà thám hiểm.

Bazaars /bə'zaː/ (n) = khu chợ tạp hóa

Mediterranean /ˌmedɪtə'reɪnɪən/ (n) = vùng Địa Trung Hải

Reception /rɪ'sepʃn/ (n) = sự tiếp đãi, buổi chiêu đãi, sự tiếp thu.

Ex: - His talk was given a warm reception.

Bài nói chuyện của ông ta đã nhận được một sự tiếp thu nồng nhiệt.

- The villa was prepared for the reception of guests.

Căn biệt thự đã được chuẩn bị để chiêu đãi khách.

Receptionist /rɪ'sepʃənɪst/ (n) = tiếp viên, nhân viên tiếp tân.

pleasantly /'plezntlɪ/ (adv.) = một cách thú vị.

Pleasant /'pleznt/ (adj) = enjoyable = thú vị, dễ chịu ≠ unpleasant = khó chịu.

Ex: It's very pleasant to sit by the fireplace while it's raining outside.

Ngồi bên lò sưởi trong khi ngoài trời

58

đang mưa thật là thú vị

Possibility /ˌpɒsə'bɪlətɪ/ (n) = líkelihood = sự việc có thể xảy ra.

Ex: Is there any possibílity that we'll see you this weekend?

Liệu có thể nào mà chúng tôi gặp được quí vị vào cuối tuần này không?

To sort /sɔːt/ = to arránge things in groups = xếp loại.

Ex: They are sorting out the good apples from the bruised ones

Họ đang lựa những quả táo ngon ra khỏi những quả giập

To process /'prəuses/ = to treat = chế biến; to deal with = xử lý, giải quyết.

Ex: - Leather must be prócessed so as to make it softer.

Da thuộc phải được chế biến để nó được mềm mại hơn.

- It may take a few weeks for your application to be prócessed.

Đơn xin của cô có thể phải mất vài tuần mới được giải quyết.

Prócess (n) = quá trình, tiến trình, cách thức

Tanker /'tæŋkə/ (n) = xe bồn, tàu chở dầu.

To separate /'sepəreɪt/ = ① to keep apárt (ngăn ra); ② to part = chia tay ③ to divíde = phân tách ra.

Ex: - The policeman séparated the two fighters.

Cảnh sát đã can hai người đánh nhau ra.

- We said goodbye and séparated outside the theatre.

Chúng tôi chào tạm biệt và chia tay nhau ngoài rạp hát.

- The farmer séparated the cream from the milk.

Người chủ trại đã tách kem ra khỏi sữa

Separation /ˌsepə'reɪʃn/ (n) = sự ngăn cách, sự chia ly

Separator /'sepəreɪtə/ (n) = máy phân tách.

Crate /kreɪt/ (n) = két, thùng thưa để chứa bia.

✳

✳   ✳

BÀI 1	*Hãy lắng nghe phần này (Trang 7)*

1.   Hãy nhìn vào năm bức ảnh. Bạn sắp được nghe bốn mẩu đối thoại. Hãy lắng nghe xem. Theo bạn nghĩ người ta đang ở đâu vậy? Hãy tìm bức ảnh nào phù hợp rồi đánh số của mẩu đối thoại vào bên cạnh nó. Người nói chuyện thứ hai có nhận ra được người nói chuyện thứ nhất không? Hãy kiểm lại bằng cách ghi dấu kiểm vào ô "yes" hay "no".

* **Mẩu đối thoại 1: (Hai người đàn ông trung niên)**

    A: Này. Anh chẳng phải là Teddy Williams sao ạ?

    B: Phải, đúng (tôi) đấy.

    A: Tôi cũng ngờ ngợ vậy. Tôi là Fred Midler đây. Không nhớ à? Chúng mình đã học chung trên đại học mà. Khóa học năm 63 ấy mà.

    B: Ô, lạ lùng chưa kìa! Gặp lại bạn thật là tuyệt quá Fred ạ. Bạn chẳng mấy may thay đổi chút nào.

    A: Ô, thế mà mình lại không để ý thấy điều đó chứ lị. Hai mươi năm trời quả là một quãng thời gian dài. Nhưng hãy cho mình biết xem từ đó đến nay bạn đã bận rộn với những công việc gì nào.

Hãy ghi số 1 vào cạnh bức ảnh nao thích hợp.

* **Mẩu đối thoại 2: (Một người đàn ông trung niên và một thiếu phụ trung niên.)**

    A: Mình chưa gặp nhau lần nào phải không ạ?

    B: Tôi không nghĩ như vậy.

    A: Tôi chắc là mình đã gặp nhau rồi. Ông trông rất quen. Năm ngoái ông có tham dự buổi họp về thương mại ở Boston không ạ?

    B: Có ạ.

    A: Và ông chẳng phải từ Cleveland hoặc một nơi nào đó tương tự như vậy đến sao?

    B: Columbia cơ.

    A: Đúng vậy. Columbia. Tôi biết ngay là tôi nhận được ra ông mà. Xin ông nói lại giùm tên của ông được không ạ?

    B: Harris. John Harris ạ.

    A: Ô, còn tôi là Judy Lee ở Atlanta ạ.

Hãy ghi số 2 vào cạnh bức ảnh nào thích hợp.

* **Mẩu đối thoại 3: (hai thiếu nữ trẻ)**

    A: Tôi chưa quen biết chị lần nào phải không ạ?

    B: Tôi cũng không chắc nữa. Trông chị có vẻ quen lắm.

    A: Chị đã theo học ở Berkeley phải không nào?

    B: Vâng. Đúng rồi. Tôi đã tốt nghiệp năm ngoái.

A: Ơ, tôi nghĩ rằng tôi đã gặp chị ở Pa-ri cách đây hai mùa hè. Lúc đó chị đang theo học năm thứ ba ở nước ngoài mà.

B: Ồ, giờ thì tôi nhớ ra rồi. Chúng mình đã học chung với nhau trong lớp học Pháp văn phải không nào?

A: Đúng vậy. Tôi là Toni Hudson.

B: Còn tôi là Susan Birney. Rất thú vị được gặp lại chị. Từ dạo ấy đến giờ chị đã làm những công việc gì rồi nào?

Hãy ghi số 3 vào cạnh bức tranh nào thích hợp.

* **Mẫu đối thoại 4: (Một thanh niên và một thiếu nữ).**

A: Ơ... xin lỗi ạ. Cô là một người bạn của cô Liz Brown phải không ạ?

B: Vâng đúng vậy. Trước đây mình đã gặp nhau rồi phải không nào?

A: Tôi cũng nghĩ là như vậy. Cô đã không đến dự tiệc Giáng Sinh tại nhà của Liz sao chứ?

B: Có chứ, nhưng mà tôi...

A: Ơ, tôi nghĩ rằng tôi đã gặp cô ở đó. Cô đã đến đó với một anh chàng cao ráo, tóc hung hung nào đó ấy mà. Dù sao đi nữa, tên tôi là Joe Walsh đấy.

B: Tôi là Janet Murphy.

A: Tôi gọi cho cô một ly nước nhé?

B: Vâng, sao lại không nhỉ?

Hãy ghi số 4 vào cạnh bức ảnh nào thích hợp.

2. Bạn sắp được nghe ba mẫu đối thoại. Trong mỗi mẫu đối thoại, người ta đang giới thiệu nhau. Hãy lắng nghe những lời giới thiệu, hãy ghép mỗi tên ở bên trái với thông tin đề cập đến người đó ở bên phải. Tên thứ nhất đã được dùng làm một thí dụ rồi.

* **Mẫu đối thoại 1: (người chồng, người vợ và một người quen làm cùng cơ quan tại bữa tiệc trong cơ quan.)**

A: Em xin lỗi mình, nhưng mà muộn mất rồi, và em sợ rằng mình sẽ lỡ chuyến bay mất thôi.

B: Được rồi, mình đợi cho vài phút nữa nào. À này, hai người quen biết nhau chưa nhỉ?

A: Chưa, em nghĩ chắc là chưa đâu.

B: Vậy thì Jeannie ơi, đây là anh Don Mcneil, còn anh Don ạ, đây là Jeannie, bà xã tôi.

C: Xin chào chị ạ.

A: Rất thú vị được biết ông, ông McNeil ạ.

C: Xin hãy gọi tôi là Don ạ.

B: Don đang làm việc cho cơ quan của chúng ta tại Chicago - ở bộ phận kế toán ấy.

A: Ồ, thế ạ.

* **Mẫu đối thoại 2: (ba chàng sinh viên)**

A: Chào bạn Tom

B: Ồ, chào bạn Jack. Khỏe không nào? Hãy nhập bọn với tụi này nhé.

A: Được, nhưng chút nữa đã. Mình còn giờ học mà.

B: À này, hai bạn đã biết nhau chưa nào?

A: Chưa, chắc là chưa đâu.

B: Vậy thì đây là bạn Murray Goldman, còn Murray ơi, đây là Jack Anderson.

C: Vui mừng được gặp bạn.

A: Mình đây cũng vậy.

B: Jack đang học ở khoa Kinh tế đấy.

C: Ồ, thế à? Mình thì ở khoa Quản trị Kinh doanh.

* **Mẫu đối thoại 3: (Ba nhà kinh doanh: hai nam và một nữ).**

A: Xin lỗi anh George. Không biết tôi có thể làm rộn anh trong giây lát được không đây. Tôi muốn giới thiệu chị Ellen Rosetti. Chị ấy vừa từ cơ quan ở Philadelphia đến làm việc chung với chúng ta.

B: Ô vâng, tất nhiên rồi. Mời vào đi ạ.

A: Chị Ellen Rosetti, đây là anh George Jimenez, Giám đốc Bộ phận Tiếp thị.

C: Tôi rất hài lòng được gặp ông, ông Jimenez ạ.

B: Hãy gọi tôi là George. Tôi cũng thích thú được gặp chị. Mới đây tôi cũng đã được nghe nói nhiều về chị. Chị đã làm việc rất tuyệt vời ở Philly. Chị sẽ đảm nhận chức vụ gì ở đây thế? Chị có định tiếp tục đảm trách bộ phận Thương Mại nữa không nào?

C: Không ạ. Tôi đã được thuyên chuyển sang Bộ phận Giao dịch Quốc tế rồi ạ.

A: Ồ, thế à? Vậy thì tuyệt quá. Tôi hy vọng chị sẽ thích làm việc ở cơ quan chính này.

C: Ồ, tôi tin chắc rằng tôi sẽ thích ạ.

❏ VOCABULARY and WORD ENRICHMENT:

To be up to ① to be occupied or busy with = bận rộn về công việc gì.

Ex: What have you been up to these days?
Dạo này anh đã bận rộn về công việc gì thế?

② equal to = tương đương, bằng.

Ex: This new book of Green's isn't up to his last.
Quyển sách mới này của Green không được hay cho bằng quyển vừa rồi của anh ta.

③ not good for = không xứng với, không đủ năng lực.

Ex: - The new secretary is not up to the job.

Cô thư ký mới không đủ sức làm công việc ấy.

④ until = cho đến, as far as = lên đến.

Ex: - Up to now, his health has not yet improved.
Cho đến lúc này thì sức khỏe của anh ta chưa khả quan lắm.

- My five-year-old son can count from one up to one hundred.
Thằng con trai năm tuổi của tôi có thể đếm từ một lên đến một trăm.

⑤ to depend on = tùy thuộc vào.

Ex: It's up to you to decide that matter.
Tùy anh quyết định vấn đề như thế

62

nào cũng được.

Middle-aged /'mɪdl eɪdzd/ (adj.) = of middle age = thuộc tuổi trung niên

Junior /'dzu:niə/ (n) = (US) student in the third year at college (năm thứ ba đại học)

senior /'sɪ:nɪə/ (n) = (US) student in the fourth graduating year in college (năm thi tốt nghiệp đại học)

Freshman year (n) = (US) student in the first year at college (năm thứ nhất đại học)

Sophomore /'sɒfmɔ:/ = (US) student in the second-year at college (năm thứ hai đại học)

What have you been doing with yourself? = What have you been up to? = chị đã làm những công việc gì rồi nào?

To match /mætʃ/ = ① to combíne well with (in cólour) = tiệp (màu), hài hòa.

Ex: The cúrtains and the cárpets match pérfectly.
Những bức màn và những tấm thảm rất tiệp màu với nhau.

② to be equal to = cân xứng với, ngang hàng với, địch được với.

Ex: No one can match him at chess.
Chẳng ai có thể chơi ngang hàng với anh ta được về môn cờ.

To match s/b with s/th = tìm người phù hợp với công việc gì

Ex: They try to match the ápplicants with apprópriate vácancies.
Họ cố tìm các ứng viên phù hợp khả năng với các chức vụ tương xứng còn trống.

To match s/b or s/th agáinst (with) s/b or s/th = to cause s/b or s/th to compéte with s/b or s/th else = thử tài, so tài với.

Ex: Match your skill agáinst the éxperts in this quiz.
Hãy thử tài khéo léo của bạn với các

kiện tướng trong cuộc thi đố này.

To match up = to be in agréement = ăn khớp

Ex: Those two státements don't match up.
Hai lời khai ấy chẳng ăn khớp với nhau.

To match s/th up (with s/th) = to fit s/th (to s/th else) to form a compléte whole = ráp cái gì vào cho khớp với nhau.

Ex: The police cónstable is matching up the torn pieces of the letter so that he can read its content.
Người công an điều tra xét hỏi đang ráp các mảnh rách của bức thư vào nhau để ông ta có thể đọc được nội dung trong đó.

to match up to s/b or s/th = hợp, tương xứng với, được như ý muốn.

Ex: That film didn't match up to the ad.
Cuốn phim đó không được đúng lắm như lời quảng cáo.

How's it going? (collóquial) = How are you? = Bạn mạnh giỏi không?

Business Management /'bɪznɪs mænɪdzmənt/ (n) = môn quản trị kinh doanh.

To interrupt /ˌɪntə'rʌpt/ = ① to break in upón = to distúrb = làm phiền, ngắt lời (ai).

Ex: Don't interrúpt the speaker now. I think he'll answer questions later when he fínishes his talk.
Đừng ngắt lời báo cáo viên vào lúc này. Tôi nghĩ ông ta sẽ giải đáp các thắc mắc sau khi ông kết thúc buổi nói chuyện.

② to break the continúity of = gây gián đoạn

Ex: Trade betwéen the two cóuntries was interrúpted by the war.
Việc buôn bán giữa hai quốc gia đã bị gián đoạn vì chiến tranh.

Interrúption (n) = việc cản trở, trở ngại, việc gián đoạn.

Ex: Númerous interrúptions have prevénted me from fínishing my assígned dúties.

Vô số trở ngại đã ngăn cản không cho tôi hoàn tất những nhiệm vụ được giao.

Interrúpter (n) = người hay sự việc gây trở ngại.

To transfer /træns'fɜ:/ = to move s/b or s/th from one place to another = thuyên chuyển ai hoặc cái gì đi nơi khác.

Ex: - The head office has been transférred from Nha Trang to Ho Chi Minh City.

Văn phòng chính đã được thuyên chuyển từ Nha trang lên TP. Hồ Chí Minh.

- She has been transférred to another job.

Bà ta đã được thuyên chuyển sang công tác khác.

Transfer /'trænsfɜ:/ (n) = việc thuyên chuyển.

Ex: John was not quite sátisfied with the working condítions in his cómpany; so he asked for a tránsfer.

John đã không hoàn toàn hài lòng với những điều kiện làm việc ở công ty của anh ta; vì vậy anh ta xin thuyên chuyển đi nơi khác.

Transferable /træns'fɜ:rəbl/ (adj.) = có thể chuyển nhượng được.

Ex: A driving lícence is not transférable

Bằng lái xe không được chuyển nhượng cho người khác.

BÀI 2 *Hãy lắng nghe phần này (Trang 14)*

(Bùi Quang Đông)

1. Bạn sẽ được nghe một cuộc phỏng vấn giữa một thiếu nữ đã nộp đơn xin việc làm ở một công ty và một cán bộ của công ty đó.

   Hãy lắng nghe cuộc phỏng vấn một lần.

   A: Không biết cô có cảm phiền cho tôi xin họ tên của cô được không hả cô Norcross?

   B: Dạ Helen Ann Norcross ạ.

   A: Cô đánh vần cái tên Norcross ra làm sao nào?

   B: Dạ N-O-R-C-R-O-S-S.

   A: Cảm ơn cô. Bây giờ thì hãy để tôi xem xem nào. À, cô đã học sinh ngữ chính là tiếng Anh phải không nhỉ?

   B: Vâng, đúng vậy ạ. Tôi đã tốt nghiệp trường đại học Bang San Francisco ạ.

   A: Năm nào vậy kìa?

   B: Năm 1980.

   A: Vậy ra cô đã rời ghế nhà trường được chừng bốn năm rồi đấy.

   B: Đúng thế ạ.

   A: Và cô có thể cho tôi được biết xem cô đã có quá trình làm việc nào rồi không?

   B: Dạ, hiện thời tôi đang làm việc cho Hãng hàng không Sinh-ga-po, tại văn phòng của họ ở San Francisco ạ.

   A: Vậy thì cụ thể cô đã làm gì ở đó?

   B: Dạ tôi làm ở khâu bán vé ạ.

A: Thế đấy. Thế cô làm việc cho họ được bao lâu rồi?

B: Dạ ba năm rồi ạ.

A: Và xin cô cảm phiền cho biết mức lương hiện tại của cô được không?

B: Dạ hiện thời tôi đang lĩnh một ngàn mốt Đô một tháng ạ.

A: Một nghìn mốt. Được rồi. Và cô đã đọc xong nội dung những công việc phải làm để đảm nhận chức vụ mới này rồi nhé.

2. Hãy nghe lại cuộc phỏng vấn lần nữa. Viên chức phỏng vấn đã hỏi những câu hỏi này như thế nào? Hãy ghi lại cụ thể lời của viên chức phỏng vấn vào ô trống cho sẵn.

Nghe lại thêm lần nữa và kiểm lại thông tin mà bạn đã ghi.

❑ VOCABULARY and WORD ENRICHMENT:

To wonder /'wʌndə/ = ① to ask oneself = tự hỏi

Ex: She wonders if the police will believe her story.

Nàng tự hỏi không biết cảnh sát có tin câu chuyện của nàng hay không.

② to feel surprised = ngạc nhiên, sửng sốt

Ex: We wóndered at the size of the bridge.

Chúng tôi đã ngạc nhiên về kích thước của chiếc cầu.

Wonderful /'wʌndəfl/ (adj.) = márvellous = tuyệt vời.

Ex: The child's skill is wónderful for his age.

Sự khéo léo của thằng bé tuyệt vời so với tuổi của nó.

Wónderment (n) = pléasant amázement = sự ngạc nhiên kỳ thú.

Ex: She gasped in wónderment at her good luck.

Nàng thở hổn hển trong niềm ngạc nhiên kỳ thú về sự may mắn của mình.

* Mẫu câu lịch sự dùng để hỏi thăm, làm phiền, nhờ ai giúp đỡ việc gì.)

> *Would you mind* + gerund
>   = xin ông (bà) cảm phiền
> *Would you please* + bare infinitive

> *Would you be kind* + infinitive
>   = xin ông (bà) vui lòng

Ex: a) Would you mind showing

b) Would you please show

c) Would you be kind to show me the way to the nearest post office? (xin (ông) bà cảm phiền (vui lòng) chỉ đường giúp tôi đến bưu điện gần nhất được không ạ?)

Ghi chú:

- Nếu đồng ý hoặc tỏ thiện chí với câu (a) ta phải đáp: "No, not at all" hoặc "of course not"...

- Nếu tỏ thiện chí với câu (b) và (c) ta phải đáp: "Yes"...

Office experience /'ɒfɪs ɪk'spɪərɪəns/ (n) = kinh nghiệm làm việc ở văn phòng.

Ticket sales /tɪkɪt seɪlz/ (n) = khâu bán vé.

Job description /dʒɒb dɪ'skrɪpʃn/ (n) = bản phân công cụ thể những công tác được giao.

Position /pə'zɪʃn/ (n) = ① chức vụ; ②. vị trí; ③ tư thế.

Ex: - From this position, you can view the whole city.

Từ vị trí này, quí vị có thể ngắm toàn cảnh thành phố.

- The life guards had to stand for hours without changing position.

65

Các vệ binh đã phải đứng hàng giờ mà không được đổi tư thế.

- What is her position in that company?

Bà ta giữ chức vụ gì trong công ty đó vậy?

BÀI 3 — Hãy lắng nghe phần này (Trang 22)

(Bùi Quang Đông)

1. Bạn sắp sửa nghe người ta nói về một số đại biểu đến dự một hội nghị quốc tế. Trong cuộc hội nghị, có đủ mọi dân tộc trên thế giới. Hãy lắng nghe những mẩu đối thoại. Có bao nhiêu địa danh được đề cập đến mà bạn đã nghe? Hãy khoanh tròn những địa danh ấy trong bản danh sách.

A: Xin lỗi. Ông có biết người đàn ông ở tuốt đằng kia là ai không?

B: Ý bà muốn ám chỉ người đàn ông có bộ ria mép chứ gì?

A: Đúng vậy.

B: Đó là ông Thayer, đại biểu từ Úc đến.

A: Ông có biết người đàn ông kia là ai không?

B: Người đàn ông nào nào?

A: Vị đang tiếp chuyện với vị từ Ấn Độ đến ấy mà.

B: Ồ, vâng. Đó là bác sĩ Koo. Ông ấy là đại biểu từ Đài Loan đến.

A: Không biết vị đại biểu kia là ai vậy nhỉ?

B: Vị nào nào?

A: Người thiếu phụ hấp dẫn mặc váy dài đó mà.

B: Đó là bà Nababan. Bà ta từ Anh-Đô-Nê-Di-A đến đấy.

A: Bộ quần áo mà vị đại biểu kia đang mặc mới tuyệt làm sao!

B: Ý bà muốn ám chỉ người nào vậy?

A: Vị đàn ông đang đứng cạnh cửa ra vào ấy mà..

B: À, biết rồi. Đó là vị đại biểu từ Ni-Giê-Ri-A đến đấy. Tôi nghĩ đó là ông Achabe.

A: Người phụ nữ đang tiếp chuyện ông De Souza là ai vậy nhỉ?

B: Người đang mặc chiếc áo "voan" màu đen phải không nào?

A: Vâng, đúng vậy.

B: Đó là bà Valdez từ Mê-hi-cô đến đấy.

Hãy nghe lại mẩu đối thoại lần nữa. Lần này thì hãy gạch một hàng kẻ từ nhân vật được nhận diện đến tên của ông ta hay bà ta. Sau đó hãy ghi tên nước của vị đại biểu vào bên cạnh tên của ông ta hay bà ta.

2. Bạn sắp sửa được nghe những mẩu đối thoại về những phụ nữ sau đây và chồng của họ. Hãy gạch một đường nối liền mỗi người đàn bà với ảnh của chồng bà ấy.

* **Mẩu đối thoại 1:**

A: Chị đã gặp chị Adriana Lozada chưa?

B: Chưa. Tôi nghĩ rằng chưa. Chị ta có phải là người có chồng lái máy bay cho Hãng Hàng không Pan Am không nào?

A: Vâng, đúng vậy. Chị muốn gặp chị ta không nào?

* **Mẫu đối thoại 2:**

A: Chẳng phải đó là người phụ nữ mà chồng bà ta làm việc ở một ngân hàng hay sao?

B: Vâng, tôi cũng nghĩ vậy.

A: Xin nói lại giùm tên của bà ta xem?

B: Thực sự tôi cũng không chắc nữa, nhưng hình như là Reiko thì phải.

A: Chắc chắn bà ta nói tiếng Anh giỏi, phải không nào?

* **Mẫu đối thoại 3:**

A: Ồ, trông kìa. Jane Grant đấy.

B: Cô ấy là ai vậy?

A: Cô ấy là người có chồng vừa đoạt giải thi đấu Gôn năm ngoái.

B: Ồ vâng, tất nhiên rồi. Anh đã gặp họ ở câu lạc bộ miền quê một hai tháng trước đây rồi.

* **Mẫu đối thoại 4:**

A: Ai đấy nhỉ? Trông chị ta quen quá.

B: Christine Yung ấy mà. Chị ta là một trong những nhà tạo mốt thời trang có hạng ở Hoa Kỳ đấy.

A: À đúng rồi. Tôi đã đọc một bài nói về chị ta ở trên báo. Chị ta là người có chồng trúng số hồi năm ngoái.

B: Phải rồi. Chị ta đấy.

* **Mẫu đối thoại 5:**

A: Con bé Linda Channing đấy phải không? Con bé mà có thằng bồ làm ở quán bánh mì nướng Pi-sơ kiểu Ý ấy mà.

B: Ừ, chắc là vậy.

A: Vậy thì ả còn làm gì với gã thanh niên khác kia thế?

B: Tôi chả biết nữa.

Bây giờ hãy nghe lại và kiểm lại những câu trả lời của bạn.

❏ VOCABULARY and WORD ENRICHMENT:

Delegate /'delɪgeɪt/ (n) = person chosen by others (esp. his/her superiors) to express their views (at a conference) = đại biểu.

To délegate = ① to send s/b as a representative = cử đại biểu.

Ex: He was délegated to the Barcelona Olympic Games.

Ông ta đã được cử làm đại biểu ở Thế vận hội Ô-lem-pich Barcelona.

② to choose s/b to carry out a task = giao phó.

Ex: He was délegated to reorganize the joint-venture enterprise.

Ông ta được giao phó nhiệm vụ tổ chức lại xí nghiệp liên doanh đó.

Delegation /,delɪ'geɪʃn/ (n) = group of delegates = phái đoàn, đoàn đại biểu.

Ex: The Director refused to meet the Union delegation.

Vị giám đốc đã từ chối không tiếp đoàn đại biểu công đoàn.

To mention /'menʃn/ = to talk about = đề cập đến.

Ex: - It's not worth mentioning.

67

Việc ấy không đáng đề cập đến nữa.

- Don't méntion it.

Dạ không có chi đâu mà (đừng đề cập đến nó làm gì mà).

Méntion (n) = việc đề cập, đả động.

Ex: She made no méntion of your requést.
Bà ta đã không đề cập đến yêu cầu của anh.

Moustache /mə'sta:ʃ/ (n) = bộ ria mép

Attractive /ə'træktɪv/ (adj.) = sedúctive (hấp dẫn, lôi cuốn), pleasing (có duyên)

Ex: I don't find her at all attráctive.
Tôi chẳng thấy cô ta hấp dẫn một chút nào

Attráction /ə'trækʃn/ (n) = sự hấp dẫn, thu hút

Ex: One of the main attráctions of the job is the high sálary.
Một trong những điều thu hút nhất về công việc ấy là lương cao.

To attract /ə'trækt/ = ① to aróuse ínterest = thu hút; ② to pull = hút; ③ to prompt = khơi dậy

Ex: - The light attrácted a lot of ínsects.
Ánh sáng đã thu hút nhiều côn trùng đến.

- Mágnets attráct iron.
Nam châm hút sắt.

- The new play has attrácted a good deal of críticism.
Vở kịch mới đã khơi dậy nhiều lời bình phẩm.

Costume /'kɒstjuːm/ (n) = y phục.

Ex: The atténdants in that réstaurant are dressed in the eighteenth - céntury cóstumes.
Những nhân viên phục vụ trong nhà hàng đó trang phục quần áo hồi thế kỷ 18.

Gown /gaun/ (n) = áo đầm dài (phụ nữ mặc vào dịp lễ, cưới); áo thụng (quan tòa)...

Ex: The bride looked so attráctive in her wedding gown.
Cô dâu trông thật hấp dẫn trong chiếc áo cưới trang trọng.

Tournament /'tɔːnəmənt/ (n) = trận thi đấu

Fashion designer /'fæʃn dɪ'zaɪnə/ (n) = nhà tạo mốt thời trang.

Lottery /'lɒtərɪ/ (n) = cuộc sổ xố; điều may rủi (bóng)

Lóttery ticket (n) = vé số

Hut /hʌt/ (n) = small roughly - built house = nhà lều

Guy /gai/ (n) = féllow, chap = gã, anh chàng, thằng cha

Beats me (col.) = I have no idéa, I don't know = tao chả biết nữa (chuyện đó thì tao thua)

(You) *beat me!* = tao "thua" mày luôn!
(Tiếng lóng dùng khi thấy ai làm điều gì quá quắt. Chỉ dùng cho những người ngang hàng hoặc nhỏ tuổi hơn mình.)

BÀI 4: *Hãy lắng nghe phần này. (trang 32)*

(Bùi Quang Đông)

1. Bạn sắp sửa được nghe một người nào đó đang hỏi về địa điểm của những nơi ở dưới đây. Hãy lắng nghe và sau đó đánh dấu mỗi nơi trên bản đồ bằng cách kẻ một hàng đến nơi đó.

A: Ồ, Joan. Tôi phải đi xuống tòa nhà bảo hiểm Elna. Tình cờ chị có thể biết nó ở đâu không vậy?

B: Tất nhiên. Nó ở đường Bedford ấy.

68

B: Đường Bedford. Có phải đi khỏi đường (xe riêng) President là tới không?

B: Đúng vậy. Ngay trước khi đường President hòa nhập vào đường Congress thì tới.

A: Nó có nằm cùng một phía với khách sạn Pacific không nào?

B: Không, nó nằm phía bên kia, ngay trước khi chị tới được rạp chiếu phim.
Hãy lắng nghe lại và kiểm lại những câu trả lời của bạn.

2. Bây giờ bạn sẽ nghe một mẩu đối thoại tương tự. Hãy lắng nghe và vẽ một con đường đến: Văn phòng Thuế vụ.

Tòa nhà Times

A: Xin lỗi. Tôi đang muốn tìm Văn phòng Thuế vụ. Ông có biết nó ở đâu không ạ?

B: Văn phòng Thuế vụ. Để tôi xem. Ồ, chắc vậy rồi. Nó là tòa nhà màu xanh kia. Vừa qua khỏi công viên là đến.

A: Thế ạ. Thế còn tòa nhà Times ở đâu kia ạ?

B: Nó ở mãi phía trên nữa bên phía đối diện ấy. Nó là một tòa nhà thấp hai tầng nếu như tôi còn nhớ rõ, bên cạnh nó có một tòa công thự bằng kính rất cao.

A: Cám ơn nhiều lắm ạ.

B: Có chi đâu ạ.
Hãy lắng nghe và lại kiểm lại những câu trả lời của bạn.

3. Bây giờ bạn sẽ nghe những mẩu đối thoại qua điện thoại trong đó có người ta hỏi về giờ giấc ở các nơi khác nhau. Hãy lắng nghe những mẩu đối thoại ấy và cho biết xem những câu nói dưới đây đúng (Đ) hay sai (S).

* **Mẩu đối thoại 1:**

A: Cửa hàng tổng hợp Regent đây ạ.

B: Ô, A lô. Tôi chỉ muốn biết xem hôm nay cửa hàng có mở cửa không ấy mà?

A: Vâng, chúng tôi có mở cửa ạ. Giờ giấc hoạt động của chúng tôi vào những ngày cuối tuần cũng hệt như ngày thường ạ. 9 giờ sáng đến 9 giờ tối.

B: Tốt. Cám ơn cô nhiều lắm ạ.

A: Dạ không có chi ạ.

* **Mẩu đàm thoại 2:**

A: Ơ, đây hẳn là phòng Triển lãm Quốc Gia rồi.

B: Em cũng đoán vậy. To chứ phải không ạ? Ồ, không ổn rồi, em không tin là hôm nay nó mở cửa.

A: Em nói gì vậy? Hôm nay là thứ Năm mà.

B: Đúng vậy, xem kìa! Nó ghi "Đóng cửa vào những ngày thứ Năm".

A: Ôi, trời đất ơi. Vậy chúng mình đành phải trở lại vào ngày mai thôi.

B: Ô nhưng mà gượm đã nào. Ngày mai lẽ ra mình còn phải đi theo đoàn kia nữa mà.

A: Ừ đúng rồi. Thế mà anh quên khuấy đi mất chuyện đó chứ. Vậy thì thứ Bảy có được không nào?

B: Với em thì ổn. Giờ giấc thì vẫn y hệt. Hình như là từ 10 giờ đến 5 giờ thì phải.

A: Tốt. Vậy thì ngày mai mình vẫn có thể tham dự chuyến tham quan kia.

* **Mẫu đối thoại 3:**

A: Phòng mạch Bác sĩ Lee đây. Bà cần chi không ạ?

B: Vâng, tôi là bà Manning đây. Tôi muốn xin một cái hẹn để được bác sĩ khám cho ạ.

A: Vậy để tôi xem xem nào. Tôi e rằng bác sĩ đã có hẹn trước từ thứ Hai cho đến thứ Năm rồi ạ. Ngày thứ Sáu có được không thưa bà?

B: Thứ Sáu lại là ngày quá tệ đối với tôi ạ. Cô có giờ trống vào sáng thứ Bảy không cô?

A: Tôi e rằng phòng mạch đóng cửa vào những ngày cuối tuần ạ.

B: Vậy thì thứ Hai tuần tới có được không nào?

A: Ngày đó được đấy ạ. Giờ thăm bệnh từ 10 giờ đến 5 giờ 30. Giờ nào sẽ tiện cho bà ạ?

B: 11 giờ 30 thì sao cơ?

A: Thưa được ạ.

* **Mẫu đàm thoại 4:**

A: A lô. Có phải Câu lạc bộ An dưỡng Nautilus đấy không ạ?

B: Vâng đúng ạ.

A: Ờ, tôi muốn được làm một hội viên. Xin cô cho biết giờ giấc của quí vị hôm nay ạ?

B: Chúng tôi mở cửa 24 tiếng hàng ngày.

A: Hai mươi bốn tiếng mỗi ngày.

A: Vâng đúng vậy, và quí khách được đón tiếp vào bất kỳ lúc nào.

A: Và cả cho những ngày nghỉ cuối tuần nữa chứ ạ?

B: Đúng vậy ạ.

* **Mẫu đối thoại 5:**

A: Tòa đại sứ Nhật. Cô cần chi không ạ?

B: Vâng, tôi muốn ghé đến để xin cấp một thị thực (chiếu khán) ạ. Xin ông vui lòng cho biết chừng nào thì quí ông mở cửa ạ?

A: Tất nhiên ạ. Cô có thể đến bất cứ giờ giấc nào trong khoảng từ 9 giờ sáng đến 5 giờ chiều vào ngày làm việc ạ.

B: Cám ơn ông. Tôi sẽ đến vào sáng hôm nay ạ. À, mà tôi có phải mang giấy tờ gì theo không ạ?

A: Cô sẽ cần mang theo một số hộ chiếu, và vé máy bay đến Nhật Bản.

B: Vâng, được ạ.

Hãy lắng nghe lại và kiểm tra lại các câu trả lời của bạn.

4. Trong bài tập này bạn sẽ nghe những khách hàng trong một cửa hàng tổng hợp hỏi xem họ có thể tìm ra các gian hàng khác nhau ở đâu.

Hãy lắng nghe các mẫu đối thoại và vẽ một con đường đến tầng lầu đúng.

* **Mẫu đàm thoại 1:**

A: Xin lỗi, tôi có thể tìm thấy những cây kiểng trồng trong nhà ở đâu ạ?

B: Trong cửa hiệu Garden (vườn kiểng) trên tầng lầu hai ạ. Bà hãy lên theo cầu thang phía bên tay phải của bà ạ.

A: Cám ơn ông.

* **Mẫu đàm thoại 2:**

A: Xin lỗi, tôi có thể mua một đôi giầy chạy thể dục ở đâu ạ?

B: Hãy thử lên lầu bốn mà tìm chúng xem. Những dụng cụ thể thao. Nó nằm ở mé sau cửa hàng đấy.

A: Tốt, cám ơn bà.

* **Mẫu đàm thoại 3:**

A: Tôi có thể đổi chiếc máy nướng bánh này ở đâu ạ? Tôi mới mua nó ngày hôm qua mà nó đã gẫy mất rồi.

B: Tốt hơn là bà thử ghé đến khu dịch vụ khách hàng ở trên lầu ba xem.

A: Lầu ba à?

B: Đúng vậy ạ.

* **Mẫu đàm thoại 4:**

A: Rất tiếc phải làm phiền ông, nhưng liệu ông có thể cho tôi biết muốn mở một tài khoản vãng lai thì tôi phải đến đâu ạ?

B: Vâng thưa ông. Bộ phận tài khoản ở trên tầng lầu năm đấy ạ. Họ sẽ vui vẻ tiếp đón ông ạ.

A: Cám ơn ông nhiều lắm.

B: Dạ không có chi.

* **Mẫu đàm thoại 5:**

A: Tôi muốn mua một ít quần áo trẻ em. Tôi phải đến đâu để mua các thứ ấy ạ?

B: Gian hàng thiếu nhi ở bên trên tầng lầu này, bên phía tay trái của bà đấy ạ.

A: Thế còn các nhà vệ sinh nằm ở đâu cơ?

B: Bà sẽ thấy ở tầng lầu nào cũng có một phòng vệ sinh gần thang máy ạ.

A: Tốt, cám ơn ông ạ.

Hãy nghe lại và kiểm tra lại các câu trả lời của bạn.

❑ VOCABULARY and WORD ENRICHMENT:

To label /'leɪbl/ = ① to descríbe (mô tả).

  Ex: Her work is difficult to lábel áccurately.
  Công việc của cô ta khó mô tả một cách chính xác được.

② to clássify = xếp loại.

  Ex: She is úsually lábelled as an impréssionist.

Bà ta thường được xếp vào giới văn nghệ sĩ thuộc phái ấn tượng.

Lábel (n) = nhãn hiệu.

To happen /'hæpən/ = to occúr by chance = xảy ra tình cờ, xảy ra.

  Ex: - They háppened to meet on the street.
  Họ đã tình cờ gặp nhau trên phố.
  - The wítness repórted everything

71

that háppened.

Nhân chứng đã báo cáo lại mọi việc xảy ra.

National gallery /'næʃnəl 'gælərɪ/ (n) = phòng triển lãm, trưng bày quốc gia.

To guess /ges/ = ① to surmíse = phỏng đoán.

Ex: How old do you guess I am?
Anh đoán xem tôi bao nhiêu tuổi?

② to think = nghĩ.

Ex: I guess you'll need some rest after your long jóurney.
Tôi nghĩ bạn cần nghỉ ngơi một chút sau chuyến hành trình dài.

Guess (n) = sự phỏng đoán.

Ex: If I might házard a guess, I'd say she was about 30.
Nếu như tôi dám đoán liều thì tôi có thể nói cô ta khoảng chừng 30.

For góodness' sake (Interj) = trời đất ơi.

Ex: For goodness'sake! How can you be so stupid!
Trời đất ơi! Sao mày lại có thể ngu như thế kịa chứ!

To be supposed /sə'pəʊzd/ *to* (Idiom) = to be expécted or requíred to do something = lẽ ra thì phải, lẽ ra thì nên.

Ex: - They were suppósed to be here an hour agó.
Lẽ ra họ đã phải có mặt ở đây cách đây một giờ đồng hồ.

- You are suppósed to go to work on time.
Lẽ ra anh phải đi làm đúng giờ.

To book = to engáge ahéad of time = hẹn trước; to resérve = đặt trước.

Ex: They have booked a music band for their wedding bánquet.
Họ đã đặt trước một ban nhạc cho tiệc cưới của họ.

Office hours = giờ thăm bệnh.

Health club (n) = câu lạc bộ an dưỡng.

Department /dɪ'pɑːtmənt/ (n) = ① a séparate part of a shop where cértain kind of goods is sold = gian hàng. ② any divísion of a góvernment, búsiness, univérsity or a hóspital = bộ, cục, sở, khoa.

Various /'veərɪəs/ (adj) = dífferent = khác nhau.

Ex: Várious kinds of próducts are sold in that store.
Đủ các loại sản phẩm được bày bán trong cửa hàng đó.

Variety /və'raɪətɪ/ (n) = a number of things dífferent from each other = đủ loại.

Ex: That bookstore sells a varíety of mágazines.
Cửa hàng sách đó bán đủ loại tạp chí.

Índoor plant (n) = cây kiểng chưng trong nhà.

Toaster /'təʊstə/ (n) = máy nướng bánh mì.

Cústomer service (n) = dịch vụ tiếp khách hàng.

Charge accóunt (n) = cúrrent accóunt = tài khoản vãng lai.

rest room (n) = lávatory, tóilet = nhà vệ sinh.

BÀI 6 | *Hãy lắng nghe phần này. (trang 44)*

1. Bạn sắp được nghe hai người thư ký đang nói chuyện về cơ quan của họ. Hãy nghe cuộc đối thoại của họ và trả lời những câu hỏi.

Tom: (có tiếng đang đánh máy) Chào cô Janice. Cô khỏe không nào?

Janice:	Ồ, chào anh Tom. Tôi e rằng chẳng khỏe lắm đâu.
Tom:	Sao? Có chuyện gì vậy cơ?
Janice:	Ồ, tôi bị nhức đầu như búa bổ vậy thôi.
Tom:	Việc này chả coi thường được đâu. Sao cô lại không nghỉ ngơi một lúc đi?
Janice:	Ước gì mà tôi được nghỉ. Ba giờ là phải hoàn tất bản báo cáo này đây.
Tom:	Vậy thì chắc là cô cần phải uống vài viên Aspirin đấy.
Janice:	Tôi đã uống vài viên rồi mà chẳng thấy đỡ gì cả.
Tom:	Ồ, thế hả. Vậy sau khi xong việc cô nên dọn dẹp mà về nhà ngay. Cô trông có vẻ đuối sức thật sự rồi đấy.
Janice:	Vâng, anh khuyên rất phải. Tôi nghĩ tôi sẽ làm vậy thôi.

2. Bạn sắp nghe một người đàn ông đang nói chuyện với bác sĩ của ông ta. Hãy lắng nghe cuộc đối thoại của họ và trả lời những câu hỏi bên dưới.

Bác sĩ:	Bây giờ thì ông James này. Ông làm sao thế?
Bệnh nhân:	Tôi không sao ngủ được Bác sĩ ạ.
Bác sĩ:	Thế ạ. Thế ông bị như vậy bao lâu rồi?
Bệnh nhân:	Ơ, khoảng đến hai tháng rồi đấy ạ?
Bác sĩ:	Hai tháng rồi. Ông có bị nhức đầu không?
Bệnh nhân:	Dạ thỉnh thoảng ạ.
Bác sĩ:	Có sốt không?
Bệnh nhân:	Không ạ.
Bác sĩ:	Ông có chuyện gì bất ổn trong gia đình không?
Bệnh nhân:	Thực sự là không ạ. Bà xã tôi và tôi ăn ở khá thuận hòa ạ.
Bác sĩ:	Thế còn công việc làm ăn thì sao?
Bệnh nhân:	Ơ, thời gian gần đây tôi làm việc khá cực nhọc. 10 đến 11 tiếng một ngày ạ.
Bác sĩ:	Có lẽ ông nên đi nghỉ dưỡng sức một thời gian.
Bệnh nhân:	Dạ ngay lúc này thì chưa được đâu ạ. Chúng tôi còn đang mắc dở một công việc làm ăn quan trọng ạ.
Bác sĩ:	Thế à. Và công việc này đang hồi phát đạt phải không nào?
Bệnh nhân:	Ơ, hiện thời thì chưa mấy gì làm tốt đẹp lắm đâu ạ.
Bác sĩ:	Vì vậy cho nên ông đang lo phiền về việc đó phải không?
Bệnh nhân:	Vâng, chắc là vậy ạ.
Bác sĩ:	Ông có thích công việc làm của ông không hả ông James?
Bệnh nhân:	Ồ, cũng tạm thôi ạ.
Bác sĩ:	Vậy có lẽ ông nên nghĩ đến việc thay đổi công ăn việc làm đi - một việc gì mà bớt căng thẳng hơn ấy.
Bệnh nhân:	Vâng, như ông biết đấy, vào độ tuổi của tôi mà tìm một việc làm mới thì cũng hơi khó đấy.
Bác sĩ:	Vâng tôi hiểu, nhưng thật tình thì ông cũng nên bớt bớt lại đi. Với mức độ làm việc như thế này thì ông sắp tự sát đến nơi rồi đấy.

Bây giờ hãy nghe lại và kiểm tra những câu trả lời của bạn.

Splitting headache /splɪtɪŋ hedeɪk/ (n) very páinful héadache = nhức đầu như búa bổ.

To take a break = to stop working for a while and reláx = nghỉ giải lao.

Ex: The workers take an hour's break for lunch.

Các công nhân ngưng công việc một tiếng đồng hồ để dùng cơm trưa.

They didn't help = they didn't make me feel better = they didn't do me any good = chúng chẳng mang lại hiệu quả gì.

to pack up = to stop working = ngưng làm việc.

Ex: It's time to pack up now.

Đến giờ nghỉ rồi đấy nhé.

Exhausted /ɪgˈzɔːstɪd/ (adj) = very tired = rất mệt, kiệt sức.

Ex: After a hard day's work, he has becóme exhásted.

Sau công việc vất vả của một ngày, ông ta đã trở nên mệt nhoài.

To exháust = ① to tire out = làm mệt nhoài.

Ex: The hard work exhásted me.

Công việc nặng nhọc khiến tôi mệt nhoài.

② to use complétely = tận dụng, dùng hết.

Ex: They had exhásted all their money.

Họ đã tiêu hết tiền.

Exhaustion /ɪgˈzɔːstʃən/ (n) = extréme tiredness = sự kiệt sức.

Ex: They were in a state of exhaustion after climbing the móuntain.

Họ đã ở trong tình trạng kiệt sức sau khi leo núi.

to get along /əˈlɒŋ/ = to have a harmónious relátionship with sb = sống hòa nhã với ai.

Ex: He gets alóng well with his clássmates.

Nó sống rất hòa nhã với các bạn học của nó.

Stressful /ˈstresfl/ (adj) = strained = căng thẳng.

Ex: You'd better seek a less stressful job.

Tốt hơn là bạn nên tìm một công việc bớt căng thẳng hơn.

Rate /reɪt/ (n) = speed of movement = mức độ.

Ex: Due to the módern equipment they impórted a few months agó, they can double the rate of prodúction now.

Nhờ vào các thiết bị hiện đại mà họ đã nhập cách đây vài tháng, hiện họ có thể tăng gấp đôi mức sản xuất.

At any rate (Idm) = in any case = với bất cứ giá nào, dù trong trường hợp nào.

Ex: A soldier must not leave his post at any rate.

Một chiến sĩ không được bỏ công sự chiến đấu dù trong trường hợp nào đi nữa.

At this rate (Idiom) = if this continues = nếu cứ tiếp tục cái đà này.

Ex: At this rate, we'll soon be bankrupt.

Nếu cứ tiếp tục cái đà này thì chẳng bao lâu nữa chúng ta sẻ phá sản mất thôi.

| BÀI 7 | *Hãy lắng nghe phần này (Trang 52)* |

(Bùi Quang Đông)

1. **Phần 1:** Những bức ảnh dưới đây chỉ cách (sốt) hầm gà với rượu vang, nhưng

74

các bức ảnh lại không được sắp xếp theo thứ tự. Hãy nhìn vào những bức ảnh và thử quyết định thứ tự diễn biến của các bước chuẩn bị món ăn. Hãy ghi các bước này từ 1 đến 9 bằng bút chì.

Phần 2: Bây giờ hãy lắng nghe cuộc đối thoại, bạn sẽ nghe thấy hai phụ nữ đang bàn về công thức chế biến món ăn. Hãy lắng nghe cuộc đối thoại giữa họ rồi viết số chính xác vào cạnh mỗi bước của công thức chế biến.

(Hai bạn gái đang nói chuyện trong nhà bếp.)

A: Món gà đó ngon quá Penny ơi. Làm ơn chỉ cho mình cách nấu món đó đi.

B: Ồ, dễ lắm mà. Bồ cần đến sáu miếng gà cho hai người. Trước hết, lăn mỗi miếng gà vào trong một ít bột mì.

A: Chỉ bột mì thường thôi chứ gì?

B: Ơ, mình vẫn thường dùng thứ bột mì trộn gia vị để làm cho nó đạt thêm hương vị một chút.

A: Được rồi. Sau đó thì bồ làm gì nữa nào?

B: Ừ, kế đến thì bồ khử một chút dầu trong một cái chảo. Bồ sẽ cần khoảng đâu nửa tách đấy.

A: Thế à.

B: Rồi sau đó bạn rán (chiên) gà trong dầu trong vài phút cho đến khi nó vàng đều khắp.

A: Chỉ hai ba phút thôi.

B: Đúng vậy. Bây giờ thì bồ chọn rau đi. Bồ sẽ cần đến rau cần tây, cà rốt, một củ hành và một ít nấm rơm - rồi bồ xắt chúng thành miếng lớn và bước kế tiếp là bỏ chúng vào chung với gà. Sau khi bồ làm xong thì nêm gia vị vào. Tôi thì tôi ưng cho vào một ít ngò tây, thì là, ngải dấm và một chút muối, chút tiêu. Chỉ mỗi thứ một nhúm là đủ.

A: Để tôi lập lại từ đầu tới đuôi xem đúng không. Sau khi rán (chiên) chín vàng gà rồi thì xắt miếng các thứ lê guym, bỏ chúng vào chảo dầu và rồi nêm gia vị.

B: Đúng vậy. Giờ thì hãy hầm đồ lê guym và gà thêm năm phút nữa, lúc đó mới chế rượu vang vào. Bồ sẽ cần khoảng nửa chai rượu vang trắng loại mạnh. Chế rượu đều khắp những miếng gà cùng chung với khoảng một tách nước.

A: Khoản rượu và nước thế là đủ rồi phải không?

B: Ừ, vậy là nhiều rồi đó. Sau đó thì hãy đậy vung chảo lại rồi hầm thêm khoảng 30,40 phút nữa trên ngọn lửa riu riu.

A: Ôi, nghe có vẻ dễ ợt hà, tôi định sẽ thử làm món này vào cuối tuần tới. Bây giờ thì hãy nghe lại rồi kiểm lại thông tin của bạn.

2. Bạn sắp sửa nghe một cuộc đối thoại giữa một người vừa mới dọn vào ở trong một tòa nhà chung cư và ông quản đốc tòa nhà này. Người mới đến cư ngụ muốn tìm hiểu những luật lệ dành cho người mới đến cư ngụ. Hãy đọc những câu dưới đây.

Sau đó hãy nghe lại cuộc đối thoại và ghi dấu kiểm vào cột đúng.

(Người đến thuê hộ đang nói chuyện với vị quản đốc của tòa nhà chung cư.)

A: Xin lỗi. Tôi mới đến ở trong tòa nhà chung cư này. Tôi có thể hỏi ông về một số điều lệ ở đây được không ạ?

B: Vâng, tất nhiên.

A: Trước hết là vấn đề đậu xe, liệu tôi có thể đậu xe ô tô của tôi ở phía sau
tòa nhà được không ạ?

B: Tất nhiên là được. Cô sẽ thấy tại nơi ấy có vài chỗ đậu xe dành cho người
cư ngụ.

A: Thế còn lúc tôi có khách đến thăm thì sao ạ?

B: Ơ, khách thì không được phép để xe ô tô ở phía đàng sau. Họ phải đậu xe
ở nơi dành riêng cho khách ở phía đàng trước.

A: Thế ạ. Thế có luật lệ nào về việc nuôi súc vật trong nhà không ạ? Chẳng
hạn như tôi có được phép nuôi một con chó không?

B: Mèo thì được, còn chó thì tôi e rằng không được phép nuôi đâu. Như cô
thấy đấy, chúng phóng uế bừa bãi khắp mọi nơi và chúng sủa thâu đêm, vì
vậy cho nên dân sống trong chung cư phản đối việc đó.

A: Tôi hiểu rồi. Thế còn vấn đề đổ rác thì sao cơ?

B: Rác rưởi thì phải được đưa vào phòng đổ rác. Mỗi tầng lầu đều có một
phòng bên cạnh thang máy.

A: Được rồi ạ. Và tôi có cần phải sử dụng những túi ni lông đặc biệt đó để
đựng rác không?

B: Không, điều đó không cần thiết đâu. Cô có thể sử dụng những túi giấy mua
từ siêu thị về.

Bây giờ thì hãy nghe lại và kiểm lại những câu trả lời của bạn.

❏ VOCABULARY and WORD ENRICHMENT:

Recipe /'resəpɪ/ (n) = instructions for preparing a food dish, including the ingredients needed = cách thức làm món ăn.

Ex: I'd like your recipe for this dessert.
Tôi thích cách thức bạn làm món tráng miệng này.

Recipe for something = (fig) method for achieving something = Bí quyết.

Ex: What's your recipe for success?
Bí quyết gì đưa anh đến thành công vậy?

Seasoned /'siːznd/ (adj) = flavoured with spices = Ướp gia vị.

Ex: She usually likes lamb seasoned with garlic and rosemary.
Cô ta thường thích món thịt cừu non ướp tỏi và lá phương thảo.

Seasoning /'siːzənɪŋ/ (n) = thức gia vị, bột ngọt.

Flavour /'fleɪvə/ (n) = taste and smell = hương vị.

Ex: Please add some more pepper and onion to the soup to improve its flavour.
Hãy thêm chút tiêu và hành vào món súp để tăng thêm hương vị.

To flavour = to give flavour to food by adding spices = Làm tăng hương vị.

Ex: The soup is strongly flavoured with pepper and onion.
Món súp tăng thêm hương vị nhờ tiêu và hành.

To chop up /tʃɒp ʌp/ = to cut into pieces = Chặt thành từng miếng.

Ex: She is chopping meat into cubes before

76

frying it.

Bà ta đang chặt thịt thành từng cục vuông vức trước khi rán.

Lid /lɪd/ (n) = Nắp vung.

Very low heat = lửa riu riu.

Resident /'rezɪdənt/ (n) = Người cư ngụ, thường trú.

Resident doctor (n) = (US) Bác sĩ thường trú.

Residéntial /'rezɪ'denʃl/ (adj) = Thuộc nơi cư trú.

Residéntial quarters = khu dân cư.

Résidence /'rezɪdəns/ (n) = Việc, nơi cư trú.

Apártment building = Tòa nhà tập thể, lô chung cư.

Tenant /'tenənt/ (n) = Người thuê nhà.

Regulations /'regju'leɪʃnz/ (n) = rules or restrictions made by an authority = Bản điều lệ.

Ex: Drivers must abíde by the tráffic regulations.

Tài xế phải tuân theo các luật lệ về giao thông.

Inner regulations (n) = Bản nội qui.

For instance /'ɪnstəns/ = for exámple = Chẳng hạn.

Ex: Séveral of his friends came: Nam, Vinh, Lan and Mai, for ínstance.

Nhiều bạn bè của anh ta đã đến, chẳng hạn như Nam, Vinh, Lan và Mai.

In the first ínstance = at the begínning = lúc đầu, thoạt đầu.

Ex: In the first ínstance she was inclíned to refúse his óffer, but then she accépted it in order to please her parents.

Thoạt đầu nàng có ý muốn từ chối lời cầu hôn của hắn ta, nhưng sau đó nàng chấp thuận để làm vừa lòng bố mẹ nàng.

In this ínstance = on this occásion (nhân dịp này); in this case = (trong trường hợp này).

Ex: In this ínstance, you should tell him once and for all.

Trong trường hợp này, cô nên bảo cho hắn ta biết dứt khoát đi.

To allow /ə'lau/ = To permít = cho phép.

Ex: - Taking pictures is not allówed here.

Không được phép chụp ảnh nơi đây.

- The situátion allóws of no deláy.

Tình thế không cho phép chần chờ được nữa.

Allowance /ə'lauəns/ (n) = ① tiền trợ cấp; ② tiền chiết khấu.

Ex: Trável allówance will be paid to you after the trip.

Trợ cấp di chuyển sẽ được trả cho anh sau chuyến đi.

Ex: 50% of tax allówance was granted to him due to his large family.

50% số tiền được miễn trừ thuế vì gia đình anh ta đông con.

Tax allówance = Khoản tiền được miễn trừ thuế.

To make a mess = to push out waste from the body = phóng uế.

Ex: The cat's made a mess somewhere under the bed.

Con mèo đã phóng uế ở đâu đó dưới gầm giường.

To mess = ① to put s/th into an untídy state = làm bừa bãi, rũ tung.

Ex: - Don't mess my desk.

Đừng rũ tung bàn giấy của tôi ra.

- The children messed up their bedroom.

Bọn trẻ đã rũ tung phòng ngủ của chúng.

To mess abóut (aróund) = làm huyên náo, phởn chí.

Ex: Stop messing abóut and me.

Đừng có quậy nữa r

tôi nào.

To bark /ba:k/ =sủa (chó)

Ex: Dog which barks doesn't bite. (Proverb)

Chó sủa thì không cắn.

Barking (n) = tiếng sủa.

Garbage /'ga:bɪdʒ/ (n) = doméstic réfuse = rác rưởi trong nhà.

Ex: She threw the left - over food in the garbage.

Bà ta đổ thức ăn thừa vào đống rác.

Trash /træʃ/ (n) = rúbbish, réfuse = rác, đồ phế thải.

Trash can = thùng rác (US).

Trash disposál room (n) = Buồng đổ rác.

Disposal /dɪ'spəʊzl/ (n) = getting rid of s/th = sự đổ bỏ, vứt bỏ.

Ex: He was fined for the dispósal of rúbbish in an impróper place.

Anh ta đã bị phạt vì cảnh về tội đổ rác ở nơi không đúng qui định.

At s/b's dispósal = at his/ her wish = tùy nghi, tùy ý.

Ex: My motorcycle is at your dispósal.

Bạn cứ tùy nghi xử dụng chiếc xe gắn máy của tôi.

To dispóse of s/th = to throw s/th awáy = vứt bỏ.

Ex: She dispósed of the dead leaves by burning them.

Bà ta khử những chiếc lá vàng bằng cách đốt chúng.

Disposable /dɪ'spəʊsəbl/ (adj) = thrown away after use = vứt bỏ sau khi xử dụng.

Ex: One of the effective ways to prevént AIDS is using dispósable sýringes in hóspitals.

Một trong những cách ngăn ngừa bệnh Sida có hiệu quả là xử dụng loại ống xy lanh vứt bỏ sau khi xử dụng.

To dispose /dɪ'spəʊz/ = to arránge = Sắp đặt, sắp xếp.

Ex: Man propóses but God disposes (Proverb).

Mưu sự tại nhân thành sự do thiên.

Disposed /dɪ'spəʊzd/ (adj) = wanting or prepáred to do s/th = muốn, chuẩn bị làm gì.

Ex: I'm not dispósed to meet her at the móment.

Tôi không có ý định gặp nàng vào lúc này.

| **BÀI 8** | *Hãy lắng nghe phần này (Trang 60)* |

(Bùi Quang Đông)

1. **Phần 2:** Bạn sắp được nghe một cuộc thảo luận nhóm về quyền giữ súng ngắn. Năm người sẽ phát biểu ý kiến của họ. Hãy lắng nghe cuộc thảo luận này và ghi một dấu kiểm để cho biết xem người nào ủng hộ quyền giữ súng hoặc chống nó.

A: Vấn đề súng ngắn luôn luôn gây ra nhiều cuộc thảo luận trong đất nước này. Tôi muốn xin ý kiến của quý vị về việc đó. Anh Paul ạ, tại sao chúng tôi lại không bắt đầu với anh cơ chứ. Anh có ý kiến gì không?

B: Ơ, theo như chỗ tôi nhận xét thì luật lệ về vấn đề này nên được sửa đổi đôi chút. Anh có biết rằng mỗi năm có đến gần 40000 người bị sát hại bằng súng hay không? Thật là loạn mất rồi. Cần phải gạt súng ống ra khỏi xã hội ngay đi thôi.

A: Tôi biết chị có lời bình luận về vấn đề này nữa chị Jane ạ.

C: Vâng, tôi thiết nghĩ người ta cần có quyền tự vệ. Ý tôi muốn nói là có quá nhiều người cuồng trí ở ngoài xã hội. Đây là một đất nước dữ dằn, và rất có thể vẫn còn nhiều vụ sát nhân ngay cho dù chúng ta có thật sự ngăn cấm việc giữ súng ngắn.

A: Còn anh Roger?

D: Tôi không hoàn toàn nhất trí với chị Jane. Tại sao người ta lại phải tự vệ cơ chứ? Chính vì thế mà chúng ta mới cần đến cảnh sát. Theo ý kiến của tôi, bạo lực chỉ càng làm phát sinh thêm bạo lực mà thôi. Chúng ta trao quyền giữ súng cho dân thì mức gây án mạng mỗi năm cứ tăng thêm lên.

A: Còn anh Steve?

E: Tôi thì tôi lại nhất trí với chị Jane. Tôi nghĩ người ta có quyền bảo vệ chính mình. Nếu như có kẻ nào đó toan đột nhập vào nhà quí vị - mà chuyện đó thì xảy ra như cơm bữa - một khi kẻ gian đã vào bên trong nhà rồi thì làm sao mà quí vị biết được nó sẽ mưu tính việc gì. Đó chính là lúc quí vị cần đến một khẩu súng.

A: Chị Susie, nãy giờ chưa thấy chị phát biểu gì cả đấy.

F: Vấn đề là hàng năm có đến khoảng 18.000 tại nạn xảy ra trong các gia đình kể cả những tai nạn gây ra do súng ngắn. Chẳng phải những tên trộm bị giết, mà là các bà mẹ, ông cha và trẻ nhỏ. Anh nên kiểm tra lại các sự kiện Anh Steven ạ. Sau đó thì có thể là anh sẽ thay đổi ý kiến thôi.

❏ VOCABULARY and WORD ENRICHMENT:

To own /əʊn/ = to posséss = sở hữu, làm chủ.

 Ex: He owns two restaurants in the city.
   Ông ta làm chủ hai nhà hàng trong thành phố.

Owner (n) = chủ nhân.

Ównership (n) = quyền sở hữu.

crazy /'kreɪzɪ/ (adj) = mad = điên khùng.

To breed /briːd/, bred = ① to prodúce = phát sinh.

 Ex: Dirt breeds diséase.
   Đất phát sinh ra bệnh tật.

② to raise animals = nuôi súc vật.

 Ex: He breeds race horses.
   Ông ấy nuôi ngựa đua.

Breed (n) = particular kind of animal or plant = loại súc vật, thảo mộc đặc biệt.

 Ex: What breed of cattle do they raise on this farm?
   Họ nuôi giống vật gì trong trại của họ vậy?

To break into = ① to pénetrate = đột nhập.

 Ex: Their house was broken into last week.
   Nhà của họ đã bị đột nhập tuần trước.

② begín to cheer súddenly = phá lên, hoan hô ầm lên.

 Ex: When the Diréctor Géneral walked into the auditórium, the audience broke into loud appláuse.
   Khi vị Tổng Giám Đốc bước vào hội trường, cử tọa vỗ tay hoan hô lớn.

③ suddenly move in a faster pace = Đâm đầu chạy.

 Ex: The hóoligan broke into a run when he saw the policeman.
   Tên du đãng đâm đầu chạy khi hắn trông thấy người cảnh sát.

④ to use up = tận dụng.

Ex: All this éxtra work I'm doing is break-ing into my léisure time.

Tất cả công việc phụ trội này mà tôi đang làm là để tận dụng khoảng thời gian rỗi rảnh của tôi.

⑤ To use a banknote of high value to buy something costing less or to deal with something of less value = Phá tờ giấy bạc chẵn thành tiền lẻ.

Ex: I can't pay the 50 pennies I owe you without breaking into a ten dollar bill.

Tôi không thể nào trả 50 xu tôi nợ anh mà không phá lẻ tờ giấy bạc mười đô la.

To involve /ɪn'vɒlv/ = to inclúde = bao gồm, kể cả.

Ex: The corrúption invólves many big shots.

Vụ tham nhũng dính líu đến nhiều nhân vật tai to mặt lớn.

To invólve s/b in doing s/th = to cause s/b to take part in doing s/th = Lôi kéo ai vào công việc gì.

Ex: Don't invólve me in solving your próblems!

Đừng lôi kéo tôi vào việc giải quyết những vấn đề của anh.

To invólve s/b in s/th = to bring s/b into (a dífficult situátion) = Đưa ai vào một tình huống khó khăn.

Ex: He was invólved in a heated dispúte.

Ông ta bị vướng vào cuộc tranh chấp gay gắt.

BÀI 9   *Hãy lắng nghe phần này (trang 67)*

(Bùi Quang Đông)

1. Bạn sẽ nghe một cuộc đối thoại giữa một đôi vợ chồng đang đi du lịch và một du khách khác đang giúp họ ít lời khuyên. Hãy lắng nghe cuộc đối thoại và bằng một dấu kiểm cho biết xem những hoạt động nào liệt kê bên dưới mà các du khách đã thực hiện hoặc chưa thực hiện.

A: Thực ra ông bà nên đến tham quan viện Bảo tàng Khoa học trong lúc ông bà đang ở đây.

B: Chưa đâu ạ. Chiều mai thì chúng tôi mới định đến đó.

A: Ông bà sẽ thích nơi ấy cho mà xem. Còn chuyến ngoạn cảnh bằng xe buýt ông bà đã tham dự chưa nào? Đó là cách hay nhất để biết qua thành phố.

C: Chưa ạ. Nhưng chúng tôi nghe nói cũng đáng đi như thế lắm.

A: Thế còn sở thú thì sao ạ? Ông bà đã đến đấy chưa nào?

C: Thưa rồi ạ. Thú vị lắm ạ. Tôi nghĩ đó là một trong những vườn thú ngoạn mục nhất mà tôi đã từng tham quan. Còn hấp dẫn hơn cả vườn thú ở San Diego nữa đấy.

A: Và nếu như ông bà say mê nghệ thuật, ông bà nên thăm viếng phòng triển lãm nghệ thuật quốc gia. Ở đó có một bộ sưu tập những tác phẩm của Ý.

B: Vâng, tôi đã đọc qua về nơi ấy rồi ạ. Chúng tôi sẽ cố gắng đến đó trong thời gian chúng tôi còn ở đây.

A: Và xin cũng đừng quên ghé thử vào những nhà hàng địa phương. Hải sản ở đây rất là tuyệt.

C: Vâng, đúng thế ạ. Tối hôm qua chúng tôi đã dùng món điệp tuyệt ngon. Này, ông có vui lòng dùng bữa cơm tối cùng với vợ chồng tôi không ạ?

Bây giờ hãy nghe lại và kiểm lại các câu trả lời của bạn.

2.   Bạn sẽ nghe hai người đang nói chuyện về những người bạn mà trước kia họ
      vẫn thường quen biết hồi còn học ở đại học. Hãy lắng nghe cuộc đối thoại của họ.
      Sau đó hãy ghép tên của mỗi người vào câu nói mô tả về người đó.

      A: Ô nhìn đây này. Đây là bức ảnh chụp lễ tốt nghiệp đại học hồi xưa của bạn
          này. Gã thanh niên tóc hung đứng kế bên bạn là ai vậy nhỉ?

      B: Ô, Richard Thomas đó mà.

      A: Ừ, tất nhiên là hắn rồi. Có chuyện gì lạ xảy đến với hắn không nhỉ?

      B: Sau khi tốt nghiệp đại học, anh ta đã theo học ở trường Luật Stanford, và
          sau đó anh tả dọn đến Nữu Ước. Tôi nghe nói dạo này anh ta hốt bạc.

      A: Thế còn cô gái đứng cạnh hắn? Không phải là con bé Bobbie Worth sao
          nào?

      B: Đúng là nó chứ còn ai. Nó là một trong những đứa lúc nào cũng thích đi
          du lịch. Ngay sau khi học xong đại học, nó tếch sang Á châu. Sau đó thì
          nghe nói nó kết hôn với một anh chàng người Pháp nào đó và hiện đang
          sống ở một nơi nào đó gần Paris.

      A: Thật vậy thì con bé may mắn quá. Và con bé dáng cao cao này có phải là
          Ellen Rosenberg không nào?

      B: Đúng vậy. Nó đã làm việc ở Los Angeles được một vài năm nhưng rồi nghe
          nói nó dọn đến Boston mở một hiệu nhỏ bán quần áo thời trang hay sao ấy
          mà.

      A: Vậy à. Thế còn anh chàng này? Nói lại giùm xem hắn tên gì nhỉ?

      B: Ồ, đó là Dan Collins - anh chàng đã làm một nhà bình luận thể thao trên
          TV ở Chicago.

      A: Đúng thế không? Nghe có lý quá nhỉ? Thế còn con bé Carol Chin? Con bé
          ấy ra sao rồi?

      B: Ồ anh nhớ không. Nó đã dọn về San Francisco ở và giữ một chân ở văn
          phòng trong một thời gian. Sau đó thì nó xuống Texas để học về khoa thư
          viện. Tớ nghĩ nó đang học năm cuối cùng ở đó rồi thì phải.

      Bây giờ hãy nghe lại và kiểm những câu trả lời của bạn.

❏ VOCABULARY and WORD ENRICHMENT:

on tour /tʊə/ (n) = đang đi du lịch.

To offer /'ɒfə/ = to give with willingness =
săn lòng ban cho, tỏ thiện chí giúp.

   Ex: I don't think she needs help, but I
        think I should offer anyway.
        Tôi không nghĩ rằng nàng cần sự
        giúp đỡ nhưng tôi nghĩ mình cứ nên
        tỏ thiện chí như thế.

Offer /'ɒfə/ (n) = a willingness to help (thiện
   chí giúp đỡ).

   Ex: Thank you for your kind offer to help.
        Cám ơn về thiện chí giúp đỡ của bạn.

Absolutely /'æbsəlu:tlɪ/ (adv) = complétely,
   entírely = hoàn toàn.

   Ex: You're ábsolutely right.
        Anh hoàn toàn có lý.

Fascinating /'fæsɪneɪtɪŋ/ (adj) = very
   attráctive = quyến rũ.

   Ex: She has a fáscinating beauty.
        Nàng có một vẻ đẹp mê hồn.

81

To fáscinate /'fæsɪneɪt/ = ① to attráct strongly = làm say mê, quyến rũ.

Ex: Her beauty fáscinated everybódy in the party.

Vẻ đẹp của nàng làm cho mọi người trong bữa tiệc phải say mê.

② to hold mótionless by fear = sợ điếng hồn.

Ex: The young lady was fáscinated by the cáterpillar.

Người thiếu nữ sợ điếng hồn vì con sâu bướm.

Fascination /,fæsɪ'neɪʃn/ (n) = sự say mê.

Ex: Stamp collécting holds a certain fascinátion for me.

Việc sưu tầm tem gây cho tôi một niềm say mê đôi chút.

To be worth /wɜ:θ/ doing sth = đáng làm cái gì.

Ex: - That film is worth watching again. Phim đó đáng được xem lại lần nữa.

- The poor youngman felt that his life was no longer worth living.

Người thanh niên đáng thương đã ngỡ rằng cuộc đời chàng chẳng còn đáng sống chút nào nữa.

Worth /wɜ:θ/ (adj) = đáng giá.

Ex: His car is worth about ten thousand dollars.

Chiếc xe của ông ta đáng giá khoảng 10 ngàn đô-la.

Worth of something = khoản trị giá.

Ex: The thieves stole £50,000.00 worth of jéwellery.

Bọn trộm đã đánh cắp một số nữ trang trị giá 50.000 bảng Anh.

A bird in the hand is worth two in the bush (Idiom) = một con chim trong tay đáng giá bằng hai con ở trong bụi (= chớ thả mồi bắt bóng).

Worthwhile /'wɜ:θwaɪl/ (adj) = impórtant (hệ trọng).

Ex: Nursing is a very wórthwhile caréer. Điều dưỡng là một nghề quan trọng.

worthy /'wɜ:θɪ/ (adj) = desérving (xứng đáng).

Ex: I'll try all my best in fulfilling my assígned duties so as to be worthy of the cónfidence you have placed in me.

Tôi sẽ phấn đấu hết mình trong việc hoàn thành những nhiệm vụ được giao phó để xứng đáng với lòng tin tưởng mà ông đã đặt nơi tôi.

Clam /klæm/ (n) = large shellfish = con điệp (sò hến to).

College graduation photo = ảnh chụp lễ tốt nghiệp đại học.

To take off (for) = to leave húrriedly or súddenly = tếch đi, chuồn sang, dông tuốt sang.

Ex: When the guy saw the police coming, he took off in the óther diréction.

Khi gã ta trông thấy cảnh sát đến, gã ta dông tuốt về hướng khác.

Boutique /bu:'tɪ:k/ (n) = small shop selling latest-fashioned clothes and other articles = hiệu nhỏ bán quần áo thời trang và vật dụng hạng sang.

TV sports commentator /'kɒméntəɪtə/ (n) = bình luận viên thể thao trên đài truyền hình.

BÀI 11 *Hãy lắng nghe phần này (trang 22)*

(Bùi Quang Đông)

1. Peter đang gọi điện thoại cho Monica để xin nàng một cái hẹn. Hãy lắng nghe cuộc nói chuyện qua điện thoại. Trong tuần này thì Monica làm gì vào mỗi buổi tối? Hãy ghi một dấu kiểm vào cạnh hoạt động đúng.

A: A lô?

B: A lô - Monica đấy phải không?

A: Chào anh Peter.

B: Này, tối thứ Hai này em có dự định làm gì không nào? Có một buổi diễn long trọng ở rạp Varsity.

A: Tối thứ Hai à? Ồ, rất tiếc, em dự định phải làm cho xong các câu hỏi ôn thi học kỳ của em. Đến sáng thứ Ba là phải dự thi rồi.

B: Ô, mà không hề chi đâu. Này, thứ Ba vậy, sao chúng mình lại không ra phố ăn tối chứ, chỉ em và anh thôi, êm đềm và thơ mộng. Chúng mình có thể đi đến nhà hàng nhỏ mà em vẫn hằng ưa thích đấy.

A: Nghe sao mà tuyệt quá đi mất thôi, nhưng em nghĩ có thể em sẽ còn phải giúp con bạn cùng phòng dọn dẹp căn hộ nữa. Anh biết không, đến tối thứ Tư này bọn em còn phải tiếp đón vài người, vì vậy bọn em muốn nơi ăn chốn ở của mình phải thật sự xinh xắn.

B: Nói như vậy có nghĩa là em cũng sẽ bận cả tối thứ Tư này nữa phải không?

A: Em e là như vậy đó anh.

B: Vậy tối thứ Năm thì sao nào? Sẽ có trận tranh giải vô địch bóng rổ ở trường. Chúng mình sẽ đến cổ vũ nhiệt tình cho đội Blues bỏ nhà được không em?

A: Vâng, em cũng đã định đến xem trận đấu đó, nhưng anh có biết chuyện gì sẽ xảy đến không? Hôm ấy là sinh nhật của bố em, vì thế chúng em định đưa ông cụ ra phố dùng cơm tối đấy.

B: Vậy thì cứ cho là em sẽ bận cả tối thứ Sáu nữa đi. Anh đã có ý định muốn mời em đi dự một buổi hòa nhạc, chương trình biểu diễn của Los Angeles Philharmonic đấy.

A: Ơ, em đã có ý định muốn ở nhà nghỉ ngơi, chứ còn làm gì nữa vào những đêm tối như thế này, nhưng vì lại phải mắc bận suốt cả tuần như vậy, thôi được, chắc chắn là em sẽ vui lòng đi với anh. Chừng nào hả anh?

2. Tony và các bạn của cậu ta đang ở trong một tửu lầu. Nhìn vào thực đơn. Sau đó hãy lắng nghe cuộc đối thoại rồi viết lại những món mà mỗi người gọi.

John: Thế nào, bạn đã quyết định sẽ gọi món gì chưa nào?

Barbara: Mình chưa quyết định được. Thế còn bạn?

John: Mình định thử món gà Kiev xem sao. Trông nó có vẻ ngon đấy.

Barbara: Có thể mình cũng thử món ấy. Còn Ellen, bạn định dùng món gì nào?

Ellen: Mình cũng chưa biết chắc nữa. Thật ra thì mình thích món cá nhưng không biết món cá của họ có tươi không đây?

Barbara: À, mình nghĩ có lẽ món cá bơn tươi đấy.

Ellen: Vậy thì mình sẽ thử gọi món đó xem sao.

Peter: Thế còn bạn Tony?

Tony: Mình thì mình cũng chưa thực sự đói lắm đâu, cho nên mình nghĩ chỉ cần một phần trứng rán pho-mai thôi.

John: Peter ơi, nếu như bạn đói thì bạn nên thử món bít-tết. Bạn sẽ không tin nổi nó to cỡ nào đâu.

Peter: Ừ, nhưng nó ngon không nào?

John: Thiệt là hết sẩy. Tối hôm qua mình mới dùng món bít-tết nếu không thì mình đã gọi món ấy rồi.

Peter: Được, theo mình thì nó có vẻ ngon ấy.

Hãy nghe lại và kiểm lại những câu trả lời của bạn.

❏ VOCABULARY and WORD ENRICHMENT:

Never mind = Don't think about it = đừng bận tâm về chuyện ấy nữa.

Ex: - Excuse me for having troubled you.
Xin lỗi đã làm rộn anh.

- Never mind, I have nothing to do now.
Không sao, hiện tôi không có việc gì để làm mà.

To mind = ① to take care of = trông nom.

Ex: - Mind my bike while I go into the store.
Hãy trông giúp tôi chiếc xe đạp trong lúc tôi vào cửa hàng.

② To feel discómfort or annóyance = cảm thấy khó chịu, phiền hà.

Ex: - Would you mind if I smoke?
Cô có phiền hà gì nếu như tôi hút thuốc không?

③ to be cáreful abóut = thận trọng, coi chừng.

Ex: Mind your head!
Coi chừng đầu của anh nhé! (Kẻo đụng)

④ to care abóut = quan tâm đến, để ý đến.

Ex: Don't mind me, I prómise not to distúrb you.
Đừng có để ý đến tôi làm gì, tôi hứa không làm rộn anh đâu.

Do you mind? (Idiom) = (Ironic) stop doing that = đừng làm như thế có được không nào?

Ex: "Do you mind?" she said, as he pushed into the queue in front of her.
"Xin ông đừng làm như vậy có được

không nào?" cô ta nói khi anh chàng chen vào hàng người chờ đợi để đứng trước mặt cô ta

I don't mind if I do = I don't think I will refuse it = tôi sẽ không nỡ từ chối đâu.

Ex: - Will you have a drink?
Anh uống một ly nhé?

- I don't mind if I do.
Tôi sẽ không nỡ từ chối đâu. (= Vâng, cho xin một ly).

Mind one's own búsiness = not interfére in other people's affairs = đừng can dự vào chuyện của người khác.

Ex: Mind your own business!
Hãy lo việc của ông đi! (Đừng xen vào việc của tôi!).

Mind you = please note = xin hãy lưu ý giùm cho rằng.

Ex: - They're getting divórced, I hear.
Tôi nghe là họ sắp ly dị nhau.

- Mind you, I'm not surprised at all.
Xin anh lưu ý giùm cho là tôi chẳng ngạc nhiên chút nào đâu.

Romantic /rəʊ'mæntɪk/ (adj) = fantástic = thơ mộng, nên thơ.

Ex: The scénery was so romántic.
Phong cảnh ấy thật là nên thơ.

Romance /rəʊ'mæns/ (n) = ① love affáir = cuộc, chuyện tình.

Ex: Their románce began in high school.
Cuộc tình của họ đã bắt đầu ở trường phổ thông.

② story of love = truyện tình.

Ex: She enjoys reading románces.

84

Nàng say mê đọc truyện tình.

③ romántic feeling = sự lãng mạn.

Ex: They tráveled seeking advénture and románce.

Họ đi du lịch để tìm cảm giác phiêu lưu và lãng mạn.

Championship /'tʃæmpɪənʃɪp/ (n) = cóntest to decíde who is the best = giải vô địch.

Ex: The last Euro-football championship was held in Sweden.

Giải vô địch bóng đá châu Âu vừa qua đã tổ chức tại Thụy Điển.

Champion /'tʃæmpɪən/ (n) = nhà vô địch, đội vô địch.

Ex: The Danish football team was champion in 1992.

Đội bóng Đan Mạch đã là đội vô địch trong năm 1992.

to root for sb or sth = to suppórt sb or sth wholehéartedly = cổ vũ, ủng hộ hết mình.

Ex: We are all rooting for you.

Chúng tôi đang ủng hộ anh hết mình.

What's come up? = What's háppened? = Chuyện gì đã xảy ra?

Ex: I'm afráid something unúsual has come up; so I advíse you not to go there.

Em e rằng có một điều gì bất tường đã xảy ra; vì vậy em khuyên anh đừng đi đến đó.

What with = what else can I do with = còn làm được gì khác với.

Ex: What with the weather and my bad back?

Tôi còn làm gì khác được trong thời tiết này và lưng tôi lại đau như vầy?

What's what! = what is impórtant to do = điều gì quan trọng phải làm.

Ex: You must know what's what.

Anh phải biết việc gì quan trọng cần phải làm mà.

So what? (used to admít that sth is true) = ừ thì đã sao nào?

Ex: - You have accépted that guy's offer?

Mày đã chấp nhận lời cầu hôn của gã ấy?

- So what?

Ừ thì đã sao nào?

To give somebody what for = to púnish him/her sevérely = phạt nặng ai.

Ex: - I'll give him what for if he does that agáin.

Tôi sẽ trừng trị hắn đích đáng nếu như hắn làm như thế lần nữa.

What for = for what púrpose = để làm gì.

Ex: What is this devíce for?

Máy này là để làm gì vậy?

What if? = what would háppen if...? = Điều gì sẽ xảy ra nếu như...?

Ex: What if it rains when we can't get under shélter?

Điều gì sẽ xảy ra nếu như trời mưa lúc chúng ta chưa ẩn núp kịp?

To be tied up = to be extrémely búsy = thật là bận rộn; to be hindered = bị cản trở.

Ex: - He's been tied up the whole day todáy.

Ông ta thật là bận rộn suốt cả ngày hôm nay.

- I was tied up for hours in the tráffic jam.

Tôi bị giữ lại hàng giờ vì vụ kẹt xe.

To make up one's mind = to decíde = quyết định.

Ex: He made up his mind to stay home.

Anh ta đã quyết định ở lại nhà.

Flounder /'flaʊndə/ (n) = small flat fish = cá bơn.

Cheese omelette /tʃiːz 'ɒmlɪt/ (n) = trứng tráng cuộn, có pho mai.

(Bùi Quang Đông)

1.   John và Margaret đã mời những người bạn của họ là Terry và Susan đến dùng cơm tối. Họ được yêu cầu đến lúc 7 giờ mà bây giờ thì đã 7 giờ 30. Hãy nhìn vào bảng kê dưới đây. Sau đó hãy lắng nghe cuộc bàn cãi giữa John và Margaret. Hãy kiểm lại lý do hợp lý nhất để biện minh cho việc đến muộn của Terry và Susan.

   A: Bây giờ rưỡi rồi đấy John ạ. Em không biết họ sẽ còn đến muộn chừng nào nữa đây?

   B: Ồ, thì em biết Terry và Susan rồi đấy. Có bao giờ họ đến đúng giờ đâu nào.

   A: Vâng, nhưng muộn gì mà đến những nửa tiếng đồng hồ! Bữa ăn tối của em sẽ nguội lạnh mất thôi.

   B: Mà có thể họ bị kẹt xe cũng nên. Em cũng biết dạo này tình hình xe cộ ra sao rồi mà.

   A: Phải rồi, nhưng mà họ đã nói họ đến bằng đường xe điện ngầm nên họ đâu có bị kẹt xe.

   B: Vậy thì họ cũng chẳng nên đến muộn như thế nhỉ. Sao em không điện cho họ để biết xem họ đã rời nhà chưa. Có thể họ đã quên lửng lời mời rồi cũng nên.

   A: Họ đã không thể nào quên như thế được cơ chứ. Em mới nói chuyện với Susan tối hôm qua đây thôi mà. Dù sao đi nữa, em cũng điện cho họ xem sao. Để em xem xem nào. Số điện thoại của họ là 214-3556. Không có tiếng trả lời. Hẳn là họ đã rời nhà rồi đấy.

   B: Ừ, đừng có lo. Anh tin chắc rằng vài phút nữa thì họ sẽ có mặt ở đây thôi.

   A: Ồ, giờ thì em nhớ ra rồi. Susan nó có hỏi em nên mang theo loại rượu nào. Nó bảo trên đường đến mình nó định ghé qua một cửa hàng rượu để mua một chai ở đường Vineyard.

   B: Ồ, vậy thì hẳn là họ đã xuống xe điện ngầm ở trạm đường Vineyard để mua rượu rồi. Cũng có thể từ đó họ còn đang đi bộ đến đây đấy.

   Hãy nghe lại và kiểm lại thông tin của bạn.

2.   Julie và Michael đã ra phố mua sắm. Lúc họ trở về nhà thì Michael phát hiện ra rằng chiếc ví của anh ta đã mất. Hãy lắng nghe cuộc bàn cãi của họ. Ghi một dấu kiểm vào cạnh bức ảnh nào cho thấy Michael có khả năng mất chiếc ví của anh ta nhất.

   A: Anh không thể tìm thấy chiếc ví của mình đâu cả.

   B: Ồ, không ổn rồi. Anh có chắc không nào?

   A: Chắc chắn là nó không có ở trong chiếc túi nào của anh cả.

   B: Vậy hẳn là anh đã bỏ quên nó trên tắc xi rồi.

   A: Ừ, em đã trả tiền tắc-xi cơ mà. Lúc ngồi trong xe tắc-xi anh cũng chẳng nhớ là còn nó hay không nữa.

   B: Vậy thì lần cuối mà anh vẫn thấy còn nó là vào lúc nào? Có thể nào anh đã bỏ quên nó trong ngân hàng hay không? Anh còn nhớ không nào? Anh đã móc ví lúc anh lấy chi phiếu ra lĩnh tiền ấy. Có thể anh đã bỏ quên nó ở trên quầy rồi.

A: Ô, nếu vậy thì hẳn là người thủ quỹ đã phải để ý thấy nó chứ, anh chắc chắn là như thế. Mà dù sao thì anh vẫn nhớ là còn thấy nó sau khi ở chỗ đó ra, lúc chúng mình đang ở quán cà phê ấy. Có thể nó đã trồi ra khỏi miệng túi trong lúc mình đang uống cà phê.

B: Nhưng chính anh đã trả tiền cà phê mà, nhớ không?

A: Ừ nhỉ! Rồi sau đó thì anh đã làm gì nhỉ? Chắc chắn là khi rời khỏi quán cà phê anh vẫn còn chiếc ví bởi vì lúc bước ra ngoài anh vẫn có cảm tưởng nó đang ở trong túi mình mà.

B: Vậy, không biết có kẻ nào đánh cắp nó không nhỉ?

A: Ý em muốn nói một tên móc túi ấy à?

B: Ừ, Anh có nghĩ rằng một kẻ nào đó có thể đã móc túi anh mà anh chẳng hề hay biết không?

A: Anh chẳng tin chuyện đó đâu. Anh chắc chắn rằng anh đã để tâm về việc đó rồi. Không thể nào như thế được đâu. Em biết anh đang nghĩ chiếc ví có thể ở đâu không?

B: Ở đâu nào?

A: Đúng rồi. Anh nhớ đã móc nó ra khỏi túi để ghi tên một quyển sách vào một mảnh giấy. Anh nghĩ chắc là anh đã để chiếc ví lên kệ sách trong lúc anh đang viết, và anh đã bỏ quên nó ở đó luôn. Anh sẽ gọi điện cho nhà sách để hỏi xem họ có thể tìm nó giúp mình được không.

Hãy nghe lại và kiểm lại thông tin của bạn

❑ VOCABULARY and WORD ENRICHMENT

Definitely /'defɪnətlɪ/ (adv.) = cértainly, undóubtedly = chắc chắn, không ngờ gì nữa.

Ex: You're définitely mistáken.
Chị nhầm hoàn toàn rồi.

Definite /'defɪnət/ (adj.) = clear, not dóubtful = rõ ràng, hiển nhiên, cụ thể.

Ex: I have no définite plan for this weekend.
Tôi chưa có chương trình cụ thể nào cho cuối tuần này.

Likely /'laɪklɪ/ (adj.) = ① próbably = có thể.

Ex: She is very líkely to ring me tonight
Rất có thể tối nay nàng sẽ gọi điện cho tôi.

② seeming about to háppen = có vẻ thật

Ex: A rise in prices seems líkely.
Việc tăng giá hàng dường như có khả năng xảy ra đấy.

A likely story! (Idiom) = (used to express disbelíef about what s/b has said) = nghe như thật ấy! (giọng mỉa mai).

Ex: She says she just forgót abóut it - a likely stóry!
Chị ta nói chị ta quên khuấy đi mất về việc đó - chuyện nghe cứ như là thật ấy!

To ruin /ruːɪn/ = to becóme stale = bị thiu, ôi.

Ex: If the electrícity is off for one more day, éverything in the fridge will be ruined.
Nếu điện cúp thêm một ngày nữa thôi thì mọi thứ trong tủ lạnh sẽ bị ôi mất.

Ruin (n) = sevére dámage = sự tổn thất nặng, sự tiêu tan.

Ex: - The hail has brought a ruin to our végetable garden.

Trận mưa đá đã gây tổn thất lớn cho vườn rau của chúng tôi.

- The news meant the ruin of all her hopes.

Tin ấy đến có nghĩa là mọi niềm hy vọng của nàng đã tiêu tan.

To get stuck = to be unable to move, to get caught = bị kẹt không di chuyển được.

Ex: - We got stuck in the tráffic jam for néarly an hour.

Chúng tôi bị kẹt xe khoảng gần một tiếng đồng hồ.

To be stuck on s/b = to be very fond of = say mê ai.

Ex: He's really stuck on his new girlfriend.

Hắn đã thực sự say mê cô bạn gái mới quen của hắn.

To be stuck with s/b or s/th = to be in a "sticky" (unexpécted) situation with s/b or s/th = bị lâm vào thế kẹt (phải tiếp ai hoặc làm gì).

Ex: - I was stuck with my cóusin for the whole day yésterday.

Tôi đã bị kẹt phải tiếp cô em họ của tôi suốt ngày hôm qua.

- Why are you always stuck with their business?

Tại sao anh cứ luôn luôn kẹt vướng vào công việc của họ vậy?

To get stuck into something (Idiom) = to start doing something enthusiástically = bắt tay vào việc gì một cách nhiệt tình.

Ex: - Here's your nóodle. Now get stuck in.

Món mì của anh đây. Hãy ăn ngay đi.

- The new workman got stuck into the job immédiately.

Người thợ mới đã bắt tay vào việc ngay.

to get off = to come down (bước xuống), to leave (rời khỏi)

Ex: - You can get off at that córner.

Bà có thể xuống xe ở góc đường đó.

- Get off the cárpet while I am cleaning it.

Hãy bước ra khỏi tấm thảm trong lúc tôi đang lau chùi nó.

- I want to get off to the cóuntry early.

Tôi muốn đi về quê sớm.

Oh no! = chết rồi, hỏng rồi, không ổn rồi (câu thường dùng khi bực dọc về việc gì)

MUST + HAVE + Past Partioiple

: hẳn là đã....

Ex: Nam didn't go to the meeting yesterday. He must have been sick.

Nam không đi họp ngày hôm qua. Hẳn là anh ta bị ốm mất rồi.

MIGHT + HAVE + Past Participle

: có thể là đã (do khách quan).

Ex: This morning when I saw Jane, she looked very sad. She might have received some bad news from her family in the country.

Sáng nay lúc tôi trông thấy Jane, chị ta trông có vẻ rất buồn, có thể là chị ta đã nhận được tin buồn của gia đình chị ấy ở quê.

COULD + HAVE + Past Participle

: có thể là đã (do chủ quan)

Ex: Mike could have used my typewriter when I was ábsent from the office for an hour

Có thể Mike đã sử dụng chiếc máy đánh chữ của tôi lúc tôi vắng mặt ở văn phòng trorg một giờ đồng hồ.

SHOULD + HAVE + Past Participle

: lẽ ra thì đã

Ex: You should have asked for my permission before taking any of my books from the shelf.

Lẽ ra thì anh nên hỏi ý kiến tôi trước khi lấy bất kỳ quyển sách nào của tôi ra khỏi kệ sách.

Teller /'telə/ (n) = person who receives and pays out money in a bank = người thủ quỹ ngân hàng

To notice /'nəutɪs/ = to become aware of = để ý thấy

Ex: Sorry, I didn't notice you.

Xin lỗi, tôi đã không để ý thấy chị.

notice (n) = ① printed news or information displayed publicly = bản thông báo, bố cáo.

Ex: The notice on the wall of the house said "House for sale".

Lời thông báo ở trên tường của căn nhà đã ghi "nhà bán".

② attention = sự chú ý.

Ex: Bring the letter to her notice.

Hãy đem bức thư đến cho cô ta xem.

③ a warning = lời báo trước.

Ex: You must give a month's notice before quitting your job.

Anh phải thông báo trước một tháng trước khi xin nghỉ việc.

To take no notice = to pay no attention to = Không để ý tới = not take any notice

Ex: Don't take any notice of what she says

Đừng thèm để ý đến gì cô ta nói.

To slip = ① to slide accidentally out = vô tình rơi ra

Ex: The truck turned around the sharp bend and its load slipped.

Chiếc xe tải quẹo quanh khúc cua đột ngột và hàng chở trong xe rơi xuống.

② to lose one's balance = trợt.

Ex: She slipped on the banana skin and nearly fell

Cô ta trợt chiếc vỏ chuối và suýt ngã.

③ to get out of somewhere quietly and quickly = lẻn đi

Ex: - The thief slipped out by the back door.

Tên trộm đã lẻn ra bằng lối cửa sau.

- The child slipped out of the house and ran away.

Thằng bé lẻn ra khỏi nhà và chạy biến đi.

To feel = ① to be aware of through the sense of touching = có cảm giác thấy.

Ex: - She felt the rain on her cheeks.

Nàng có cảm giác mưa đang đọng trên má mình.

- The doctor is feeling the patient's pulse.

Bác sĩ đang bắt mạch cho bệnh nhân.

② to experience an emotion = cảm thấy.

Ex: They feel happy because of their son's success

Họ cảm thấy sung sướng vì sự thành công của con trai họ.

③ to examine by touching = sờ mó.

Ex: Feel his forehead to see if he has a fever.

Sờ đầu nó xem nó có bị sốt không?

④ to think = nghĩ.

Ex: I feel you should go.

Tôi nghĩ anh nên đi.

⑤ to be aware of s/th by touching without seeing = dò dẫm, lần mò.

Ex: The poor blind beggar is feeling his way along the alley.

Người ăn mày mù đáng thương đang lần bước đi trên con hẻm nhỏ.

Feeling (n) = ① sensation = cảm giác.

Ex: The pátient has lost all feeling in his legs

Bệnh nhân ấy đã mất hết cảm giác ở đôi chân của ông.

② Vágue nótion or belief = linh cảm.

Ex: I can't understánd why, but súddenly I have the feeling that something térrible is going to háppen.

Tôi chẳng hiểu vì sao, nhưng bỗng nhiên tôi có linh cảm rằng một việc bất tường nào đó sắp xảy đến.

③ opínion = ý kiến.

Ex: The féeling of the meeting was agáinst the propósal.

Ý kiến của (đa số thành viên trong) buổi họp là không chấp thuận đề nghị đó.

④ strong emótion (of discontént or reséntment) = sự căm phẫn.

Ex: His ínsolence has aróused strong feeling amóng the crowd.

Sự hỗn láo của hắn đã gây căm phẫn trong đám đông.

⑤ sympathétic understánding = sự cảm thông

Ex: You have no féeling for the súfferings of óthers

Mày chẳng còn chút cảm thông nào đối với những nỗi khổ đau của người khác.

⑥ sensitívity = sự cảm nhận.

Ex: She hasn't much feeling for the beauty of náture.

Bà ta không cảm nhận được nhiều về vẻ đẹp của thiên nhiên.

⑦ capácity for being affécted by outside ínfluences = tình cảm.

Ex: Sorry. I don't mean to hurt your feelings

Xin lỗi. Tôi không có ý định làm mất lòng cô đâu.

Pickpocket /ˈpɪkpɒkɪt/ (n) = person stealing money from other people's pockets = tên móc túi, kẻ cắp.

To stop in = to drop in = ghé tạt vào.

Ex: Please stop (=drop) in my house whenever you have chance.

Khi nào có dịp xin ghé vào nhà tôi chơi.

Taxi stand (n) = place where taxi drivers wait for passengers = bến đỗ tắc-xi.

BÀI 13   *Hãy lắng nghe phần này (Trang 98)*

(Bùi Quang Đông)

Một khách hàng trong một siêu thị đang nói chuyện với một người thư ký về một loại thuốc tẩy rửa trong ảnh phía bên dưới. Hãy đọc bảng kê các vật liệu. Sau đó, nghe cuộc đối thoại rồi ghi một dấu kiểm vào cạnh những vật liệu có thể dùng được chất tẩy rửa ấy.

A: Làm ơn hãy nói cho tôi nghe về chất tẩy rửa mới này. Nó có thể được sử dụng để tẩy rửa kim loại không?

B: Vâng, đối với một số kim loại thôi. Sử dụng nó trên nhôm và đồng thì rất tốt.

A: Thế ạ, trên nhôm và đồng. Thế còn những kim loại khác? Có thể sử dụng nó với bạc được không?

B: Ơ, thực ra đối với bạc thì không được công hiệu cho lắm. Chúng tôi có một chất thuốc tẩy đặc biệt dành riêng cho bạc cơ.

A: Thế à. Vậy còn những bề mặt tráng men thì sao, như là đối với bồn tắm

90

chẳng hạn.

B: Vâng. Nó tác dụng rất tốt trên men sứ

A: Thế còn những thứ như gạch lót sàn thì sao ạ?

B: Vâng, đối với gạch lót sàn thì nó lại rất hữu hiệu. Nó tẩy được hoàn toàn các vết bẩn bám bền và dấu hoen ố. Nhưng nó lại chẳng hữu hiệu chút nào để tẩy sàn hoặc các bề mặt bằng gỗ. Có khi lại còn làm hại những thứ đó nữa cơ đấy.

A: Thế còn nhựa tổng hợp thì sao cơ?

B: Nhựa tổng hợp thì được. Chẳng gặp trở ngại gì cả.

A: Tốt. Vậy thì tôi mua hai lon.

Hãy nghe lại và kiểm lại những câu trả lời của bạn.

2.   Bây giờ thì người khách hàng sắp sửa hỏi về một chất tẩy rửa lò nướng. Hãy đọc những lời nói về nó. Sau đó hãy lắng nghe cuộc đối thoại, rồi ghi một dấu kiểm vào cạnh những lời nào đúng.

A: Bà có thể nói cho tôi được biết về chất tẩy rửa lò nướng loại mới này không ạ? Tôi chưa hề sử dụng chất tẩy rửa lần nào. tôi vẫn thường chùi rửa bằng tay thôi.

B: Ồ, chất thuốc tẩy này sẽ giúp ông chùi rửa dễ dàng hơn nhiều. Đây là loại sản phẩm mới đặc biệt. Nó khác hẳn với nhiều loại chất tẩy rửa lò nướng khác vì sử dụng chất thuốc này thì chẳng cần phải hâm nóng lò lên.

A: Thế à. Vậy là có thể sử dụng nó lúc lò còn nguội.

B: Đúng vậy.

A: Và sử dụng như thế nào cơ?

B: Rất là dễ. Nó sẽ không làm hại da của ông đâu. Vì thế có thể dùng nó mà chẳng cần phải đeo găng cao su.

A: Thế ạ. Nó được trình bày dưới dạng kem nhão hay thuốc xịt cơ?

B: Nó thuộc dạng phun đẫm, chỉ cần phun vào các thành bên trong lò và trên các vỉ lò.

A: Đầu đuôi chỉ có vậy thôi sao?

B: Chưa hết. Sau khi lò được phun thuốc đều khắp rồi thì hãy đóng cửa lò lại và vặn lò lên đến 475° F(*)

A: Thế ạ. Vậy thì nóng lắm đấy.

B: Đúng thế.

A: Và phải để lò nóng như thế trong bao lâu?

B: Ồ, chỉ khoảng nửa tiếng đồng hồ là được ạ. Sau đó thì tắt lò đi và để cho nó nguội.

A: Và như vậy là tất cả bụi đất đều tiêu tan đi mất?

B: Chưa đâu. Nhưng lúc này thì có thể dùng khăn ướt để chùi rửa bụi đất bám thật là dễ dàng.

A: Tôi thấy nó có vẻ dễ dàng hơn làm bằng tay rất nhiều.

B: Điều đó thì chắc chắn rồi cơ.

Hãy nghe lại và kiểm lại thông tin của bạn

_____

(*) $475^{o}F \approx 210^{o}C$ (chú thích của người dịch) xin xem phần phụ lục 3 ở cuối sách.

❑ VOCABULARY and WORD ENRICHMENT:

Cleaner /'klɪːnə/ (n) = chémical used for cleaning things = chất tẩy rửa.

Material /mə'tɪərɪəl/ (n) = súbstance, mátter or métal of which something is made = vật liệu, chất liệu.

Ex: Alúminum is a very cómmon matérial for use in constrúction.
Nhôm là chất liệu thông dụng để dùng trong ngành xây dựng.

Brass /braːs/ (n) = bríght yellow métal = đồng

The Brass = órchestra with ínstruments = ban nhạc kèn đồng.

Bathtub /baːθtʌb/ (n) = bồn tắm (also: bath).

Ex: Please run the bath for me.
Làm ơn vặn nước vào bồn tắm cho tôi.

Aluminum /ˌæ'ljumɪnɪəm/ (n) = light sílvery metal = nhôm.

Ex: Alúminum is used instéad of iron in modern árchitecture.
Nhôm được dùng thay cho sắt trong ngành kiến trúc tân kỳ.

Enamel /ɪ'næml/ (n) glass-like súbstance used for coating póttery or metal = men sứ

to work (well) on s/th = to bring the desíred resúlt or efféct on = đem lại kết quả tốt cho, tác dụng tốt trên.

Ex: Did the cleaning fluid work well on that stain (= Did it remóve it?)?
Chất nước tẩy đó có tác dụng tốt trên vết dính đó không?

Floor tile /flɔːtaɪl/ (n) = gạch lót sàn.

tough /tʌf/ (adj.) = ① not éasily remóved = khó tẩy.

Ex: Jáckfruit sap is very tough to be remóved from clothes.
Nhựa mít rất khó tẩy trên quần áo

② strong and long lasting = dai, bền.

Ex: His shoes are made of tough leather.

Đôi giày của anh ta được làm bằng da thuộc bền.

③ not easily chewed = dai.

Ex: This meat is very tough. Please give me something more tender.
Thịt này dai lắm. Làm ơn cho tôi thử nào mềm hơn đi.

④ Violent = mạnh bạo, gay go, thô bạo.

Ex: Fooball in a tough but fávourite game.
Bóng đá là môn chơi thô bạo nhưng được ưa chuộng.

⑤ able to endúre hárdships = dai sức.

Ex: Sóldiers have to be tough.
Chiến sĩ phải dai sức.

To toughen /'tʌfn/ = to make or becóme tough = tôi luyện, rèn luyện.

Toughness (n) = sự cam go, dai bền.

oven /'ʌvn/ (n) = lò nướng (bánh)

Ex: Bread is baked in an óven.
Bánh mì được nướng trong lò.

Like an oven = very hot = rất nóng.

Ex: Please run the air condítioner. It's like an oven in here.
Làm ơn cho chạy máy lạnh. Ở đây nóng như một lò lửa.

To have a bun in the oven (Idiom) = to be prégnant = mang bầu.

Ex: John is very happy now becáuse his wife is having a bun in the oven.
John hiện rất sung sướng vì bà xã anh ta đang có bầu.

To heat /hɪːt/ = to make hot or warm = đốt nóng, hâm, sưởi nóng.

Ex: - The food has alréady been cooked. It just needs heating up.
Thức ăn đã được nấu chín rồi. Chỉ cần hâm nóng lại thôi.

- Is this a heated báthtub?
Đây có phải là bồn tắm nước nóng

không?

Heat (n) = ① hotness, high témperature = hơi nóng.

Ex: - This fire doesn't give out much heat.

Đống lửa này không phát nhiều hơi nóng.

- Never go out in the heat withóut your hat on.

Chớ có bao giờ ra ngoài nắng mà không đội nón của bạn vào.

② prelíminary cóntest = vòng đấu loại.

Ex: The French and English seléction teams were elíminated right in the first heat.

Đội tuyển Pháp và Anh đã bị loại ngay trong vòng đấu loại đầu tiên.

③ period of séxual excítement in animals = thời gian động dục (của súc vật).

To be on heat = (US) to be in heat = vào mùa động dục.

Ex: Most ánimals and ínsects are on heat in Spring.

Phần lớn súc vật và côn trùng động dục vào mùa Xuân.

In the heat of the moment = very ángry, excíted, upset = rất nóng giận, bực mình.

Ex: Be cáreful not to make any loud noise. Daddy is in the heat of the móment!

Hãy cẩn thận chớ có mà làm ồn. Bố đang bực mình đấy!

Paste /peɪst/ (n) = soft, stícky súbstance = chất kem nhão - Shrimp paste = mắm tôm.

Thoroughly /ˈθʌrə:lɪ/ (adv.) = cárefully (một cách kỹ lưỡng), complétely (hoàn toàn)

Ex: She cleaned the útensils thóroughly with detérgent and then with warm water.

Bà ta lau rửa vật dụng trong nhà một cách kỹ lưỡng bằng xà bông bột rồi sau đó bằng nước ấm.

Ex: He's a thóroughly nice guy.

Anh ta quả thật là một anh chàng dễ thương.

Thorough /ˈθʌrə:/ (adj.) = cáreful (cẩn thận, kỹ lưỡng) compléte (hoàn toàn).

Ex: She's a slow worker but very thórough

Bà ta là một công nhân chậm chạp nhưng lại rất kỹ lưỡng.

Ex: He's a thórough fool.

Nó thiệt là một thằng điên.

To leave s/th on = to keep it in the same condition for a while = để yên như thế trong một thời gian.

Ex: Just leave the fish in the pan on for abóut fifteen minutes before turning them over.

Cứ để cá nguyên ở trong chảo trong khoảng mười lăm phút rồi hãy trở mặt.

BÀI 14 — Hãy lắng nghe phần này (Trang 105)

(Bùi Quang Đông)

1. Bạn sắp được nghe hai người đang nói chuyện về chuyến đi nghỉ mát của bạn bè họ ở Vê-Nê-Dzuê-La. Hãy lắng nghe cuộc nói chuyện. Tìm ra câu nói phù hợp với điều bạn nghe thấy bằng một dấu kiểm.

A: Em đã mở đầu câu chuyện với gia đình nhà Formans về chuyến du lịch của họ sang Vê-Nê-Dzuê-La chưa nào?

B: Ơ, rồi. Họ nói họ được vui trọn vẹn lắm.

A: Họ có bảo thời tiết ở đó ra làm sao không?

B: Họ bảo ở đó hơi lạnh. Họ có đề nghị mình nên đem theo áo len và áo khoác.

A: Ừ. Em có hỏi xem khách sạn ở đó như thế nào không?.

B: Hình như tuyệt hảo lắm thì phải, mà lại không đắt nữa.

A: Ừ, anh cũng đã nghe nói về chuyện này. Thế còn vấn đề giao tế thì sao? Họ có nói họ gặp trở ngại gì về vấn đề ngôn ngữ không?

B: Rõ ràng là đôi lúc ngôn ngữ cũng trở thành ra một trở ngại. Họ bảo với em khó mà tìm được một người nào biết tiếng Anh trừ những người ở khách sạn, nhưng họ lại thấy các công nhân viên ở khách sạn rất là được việc và thân thiện.

A: Ờ, vậy thì tốt. Và họ có mua sắm được nhiều trong thời gian họ ở đó không?

B: Chỉ toàn là vật lưu niệm thôi. Họ dặn đừng mua quần áo ở Vê-Nê-Dzuê- La. Quần áo bên đó đắt hơn ở Hoa Kỳ nhiều. Nhưng họ lại bảo anh có thể mua nữ trang và vật dụng bằng da thuộc vì giá nơi hơn đôi chút.

Bây giờ hãy nghe lại và kiểm lại thông tin của bạn.

2.   Bây giờ bạn sắp sửa được nghe hai người đang thảo luận những vấn đề du lịch về đất nước Anh-Đô-Nê-Zi-A. Hãy lắng nghe cuộc đối thoại.

Tìm ra câu nói phù hợp với điều bạn nghe thấy bằng một dấu kiểm.

A: Anh có sẵn quyển sách hướng dẫn đến đất nước Anh-Đô-Nê-Zi-A đó không?

B: Tất nhiên. Cô cần biết về việc gì nào?

A: Ơ, vấn đề tiền tệ thì sao? Tôi nên đổi tiền ở một ngân hàng hay ở tại phi trường?

B: Ồ, sách nói đừng có đổi tiền ở tại phi trường. Hình như đổi theo lối đó thì cô sẽ hưởng được tỷ suất hối đoái thấp lắm. Họ đề nghị nên đổi tiền ở một ngân hàng nhà nước.

A: Biết điều đó cũng hay. Và họ có nói phải tiêm ngừa thổ tả trước khi đi hay không?

B: Có, sách nói điều này không buộc, nhưng họ tha thiết đề nghị rằng nên tiêm ngừa một lần. Dường như bên đó vẫn còn nhiều người mắc chứng thổ tả đấy.

A: Thế còn vấn đề thị thực (=chiếu khán) thì sao?

B: Họ nói phải xin một dấu thị thực tại Xinh-Ga-Po. Cô không thể vào đất này mà không có một dấu thị thực.

A: Họ nói gì về vấn đề mua sắm nào?

B: Họ nói có một nơi hết sẩy để mua những vật chạm gỗ và những bức họa. Nhưng họ đề nghị nên đợi cho đến khi cô ra khỏi thủ đô đã bởi vì giá cả ở đó đắt gấp bội.

A: Và họ có đề cập gì đến các chuyến tham quan không vậy?

B: Có chứ. Sách nói có một chuyến tham quan kỳ thú đưa đến một hỏa diệm sơn ngay vùng ngoại ô của Gia-Các-Ta.

A: Vậy thì chắc chắn là chúng ta nên đi đến nơi ấy.

Bây giờ hãy nghe lại và kiểm lại những câu trả lời của bạn.

❏ VOCABULARY and WORD ENRICHMENT:

To agree /ə'grɪ/ *with* = ① to match with = phù hợp với.

Ex: The two accóunts do not agrée.
Hai bản kê khai không ăn khớp nhau.

② to say "yes" = đồng ý, bằng lòng.

Ex: She asked for a pay rise and the boss agréed.
Nàng xin tăng lương và sếp đồng ý.

③ to reach the same opínion on s/th = thỏa thuận.

Ex: Can we agrée a price?
Chúng ta có thể thỏa thuận một cái giá được không?

④ to appróve = chấp thuận, duyệt.

Ex: Next year's búdget has been agréed
Ngân sách cho năm tới đã được chấp thuận.

⑤ to be háppy togéther = hòa thuận.

Ex: They never seem to agrée.
Dường như họ chẳng bao giờ sống hòa thuận với nhau.

⑥ (grammar) to correspónd (with s/th) in person and number = hòa hợp với.

Ex: A verb must agrée with its subject in person and number.
Một động từ phải hòa hợp với chủ ngữ của nó về ngôi và số.

Agreement /ə'grɪːmənt/ (n) = sự thỏa thuận, sự phù hợp, hợp đồng, hiệp định.

Ex: - We are in agréement on that point.
Chúng tôi nhất trí với nhau về điểm đó.

- They have broken the agréement betweén us.
Họ đã phá vỡ hợp đồng (hai bên: họ và chúng tôi.)

- The two sides failed to reach agréement.
Hai phe đã không tiến đến một

thỏa hiệp được.

Agreeable /ə'grɪːəbl/ (adj) = pleasing, showing pléasure (dễ chịu); réasonable (phải chăng).

Ex: - He's an agréeable person.
Ông ấy là một người dễ chịu.

- Do you think the clímate here agréeable?
Bà có nghĩ rằng thời tiết ở đây dễ chịu không?

- Prices are very agréeable in this city.
Giá cả ở thành phố này rất phải chăng.

To have a great time = to have a wonderful time = hưởng một khoảng thời gian tuyệt vời.

kind of = sort of = sómewhat = hơi hơi.

Ex: - It's kind of cold this evening.
Tối nay trời hơi trở lạnh.

- She's kind of selfish.
Bà ta hơi ích kỷ một chút.

Communication /kə'mjʊːnɪ'keɪʃn/ (n) = ① way of exchánging idéas = Cách giao tế.

Ex: - Being deaf and dumb makes communicátion very dífficult.
Bị điếc và câm khiến cho việc giao tế rất khó khăn.

- Communicátion is restrícted when people do not speak the same lánguage.
Việc giao tế bị hạn chế khi người ta không cùng nói chung một thứ tiếng.

② news, méssage, informátion sent = tin tức, thông tin gởi đi.

Ex: - We recéived your communicátion last week.
Chúng tôi đã nhận được tin của cô tuần trước.

③ the várious means or ways of commúnicating = Phương tiện giao thông

...mmunicátions were interrúpted by
.ne héavy storm.

Trận bão lớn đã gây gián đoạn mọi
phương tiện giao thông.

To communicate /kə'mju:nɪkeit/ = ① to
convéy = diễn đạt.

Ex: This póem commúnicates the áuthor's
despáir.

Bài thơ này diễn đạt nỗi thất vọng
của tác giả.

② to pass ạn s/th = lan truyền.

Ex: AIDS is chiefly commúnicated to other
people through séxual actívity.

Bệnh Sida chủ yếu được lan truyền
sang người khác qua hoạt động về
tình dục.

③ (with: with) to exchánge informátion =
liên lạc, quan hệ.

Ex: The polícemen commúnicate with each
other by radio.

Những cảnh sát viên liên lạc với nhau
bằng vô tuyến điện.

④ to convéy one's knówledge, feelings, idéas
to others = truyền thụ.

Ex: A good teacher must be able to
commúnicate.

Một thầy giáo giỏi phải có khả năng
truyền thụ.

⑤ to be connécted = nối liền với, ăn thông
với.

Ex: My gárden commúnicates with hers
by means of a small gate.

Khu vườn nhà tôi ăn thông sang khu
vườn nhà nàng qua một cổng nhỏ.

Communicative /kə'mju:nɪkətɪv/ (adj) =
willing to talk or give informátion = dễ
tiếp xúc, dễ bắt chuyện.

Ex: I don't find Lan very commúnicative.

Tôi nhận thấy Lan không phải là
người dễ bắt chuyện đâu.

Communicable /kə'mjʊ:nɪkəbl/ (adj) = that
can be passed on (to others) = **có khả**

---

năng truyền bệnh.

Ex: Tubercúlosis is a commúnicable
diséase.

Bệnh lao là một bệnh có khả năng
lây lan.

Hardly /'ha:dlɪ/ (adj) = only just = vừa mới,
scárcely = khó mà, ít khi mà.

Ex: - Hárdly had we begún our work
when it begán to rain.

Chúng tôi vừa mới bắt tay vào việc
thì trời bắt đầu đổ mưa.

- You can hárdly find a house for
rent in this área.

Bạn khó lòng mà tìm được một căn
nhà cho thuê ở vùng này.

- He hárdly ever goes to bed befóre
mídnight.

Ông ta khó mà có thể đi ngủ trước
nửa đêm.

Staff /sta:f/ (n) = group of assístants working
togéther in a búsiness = ban tham mưu
trợ lý, ban nhân viên.

Ex: He expláined the new pólicy to the
hotél staff.

Ông ta đã giải thích chính sách mới
cho ban nhân viên khách sạn.

Ex: The school staff are very conciéntious
and expérienced.

Ban giảng huấn rất tận tâm và giàu
kinh nghiệm.

To staff = to províde with staff = bố trí,
cung cấp.

Ex: They staffed the school with éxcellent
teachers.

Họ đã bố trí những giáo viên giỏi về
trường đó.

For very little = at cheaper prices = với
giá nới hơn.

Ex: You can buy things from a street
véndor for very little.

Bạn có thể mua vật dụng ở một người
bán rong với giá nới hơn.

Handy /'hændɪ/ (adj) = ① convéniently placed for being reached or used = vừa tầm tay, dễ lấy.

Ex: Always keep a first aid kit handy.
Hãy luôn luôn để túi thuốc cấp cứu ở nơi dễ lấy.

② úseful, convénient = tiện dụng.

Ex: A good tool box is a handy thing to have in your house.
Một thùng đựng đầy đủ dụng cụ là thứ tiện dụng cần phải có trong nhà của bạn.

③ near = gần.

Ex: Our house is very hándy for the márket and school.
Nhà chúng tôi rất gần chợ và trường học.

④ clever with one's hand = khéo tay.

Ex: She's handy abóut arránging flowers.
Cô ấy khéo tay về việc cắm hoa.

To come in handy (Idiom) = to be úseful some time = sẽ có lúc có ích, có lợi.

Ex: Don't throw that cárdboard box awáy. It may come in handy.
Đừng vứt chiếc hộp cac-tông ấy đi. Sẽ có lúc nó trở nên có ích đấy.

Currency /'kʌrənsɪ/ (n) = money sýstem in use in one cóuntry = hệ thống tiền tệ.

Ex: Fóreign cúrrencies are used in foreign trading.
Ngoại tệ được xử dụng trong việc ngoại thương.

Rate of exchange /reɪt əv ɪk'stʃeɪndʒ/ = Tỷ giá hối đoái, hối suất.

Ex: What's the rate of exchánge betwéen a dollar and a pound sterling?
Tỷ giá hối đoái giữa đồng đô-la và đồng Bảng Anh là bao nhiêu?

State bank = Ngân hàng nhà nước.

Ex: Depósiting money in a statebank is more trústful than in a crédit co-óperative.
Ký gởi tiền vào ngân hàng nhà nước đáng tin hơn gởi vào một hợp tác xã tín dụng.

Injection /ɪn'dʒekʃn/ (n) = shot (mũi tiêm), injecting (việc tiêm, chích).

Ex: - The mórphine was administered by injection.
Chất moóc-phin được xử dụng qua đường tiêm.
- An injéction is only nécessary when oral administrátion hasn't done any good to the pátient.
Mũi thuốc tiêm chỉ cần thiết khi nào việc cho uống thuốc không còn hiệu nghiệm đối với bệnh nhân.

To inject /ɪn'dʒekt/ = to force a drug or any other liquid into one's body by means of a sýringe = tiêm, chích.

Ex: Some drugs can be injécted or taken by mouth.
Một số loại dược phẩm có thể được tiêm hoặc uống.

Injectable /ɪn'dʒektəbl/ (adj) = có thể tiêm được

Ex: This ámpul is not injéctable!
Ống thuốc này không được tiêm đâu nhé!

To require /rɪ'kwaɪə/ = ① to demánd as being obligatory = đòi hỏi phải.

Ex: I only do what is required (of me).
Tôi chỉ làm những gì được yêu cầu (tôi làm) mà thôi.

② to need = cần.

Ex: Those pátients requíred cónstant attention.
Những bệnh nhân kia cần được theo dõi liên tục.

Requirement /rɪ'kwaɪəmənt/ (n) = ① thing needed or asked for = điều kiện đặt ra, nhu cầu.

Ex: - Our immédiate requirement is

receíving the raw matérial in time.

Yêu cầu bức thiết của chúng tôi là nhận được nguyên vật liệu đúng thời hạn.

- Ápplicants must meet the abóve-méntioned requirements so as to be emplóyed.

Các ứng viên phải hội đủ những điều kiện nêu trên mới được tuyển dụng.

Woodcarving (n) = wooden óbject shaped by carving = đồ gỗ chạm; nghề chạm gỗ.

Ex: Those craftsmen are éxperts in wood carving.

Những người thợ thủ công kia là những nhà điêu luyện về ngành chạm gỗ.

Ex: Our wood carvings and éarthenware are highly eváluated by foreign cústomers.

Đồ chạm và sành sứ của ta được khách hàng nước ngoài đánh giá rất cao.

To recommend strongly /'rekə'mend strɔŋlɪ/ = to suggést éarnestly = tha thiết đề

nghị.

Ex: I wouldn't recomménd you to go there alóne.

Tôi không đề nghị cô đi đến đó một mình đâu.

Recommendation /'rekəmen'deɪ∫n/ (n) = ① action of recomménding = việc đề nghị. ② Statement, letter that recomménds s/b for s/th = lời, thư tiến cử.

Ex: - I bought it on her recommendátion.

Tôi đã mua nó theo đề nghị của nàng.

- He was términated from emplóyment becáuse of the redúction in force; Howéver, he recéived a very fávourable letter of recommendátion from his fórmer emplóyer.

Anh ta bị cho nghỉ việc vì lý do tinh giảm biên chế; tuy nhiên, anh ta được chủ cũ cấp cho một thư tiến cử rất tốt.

Volcano /vɒl'keɪnəʊ/ (n) = núi lửa, hỏa diệm sơn.

Volcanic /vɒl'kænɪk/ (adj) = thuộc về núi lửa.

LỊCH TRÌNH THI NIÊN KHÓA 1983 - 1984

TOEFL

	NGÀY THI	NGÀY KHÓA SỐ ÁP DỤNG CHO CÁC TRUNG TÂM NGOÀI LÃNH THỔ HOA KỲ VÀ CANADA	ÁP DỤNG CHO CÁC TRUNG TÂM TRONG LÃNH THỔ HOA KỲ VÀ CANADA	NGÀY GỬI THƯ BÁO CÁO ĐIỂM KẾT QUẢ CHÍNH THỨC
CHƯƠNG TRÌNH THI DÀNH CHO QUỐC TẾ. (Những ngày thi tổ chức vào thứ 7)	6 tháng 8, 1983	20 tháng 6, 1983	5 tháng 7, 1983	7 tháng 9, 1983
	8 tháng 10, 1983	22 tháng 8, 1983	6 tháng 9, 1983	9 tháng 11, 1983
	19 tháng 11, 1983	3 tháng 10, 1983	17 tháng 10, 1983	21 tháng 12, 1983
	14 tháng 1, 1984	28 tháng 11, 1983	12 tháng 12, 1983	15 tháng 2, 1984
	10 tháng 3, 1984	23 tháng 1, 1984	6 tháng 2, 1984	11 tháng 4, 1984
	12 tháng 5, 1984	26 tháng 3, 1984	9 tháng 4, 1984	13 tháng 6, 1984
CHƯƠNG TRÌNH THI DÀNH CHO TRUNG TÂM ĐẶC BIỆT (Những ngày thi tổ chức vào thứ 6)	8 tháng 7, 1983	23 tháng 5, 1983	6 tháng 6, 1983	10 tháng 8, 1983
	23 tháng 9, 1983	8 tháng 8, 1983	22 tháng 8, 1983	26 tháng 10, 1983
	9 tháng 12, 1983	24 tháng 10, 1983	7 tháng 11, 1983	13 tháng 1, 1984
	3 tháng 12, 1984	19 tháng 12, 1983	3 tháng 1, 1984	7 tháng 3, 1984
	13 tháng 4, 1984	27 tháng 2, 1984	12 tháng 3, 1984	16 tháng 5, 1984
	1 tháng 6, 1984	16 tháng 4, 1984	30 tháng 4, 1984	5 tháng 7, 1984

* Đơn xin của các bạn phải được gửi về văn phòng TOEFL không quá ngày này.

LƯU Ý: Một vài trung tâm có tên trong danh sách trong thông báo TOEFL không mở khóa vào tất cả các ngày thi.

MẪU ĐƠN XIN CẤP PHÁT THÔNG BÁO, 1983 - 1984.

Nhiều Trường Cao Đẳng và Đại Học đề nghị cho phép thí sinh của họ, những người mà tiếng mẹ đẻ của họ không phải là tiếng Anh được dự kỳ thi Kiểm tra tiếng Anh là Ngoại ngữ (TOEFL). Để nạp đơn dự thi TOEFL, bạn sẽ cần một thông báo TOEFL để biết thể lệ gồm có: một đơn xin dự thi, lịch trình thi, trung tâm tổ chức thi dành cho thí sinh quốc tế và Trung Tâm Đặc biệt tổ chức các chương trình thi và tin tức về Sở Thu nhận Sinh viên Quốc tế (ISIS). Các ấn bản của thông báo đều có sẵn ở nhiều địa điểm ngoài lãnh thổ Hoa Kỳ, thông thường thì ở các ủy ban hoặc cơ sở giáo dục của Hoa Kỳ (USIS), và các trung tâm lưỡng quốc.

Nếu bạn muốn dự thi TOEFL ở một trong những quốc gia hoặc khu vực địa dư được liệt kê dưới đây, bạn phải xin một ấn bản THÔNG BÁO ở cơ quan tổ chức nhận đơn thi TOEFL dành cho quốc gia hoặc khu vực đó. ĐÁNH MÁY hoặc viết tên bạn THEO LỐI CHỮ IN và địa chỉ trên giấy nhãn phong bì rồi gởi về địa chỉ thích hợp. Nếu bạn không thể nhận được một Thông Báo ở địa phương hãy gởi toàn bộ hồ sơ thẳng về cho cơ quan TOEFL qua đường bưu điện, hộp thư 2896, Princeton, NJ 08541, Hoa Kỳ.

Lưu ý: Thông báo TOEFL để theo dõi tin tức là một ấn bản MIỄN PHÍ. Ấn bản này KHÔNG ĐƯỢC BÁN.

Thông báo TOEFL cho . . . .

- (quốc gia)

Tên của bạn: . . . .

Địa chỉ: . . . .

. . . .

. . . .

Mã số bưu điện.

Nếu bạn cư ngụ ở một trong những nước hoặc khu vực liệt kê dưới đây, bạn phải gởi mẫu đơn xin cấp phát đến những địa chỉ cho sẵn.

Châu Phi: CITO Hộp thư 1203 6801 BE. Arnhem, Hà Lan.

Bra-xin: Fundacao Carlos Chagas AV, giáo sư Francisco Morato 1565, Mã số bưu điện Caixa 11478, 05513.

Sao Paulo SP, Bra - xin.

Ai Cập: AMIDEAST 2 Midan Kasr el Dobara Garden City, Cairo, Ai Cập.

Châu Âu: CITO, Hộp thư 1203, 6801 BE Arnhem, Hà Lan.

Hồng Kông: Không sử dụng mẫu đơn xin cấp phát. Hãy đích thân đến: (1) Sở Khảo thí Hồng Kông, tổ chức thi ngoài nước, Văn phòng Phụ San Po Kông, 17 Tseuk Luk San Po Kông Kowloon, Hồng Kông hoặc (2) Viện Giáo dục quốc tế. Trung tâm nghệ thuật Hồng Kông, lầu 12 đường Harbour, Wanchai, Hộp thư bưu điện Trung ương 10010, Hồng Kông.

Ấn Độ: Viện đo lường giáo dục và tâm lý, Khu Đại học E.C, Allahabad U.P 211003, Ấn Độ.

Nhật Bản: Hội đồng trao đổi giáo dục quốc tế, Phòng 216, Đại Cao ốc Sanno, 14-2 Nagata - Cho 2 - Chrome Chiyodaku Tokyo, 100 Nhật Bản.

Zooc-đa-ni: AMIDEAST, Hộp thư 1249 Amman, Zooc-đa-ni.

Li-băng: AMIDEAST, Hộp thư 135 -155 Beirut, Li-băng.

Ma-lai-xi-a: Ủy ban trao đổi giáo dục Malaixia - Hoa Kỳ 198 laln Ampang kuala Lumpur 16-03, Malaixia.

Mê-hi-cô: Trung tâm Cố vấn Giáo dục, Viện Giáo dục Quốc tế, lầu 2, Londres 16, Mê-hi-cô 6. DF.

Morocco: AMIDEAST 25 bis Patrice Lumumba, gian số 8, Rabat Morocco.

Si-ri: AMIDEAST, Hộp thư 2313, Damascus, Si-ri.

Đài Loan: Không sử dụng mẫu xin cấp phát. Hãy đích thân đến Trung tâm thi và huấn luyện ngoại ngữ, 2-1 đường Hsu-chow, Đài Bắc, Đài Loan 100.

Thái Lan: Viện Giáo dục Quốc tế, hộp thư bưu điện trung ương 2050, BăngKok 10501, Thái Lan.

Tuy-ni-di: AMIDEAST, BP 1134, Tunis, Tuy-ni-di.

Cộng hòa Ả Rập Yemen: AMIDEAST, nhờ Viện Ngoại ngữ Yemen - Hoa Kỳ, Belt Al. Hamdi, Hộp thư 1088, Sana a, Cộng Hòa Ả Rập Yemen chuyển giúp.

Tất cả các nước và khu vực khác: TOEFL, Hộp thư 2896, Box 2896, Princeton. NJ 08541, Hoa Kỳ.

SINH VIÊN BỊ THƯƠNG TRONG TAI NẠN GIAO THÔNG

Brian Harris, 19 tuổi, ở số 34 đường Radcliffe, đã được đưa vào bệnh viện Seaview tối hôm qua trong một tình trạng nguy ngập sau khi chiếc ô tô của anh ta bay xuống vực vào 3 giờ sáng trên đường 69, anh Harris đã từ một bữa tiệc rượu tổ chức ở Trường Đại Học trở về nhà... /-

---

BỨC HỌA NỔI TIẾNG Ở VIỆN BẢO TÀNG QUỐC GIA
ĐÃ BỊ ĐÁNH CẮP

Cảnh sát đang mở cuộc điều tra về vụ đánh cắp một bức họa quý giá của Picasso, đã bị đánh cắp ở Viện Bảo Tàng Quốc gia tối hôm qua. Vụ đánh cắp đã được phát hiện sáng hôm nay. Không có một dấu hiệu nào chứng tỏ rằng Viện Bảo Tàng đã bị đột nhập.

Những nhân viên của Viện bảo Tàng đang bị thẩm vấn, và cảnh sát đang nóng lòng muốn biết xem có người nào trông thấy một kẻ nào đó bước vào kho ở trên lầu 3 vào giờ giấc đóng cửa Viện Bảo Tàng không. Cảnh sát tin rằng tên trộm...

HÀNH KHÁCH ĐƯỢC ĐƯA VỘI VÃ VÀO BỆNH VIỆN

Một hành khách đang đợi chuyến bay đến Luân Đôn đã bị ngất xỉu tại phi trường lúc 3 giờ chiều hôm qua và đã được đưa vội vã vào bệnh viện. Ngày hôm qua, hệ thống điều hòa không khí tại phi trường đã không hoạt động và nhiệt độ trong phòng đợi chuyến bay có lúc lên đến gần 95oF. Người ta tin rằng hành khách...

HỔ XỔNG CHUỒNG TẠI SỞ THÚ

Một con hổ xuất xứ từ Bengali dài khoảng gần 1,9 mét đã xổng chuồng ở vườn thú thành phố trong ngày hôm qua và chưa biết nó ở đâu. Những du khách đến vườn thú mới đây đã chỉ cho thấy hàng rào vậy quanh chuồng hổ thấp đến cỡ nào và họ cũng đã than phiền về việc những cây cối mọc xung quanh chuồng rũ những cành thấp là đã xuống chuồng này. Cảnh sát đang nóng lòng phỏng vấn một thanh niên đang đứng gần cửa sau chuồng thú...

KHÁCH SẠN TRUNG ƯƠNG
ĐÃ BỊ NGỌN LỬA THIÊU RỤI

Tối hôm qua, một trận hỏa hoạn đã thiêu rụi khách sạn Trung ương tại đường Kong. Tất cả 35 người khách đã thoát hiểm mà không bị chút thương tích nào, nhưng tòa nhà gỗ cũ kỹ đã bị thiêu rụi hoàn toàn, Tòa nhà đang được chỉnh trang và hệ thống dây điện đã được thay thế. Lúc đó một công nhân đang sử dụng thiết bị hàn xì ở trên nóc. Những căn buồng dành cho khách trọ không có trang bị hệ thống vòi chữa cháy. Các quan chức thuộc sở cứu hỏa tin rằng...

TRẬN HỎA HOẠN Ở KHÁCH SẠN ROSE
GÂY THIỆT MẠNG CHO 48 NGƯỜI

Tối hôm qua, 48 người đã bị thiệt mạng khi một đám cháy lan qua khách sạn Rose ở đường Brandon. Phần lớn khách trọ không thể chạy thoát ra khỏi khách sạn được bởi vì các thang máy đã bị ngắt điện và không có những lối ra cấp cứu. Rõ ràng là hơn một năm nay, Khách sạn đã không được các viên chức phụ trách an toàn đến kiểm tra, và người ta tin rằng cả hệ thống báo động lẫn hệ thống phun nước đều không hoạt động. Nhiều khách trọ đã bị thương lúc họ nhảy từ cửa sổ ra ngoài thay vì đợi các nhân viên phòng cháy chữa cháy đến tiếp cứu. Dường như khi ngọn lửa bộc phát thì các nhân viên trực đêm của khách sạn đang ngủ. Khi họ thức dậy, họ đã tìm cách báo động cho khách trọ biết trước khi gọi điện cho sở cứu hỏa.

XE ĐÒ CHỞ QUÁ TẢI BỊ LẬT NHÀO

Một chiếc xe đò chở trên 75 hành khách đã bị lật nhào trên tuyến đường 65 hồi tối hôm qua, làm cho 7 hành khách bị thiệt mạng và làm bị thương cho thêm 35 người nữa. Chiếc xe đò này chỉ được thiết kế để chở 50 hành khách thôi, và cảnh sát điều tra lý do vì sao nó lại chở quá con số qui định như vậy và lại di chuyển với tốc độ đến gần 80 dặm một giờ. Nhiều hành khách bị thương phải nằm đợi xe cấp cứu đến gần nửa giờ đồng hồ. Chiếc xe đã không mang theo thiết bị cấp cứu và người tài xế đã không được huấn luyện về các thể thức cứu thương.

Đền thờ Hồi giáo Blue, Nhà Bảo Tàng Topkapi, các di tích thành Troy, Thành phố Cổ Ephesus - tất cả các thắng cảnh này và còn nhiều thắng cảnh nữa đang chờ đón các bạn ở đất nước Thổ Nhĩ Kỳ diễm ảo; Vùng đất giao lưu giữa Đông và Tây. Hãy ghé lại những khách sạn hiện đại, giá cả phải chăng của chúng tôi. Hãy đến thăm dò những khu chợ bán hàng của chúng tôi. Hãy dừng chân giải lao bằng một tách cà phê Thổ Nhĩ Kỳ. Và rồi hãy đắm mình trong làn nước trong xanh, diễm tình của vùng Địa Trung Hải.

Tại đất nước Thổ Nhĩ Kỳ, các bạn sẽ thấy tiết trời ấm áp và sự tiếp đãi nồng hậu quanh năm. Và các bạn sẽ thấy ngạc nhiên đến độ kỳ thú vì thấy có nhiều người nói được ngôn ngữ của các bạn.

APPENDIX 1

ENGLISH AND AMERICAN FORENAMES

(and their short Forms)
(Tên tục của người Anh và Mỹ
và lối gọi tắt quen dùng)
(collected by: BÙI QUANG ĐÔNG)

* **FEMALE NAMES** *(Tên Nữ)*

A

Agatha /'ægəθə/ - Aggie /'ægɪ/
Agnes /ægnɪs/ - Aggie /'ægɪ/
Alexandra /,ælɪg'za:ndrə/ - Alex /'ælɪks/
Alice /'ælɪs/
Alison /'ælɪsn/
Amy /'eɪmɪ/
Angela /'ændʒələ/ - Angie /'ændʒɪ/
Anita /ə'nɪːtə/
Ann, Anne /æn/ - Annie /'ænɪ/
Anna /'ænə/
Annette /æ'net/
Antonia /æn'təʊnɪə/
Audrey /'ɔːdrɪ/

B

Barbara, Barbra /'ba:brə/ - Babs /bæbz/
Beatrice /'bɪətrɪs/
Becky → Rebecca
Belinda /bə'lɪndə/
Bernadette /,bə:nə'det/
Beryl /'berəl/
Brenda /'brendə/
Bridget, Bridgit /'brɪdʒɪt/ - Bid /bɪt/

C

Candice /'kændɪs/
Carla /'ka:lə/
Carol /'kærəl/

Caroline /'kærəlaɪn/ - Carolyn /'kærəlɪn/;
   Carrie /'kærɪ/
Catherine /'kæθrɪn/ - Cathy /'kæθɪ/
Cecilia /sɪ'sɪːlɪə/
Celia /'sɪːlɪə/
Charlotte /'ʃa:lət/
Cheryl /'tʃerəl/
Christina /krɪ'stɪːnə/ - Tina /'tɪːnə/
Christine /'krɪstɪːn/ - Chris /krɪs/ - Chrissie
   /'krɪsɪ/
Clare, Claire /'kleə/
Claudia /'klɔːdɪə/
Cleo, Clio /'klɪːəʊ/
Constance /'kɒnstəns/ - Connie /'kɒnɪ/
Cynthia /'sɪnθɪə/

D

Daisy /'deɪzɪ/
Daphne /'dæfnɪ/
Dawn /dɔːn/
Deborah /'debərə/ - Debbie, Debby /'debɪ/ -
   Deb /deb/
Delia /'dɪːlɪə/
Della /'delə/
Denise /də'nɪːz/
Diana /daɪ'ænə/ - Diane /daɪ'æn/; Di /daɪ/
Dolly /'dɒlɪ/
Dora /'dɔːrə/
Doreen, Dorene /'dɔːrɪːn/
Doris /'dɒrɪs/
Dorothy /'dɒrəθɪ/ - Dot /dɒt/; Dottie /'dɒt:ɪ/
Edith /'ɪːdɪθ/

103

Edna /'ednə/
Eileen /'aɪlɪ:n/; aileen /'eɪlɪ:n/
Eleanor /'elɪnə/ - Ellie /'elɪ/
Eliza /ɪ'laɪzə/ - Lisa /'lɪ:sə/
Elizabeth /ɪ'lɪzəbəθ/ - Liz /lɪz/; Betty /'betɪ/
Emily /'eməlɪ/
Emma /'emə/
Erica /'erɪkə/
Ethel /'eθl/
Eunice /'jʊ:nɪs/
Eve /ɪ:v/; Eva /'ɪ:və/
Evelyn /'ɪ:vlɪn/

Fiona /fɪ́ʊnə/
Flora /'flɔ:rə/
Florence /'flɒrəns/ - Flo /fləʊ/; Florrie /'flɒrɪ/
Frances /'fra:nsɪs/ - Fran /fræn/; Frankie /'fræŋkɪ/

Georgia /'dʒɔ:dʒɪə/
Geraldine /'dʒerəldɪ:n/
Gertrude /'gɜ:tru:d/
Gladys /'glædɪs/
Gloria /'glɔ:rɪə/
Grace /greɪs/

Harriet /'hærɪət/
Hazel /'heɪzl/
Helen /'helən/
Henrietta /ˌhenrɪ'etə/
Hilary /'hɪlərɪ/

Ida /'aɪdə/
Ingrid /'ɪŋgrɪd/
Irene /aɪ'rɪ:nɪ/

Iris /'aɪərɪs/
Isabel - Isobel /'ɪzəbel/
Isabella /ˌɪzə'belə/
Ivy /'aɪvɪ/

Jane /dʒeɪn/
Janet /'dʒænɪt/
Janice /'dʒænɪs/
Jacqueline /'dʒækəlɪn/ - Jackie /'dʒækɪ/
Jean /dʒɪ:n/
Jenifer /'dʒenɪfə/
Jessica /'dʒesɪkə/
Joan /dʒəʊn/ (US): /dʒəʊ'æn/
Joanna /dʒəʊ'ænə/ - Joanne /dʒəʊ'æn/; Jo /dʒəʊ/
Jocelyn /'dʒɒslɪn/
Josephine /'dʒəʊzəfɪ:n/ - Josie /'dʒəʊsɪ/
Joyce /dʒɔɪs/
Judith /'dʒʊ:dɪθ/
Julia /'dʒʊ:lɪə/ - Julie /'dʒʊ:lɪ/
juliet /'dʒʊ:lɪət/
June /dʒʊ:n/
Karen, Karin /'kærən/
Katherine, Catherine /'Kæθrɪn/ - Kathy; Cathy /'kæθɪ/; Kate /keit/; Katie, Katy /'keitɪ/; Kay /keɪ/; Kitty /'kɪtɪ/

laura /'lɔ:rə/
Lauretta, Loretta /lə'retə/
Lesley /'lezlɪ/
Lilian, lillian /'lɪlɪən/
Lily /'lɪlɪ/
Linda /'lɪndə/
Lorna /'lɔ:nə/
Louise /lʊ:'ɪ:z/
Lucia /'lʊ:sɪə/
Lucinda /lʊ:'sɪndə/ - Cindy /'sɪndɪ/
Lucy /'lʊ:sɪ/
Lydia /'lɪdɪə/

Mabel /'meɪbl/
Madeleine /'mædəlɪn/
Maisie /'meɪzɪ/
Margaret /'maːgrɪt/ - Maggie /'mægɪ/; peg /peg/; peggie; peggy /'pegɪ/
Marjorie /'maːdʒərɪ/ - Margie /'maːdʒɪ/
Maria /mə'rɪə/
Marian, Marion /'mærɪən/
Marie /mə'rɪ/
Marilyn /'mærəlɪn/
Martha /'maːθə/
Mary /'meərɪ/
Maureen /'mɔːrɪːn/
Melanie /'melənɪ/
Melinda /mə'lɪndə/
Michelle /mɪ'ʃel/
Miranda /mɪ'rændə/
Miriam /'mɪrɪəm/
Monica /'mɒnɪkə/

Nadia /'naːdɪə/
Nancy /'nænsɪ/ - Nan /næn/
Naomi /'neɪəmi/
Natalie /'nætəlɪ/
Natasha /nə'tæʃə/
Nell /nel/ - Nellie, Nelly /'nelɪ/
Nora /'nɔːrə/

Olive /'ɒlɪv/
Olivia /ə'lɪvɪə/

Pamela /'pæmələ/
Patricia /pə'trɪʃə/ - Pat /pæt/; Patty /'pætɪ/
Paula /'pɔːlə/
Pauline /'pɔːlɪːn/
Phyllis /'fɪlɪs/

Polly /'pɒlɪ/ - Poll /pɒl/
Prudence /'pruːdns/ - Pru; Prue /pruː/

Rebecca /rɪ'bekə/ - Becky /'bekɪ/
Rita /'rɪtə/
Rosalie /'rəʊzəlɪ/
Rosalind /'rɒzəlɪnd/
Rose /rəʊz/ - Rosie /'rəʊzɪ/
Rosemary /'rəʊzmərɪ/
Ruth /ruːθ/

Sally /'sælɪ/
Samantha /sə'mænθə/ - Sam /sæm/
Sandra /'saːndrə/ - Sandy /'sændɪ/
Sarah, Sara /'seərə/ - Sadie /'seɪdɪ/
Sharon /'ʃærən/
Sheila, Shelagh /'ʃɪːlə/
Shirley /'ʃɜːlɪ/
Silvia, Sylvia /'sɪlvɪə/ - Sylvie /'sɪlvɪ/
Sophia /sə'faɪə/
Sophie, Sophy /'səʊfɪ/
Stella /'stelə/
Stephanie /'stéfənɪ/
Susan /'suːzn/ - Sue /suː/; Susie /'suː zɪ/
Susanne /suː'zæn/ - Susie /'suːzɪ/
Sylvia, Sylvie /'sɪlvɪə - /'sɪlvɪ/

Theresa, Teresa /tə'rɪːzə/ - Tess /t es/; Tessa /'tesə/; Terri /'terɪ/ (US)
Thelma /'θelmə/
Toni /'təʊnɪ/ (US)
Tracy, Tracey /'treɪsɪ/
Trudie, Trudy /'truːdɪ/

U

Ursula /'ɜːsjʊlə/
Valerie /'vælərɪ/

105

Vera /'vɪərə/

Veronica /və'rɒnɪkə/

Victoria /vɪk'tɔːrɪə/ - Vicki, Vickie, Vicky, Vikki.

Viola /'vaɪələ/

Violet /'vaɪələt/

Virginia /və'dʒɪnɪə/ - Ginny /'dʒɪnɪ/

Wendy /'wendɪ/

Winifred /'wɪnɪfrɪd/ - Winnie /'wɪnɪ/

Yvonne /ɪ'vɒn/

Zoe /'zəʊɪ/

(Collected by: BÙI QUANG ĐÔNG)

* *MALE NAMES (Tên nam)*

Abraham /'eɪbrəhæm/ - Abe /eɪb/

Adam /'ædəm/

Adrian /'eɪdrɪən/

Alan, Allen /'ælən/ - Al /æl/

Albert /'ælbət/ - Al /æl/; Bert /bɜːt/

Alexander /ˌælɪg'zaːndə/ - Alec; Alex /'ælɪks/; Sandi.

Alfred /'ælfrɪd/ - Alf /ælf/; Alfie /'ælfɪ/

Andrew /'ændruː/ - Andy /'ændɪ/

Anthony /'æntənɪ/ - Tony /'təʊnɪ/

Arnold /'aːnəld/

Arthur /'aːθə/

Aubrey /'ɔːbrɪ/

Barry /'bærɪ/

Basil /'bæzl/

Benjamin /'bendʒəmɪn/ - Ben

Bernard /'bɜːnəd/ - Bernie /'bɜːnɪ/

Boris /'bɒrɪs/

Bradford /'brædfəd/ - Brad /bræd/ (US)

Bryan, Brian /'braɪən/

Bruce /bruːs/

Bud /bʌd/ - Buddy /'bʌdɪ/ (US)

Carl /kaːl/

Cecil /'sesl/; /'sɪːsl/ (US)

Charles /tʃaːlz/ - Charlie /'tʃaːlɪ/; Chuck /tʃʌk/ (US)

Christopher /'krɪstəfə/ - Chris /krɪs/; Kit.

Clark /klaːk/ (US)

Claude, Claud /klɔːd/

Clement /'klemənt/

Clifford /'klɪfəd/

Clint /klɪnt/ (US)

Clive /klaɪv/

Clyde /klaɪd/ (US)

Colin /'kɒlɪn/

Craig /kreɪg/

Curt /kɜːt/

Dale /deɪl/ (US)

Daniel /'dænɪəl/ - Dan /dæn/; Danny /'dænɪ/

Darrell /'dærəl/

Darren /'dærən/

David /'deɪvɪd/ - Dave /deɪv/

Dean /dɪːn/

Dennis, Denis /'denɪs/

Dermot /'dɜːmɒt/ (Irish)

Desmond /'dezmənd/ - Des /dez/

Dominic /'dɒmɪnɪk/

Donald /'dɒnəld/ - Don /dɒn/

Douglas /'dʌgləs/ - Doug /dʌg/

Duane /duː'eɪn/ - Dwane /dweɪn/ (US)

Dudley /'dʌdlɪ/ - Dud /dʌd/

Duncan /'dʌŋkən/

Dustin /'dʌstɪn/

E

Eamonn, Eamon /'eɪmən/ (Irish)
Edgar /'edgə/
Edmund, Edmont /'edmənt/
Edward /'edwəd/ - Ed; Eddie /'edɪ/; Ted, Teddy
    - Ned - Neddy /'nedɪ/
Edwin /'edwɪn/
Elmer /'elmə/ (US)
Eric /'erɪk/
Ernest /'ɜːnɪst/
Eugene /'juːdʒɪːn/

F

Felix /'fɪːlɪks/
Ferdinand /'fɜːdɪnænd/
Floyd /flɔɪd/
Francis /'fraːnsɪs/ - Frank /fræŋk/
Frank /fræŋk/ - Frankie /'fræŋki/
Frederick /'frerɪk/ - Fred /fred/; Freddie,
    Freddy

G

Gabriel /'geɪbrɪəl/
Gary /'gærɪ/
Gavin /'gævɪn/
Goeffrey, Jeffrey /'dʒefri/ - Geoff, Jeff /dʒef/
George /dʒɔːdʒ/
Gerald /'dʒerəld/
Gilbert /'gɪlbət/ - Bert /bɜːt/
Giles /dʒaɪlz/
Glen /glen/
Godfrey /'gɒdfrɪ/
Gordon /'gɔːdn/
Graham, Grahame, Graeme /'greɪəm/
Gregory /'gregərɪ/ - Greg
Guy /gaɪ/

H

Harold /'hærəld/
Henry /'henrɪ/; Harry /'hærɪ/ - Hal /hæl/;

Hank /hæŋk/
Herbert /'hɜːbət/ - Bert /bɜːt/; Herb /hɜːb/
Horace /'hɒrɪs/ - (US) /'hɔːrəs/
Howard /'hauəd/
Hubert /'hjuːbət/
Hugh /hjuː/
Hugo /'hjuːgəu/
Humphrey /'hʌmfrɪ/

I

Ian /'ɪən/
Isaac /'aɪzək/
Ivan /'aɪvən/
Ivor /'aɪvə/

J

Jacob /'dʒeɪkəb/ - Jake /dʒeɪk/
James /dʒeɪmz/ - Jim /dʒɪm/; Jimmy
    /'dʒɪmɪ/; Jamie /'dʒeɪmɪ/
Jason /'dʒeɪsn/
Jasper /'dʒæspə/
Jeremy /'dʒerəmɪ/
Jerome /dʒə'rəum/
John /dʒɒn/ - Johnny /'dʒɒnɪ/; Jack /dʒæk/
Jonathan /'dʒɒnəθən/ - Jon /dʒɒn/
Joseph /'dʒəuzɪf/ - Joe /dʒəu/
Julian /'dʒuːlɪən/
Justin /'dʒʌstɪn/

K

Keith /kɪːθ/
Kenneth /'kenɪθ/ - Ken /ken/; Kenny /'kenɪ/
Kevin /'kevɪn/; Kev /kev/
Kirk /kɜːk/

L

Lance /laːns/ - (US) /læns/
Laurence /'lɒrəns/ - Larry /'lærɪ/; Laurie
    /'lɒrɪ/
Leo /'lɪːəu/

Leonard /'lenəd/- Len; Lenny /'lenɪ/
Leslie /'lezlɪ/ - Les /lez/
Lester /'lestə/
Lewis /'luːɪs/
Louis /'luːɪ/ (US) /'luːɪs/ - Lou /luː/ (US)
Luke /luːk/

Malcolm /'mælkəm/
Mark /maːk/
Martin /'maːtɪn/ - Marty /'maːtɪ/
Matthew /'mæθjuː/ - Matt /mæt/
Maurice, Morris /'mɒrɪs/
Max /mæks/
Michael /'maɪkl/ - Mike /maɪk/; Mick /mɪk/;
   Micky, Mickey /'mɪkɪ/
Murray /'mʌrɪ/
Nathan /'neɪθən/ - Nat /næt/

Neil, Neal /nɪːl/
Nicholas, Nicolas /'nɪkələs/ - Nick; Nicky
Nigel /'naɪdʒl/
Noel /'nəuəl/
Norman /'nɔːmən/ - Norm /nɔːm/

Oliver /'ɒlɪvə/ - Ollie /'ɒlɪ/
Oscar /'ɒskə/
Oswald /'ɒswəld/ - Oz /ɒz/; Ozzie /'ɒzɪ/
Owen /'əuɪn/

P

Patrick /'pætrɪk/ - Pat /pæt/; Paddy /'pædɪ/
Paul /pɔːl/
Percy /'pɜːsɪ/
Peter /'pɪːtə/
Philip /'fɪlɪp/ - Phil /fɪl/

Quentin /'kwentɪn/ - Quintin /'kwɪntɪn/

Ralph /rælf/
Randolph, Randolf /'rændɒlf/
Raphael /'ræfeil/
Raymond /'reimənd/
Rex /reks/
Richard /'rɪtʃəd/ - Dick; Dickie /'dɪkɪ/
Robert /'rɒbət/ - Bob /bɒb/; Rob /rɒb/; Bobby,
   Robbie
Robin /'rɒbɪn/
Roderick /'rɒdrɪk/ - Rod /rɒd/
Rodney /'rɒdnɪ/
Roger /'rɒdʒə/
Ronald /'rɒnəld/
Roy /rɔi/
Rudolph, Rudolf /'ruːdɒlf/
Russell /'rʌsl/ - Russ /rʌs/

Samuel /'sæmjuəl/ - Sam, Sammy /'sæmɪ/
Scott /skɒt/
Sebastian /sɪ'bæstɪən/
Sidney, Sydney /'sɪdnɪ/ - Sid /sɪd/
Simon /'saɪmən/
Stanley /'stænlɪ/
Stephen, Steven /'stɪːvn/ - Steve /stɪːv/
Stewart, Stuart /'stjuːət/; (US) /'stuːət/

Terence /'terəns/ - Terry /'terɪ/; Tel /tel/
Theodore /'θɪːədɔ/ - Theo /'θɪːəu/
Thomas /'tɒməs/ - Tom /tɒm/; Tommy /'tɒmɪ/
Timothy /'tɪməθɪ/ -Tim; Timmy /'tɪmɪ/
Toby /'təubɪ/
Trevor /'trevə/
Troy /trɔi/

Victor /'vɪktə/ -Vic /vik/
Vincent /'vinsnt/ - Vince /vɪns/
Vivian /'vɪvɪən/ - Viv /vɪv/
Walter /'wɔːltə/ or /'wɒltə/ - Wally /'wɒlɪ/

Warren /'wɒrən/
Wayne /weɪn/
Wilbur /'wilbə/
Wilfrid, Wilfred /'wɪlfrɪd/
William /'wɪlɪəm/ - Bill; Billy /'bɪlɪ/;
Will, Willy /'wɪlɪ/

※

※ ※

APPENDIX 2

MAIN PARTS
(of a car)
Những bộ phận chính.
(của một xe ô tô)
(Collected by: BÙI QUANG ĐÔNG)

Accelerator pedal /ək'seləreɪtə pedl/ (n) =
bàn đạp ga, bàn đạp gia tốc

Air - filter /'eə fɪltə/ (n) = bộ phận lọc gió

Axle /æksl/ (n) = trục (xe) - Axle bearing
= ổ trục

Battery /'bætərɪ/ (n) = bình ắc - qui

Bonnet (UK) /'bɒnɪt/ (n) = ca-pô, nắp đậy
(ô tô)

Boot (UK) /buːt/ (n) = thùng sau (xe)

Brake drum /breɪk drʌm/ (n) = nồi thắng,
phanh.

Brake pedal /'breɪk pedl/ (n) = bàn đạp
thắng, phanh.

Bumper /'bʌmpə/ (n) = thanh cản.

Ball-bearing (n) = ổ bạc đạn, ổ bị.

Carburettor /ˌkɑːbjuˈretə/ (n) = bộ chế hòa
khí.

Chassis /'ʃæsis/ (n) = giá, khung sàn xe.

Choke /tʃəuk/ (n) = nút van lấy "e" (gió).

Clutch /klʌtʃ/ (n) = khớp nối ly hợp, "ăm
bray da".

Clutch pedal /klʌtʃ pedl/ (n) = bàn đạp "ăm
bray da"

Dashboard /'dæʃbɔːd/ (n) = Bảng (táp blô)
điều khiển.

Differential gear /dɪfəˈrenʃl/ (n) = bánh răng
truyền động.

Dip-stick (n) = que thăm dò xăng.

Door handle /dɔːhændl/ (n) = tay nắm cửa.

Driver's seat (n) = chỗ ngồi của tài xế.

Dynamo /'daɪnəməu/ (n) = máy phát điện
(ô tô)

E:

Exhaust manifold /ɪg'zɔ:st mænɪfəuld/ (n) = ống góp xả

Exhaust pipe /ɪg'zɔ:st paɪp/ (n) = ống thoát khói, ống "bô".

F:

Fan /fæn/ (n) = quạt.

Fan belt (n) = giây "cu - roa" chuyển động quạt.

Fender (US) = thanh chắn, thanh cản.

Flap /flæp/ (n) = yếm (lót mâm bánh xe).

Fuel Indicator /fju:əl ɪndɪkeɪtə/ (n) = kim báo xăng.

G:

Gas pedal (US) /gæs pedl/ (n) = bàn đạp gia tốc, bàn đạp ga.

Gas tank (US) = bình xăng.

Gear - lever /'gɪə lɪ:və/ (n) = cần sang số.

Gear - shift (US) = cần sang số.

Gear box /gɪə bɒks/ - hộp số.

Glove compartment /glʌv kəm'pa:tmənt/ (n) = ngăn chứa, dụng cụ lặt vặt.

H:

Handbrake /hændbreɪk/ (n) = thắng (phanh) tay.

Heater /'hɪ:tə/ (n) = máy sưởi.

Head light /hed laɪt/ (n) = đèn trước (pha, cốt).

Head rest (n) = phần đệm tựa đầu.

Horn /hɔ:n/ (n) = còi, kèn.

Hubcap /hʌb kæp/ (n) = nắp chụp đùm // Hub = đùm bánh xe.

I:

Indicator light (UK) = đèn tín hiệu quẹo.

Ignition switch /ɪg'nɪʃn swɪtʃ/ (n): công

tắc khởi động máy.

L:

License plate (US) = bảng số xe.

Leads /lɪ:dz/ (n) = giây dẫn điện.

M:

Muffler (US) /mʌflə/ (n) = bộ phận tiêu âm, hãm thanh.

N:

Number plate (UK) = bảng số xe.

P:

Parking light (US) /'pa:kɪŋ laɪt/ (n) = đèn hông.

Passenger seat /'pæsɪndʒə sɪ:t/ (n) = chỗ ngồi hành khách.

Petrol tank /'petrəl tæŋk/ (n) = bình xăng.

Radiator /reɪdɪeɪtə/ (n) = bộ tản nhiệt, làm nguội.

R:

Rear light /rɪə laɪt/ (n) = đèn sau.

Rear view mirror /'rɪə vju: mɪrə/ (n) = kính chiếu hậu.

Rear window (n) = kính hậu, kính sau.

Registration number /,redʒɪ'streɪʃn/ = số đăng bộ

Roof /ru:f/ (n) = mui, nóc, trần xe.

Roofrack /ru:fræk/ (n) = giá chắn hành lý (mui xe)

S:

Seat belt (n) = đai, thắt lưng an toàn.

Silencer /'saɪlənsə/ (n) = bộ phận tiêu âm.

Side light (n) = đèn hông.

Side mirror (US) = kính hông.

Shock absorber /ʃɒk əb'sɔ:bə/ (n) = bộ phận giảm sốc.

Sparking plug (UK) /spa:kɪŋ plʌg/ = bu-gi.

Spark plug (US) = bu-gi.

Speed meter /spɪ:dmɪtə/ = đồng hồ tốc độ.

Starter motor /sta:tə məutə/ = bộ phận đề

Steering wheel /'stɪərɪŋ hwɪ:l/ = bánh lái, vô lăng.

Suspension /sə'spenʃn/ (n) = lò xo giảm sốc.

Tail light (US) /teɪl laɪt/ = đèn hậu, đèn sau.

Transmission shaft /trænz'mɪ ʃn ʃa:ft/ = trục truyền động.

Trunk (US) /trʌŋk/ (n) = thùng sau (ô tô).

Turn signal (US) = đèn tín hiệu quẹo.

Tube /tju:b/ = ruột (xăm) xe.

Tyre /taɪə/ (n) = vỏ, lốp xe.

Tire (US) = vỏ, lốp xe.

Windscreen /wɪndskrɪ:n/ (n) = kính chắn gió.

Windshield (US) = Kính chắn gió.

Windscreen wiper /waɪpə/ (n) = cái gạt nước.

Wing /wiŋ/ (n) = hông (xe).

Wing mirror = Kính hông.

※

※ ※

APPENDIX 3:

TEMPERATURE EQUIVALENTS
(bảng tương ứng về nhiệt độ)
(Collected by: BÙI QUANG ĐÔNG)

● To convért Fáhrenheit témperature into Célsius or Céntigrade, subtráct 32 and múltiply by 5/9 (five-ninths).

(Muốn đổi độ F sang độ C hãy trừ đi 32 rồi nhân với 5/9.)

EX: $68^{\circ}F = 68 - 32 = \dfrac{36 \times 5}{9} = 20^{\circ}C$

● To convért Célsius or Céntigrade témperature into Fáhrenheit; múltiply by 9/5 (nine-fifths) and add 32.

(Muốn đổi độ C sang độ F, hãy nhân với 9/5 rồi cộng 32.)

EX: $30^{\circ}C = \dfrac{30 \times 9}{5} = 54 + 32 = 86^{\circ}F$

※

※ ※

MAIN PARTS
(of a bicycle)
Những bộ phận chính
(của xe đạp)
(Collected by: BÙI QUANG ĐÔNG)

1. Backstays /bæksteiz/ (n) = gắp "về".
2. Bell /bel/ (n) = chuông.
3. Brake /breik/ (n) = phanh (thắng).
4. Brake-cable /breik keibl/ (n) = dây phanh.
5. Brake-lever /breik li:və/ (n) = tay thắng.
6. Carrying rack /'kæriiŋ ræk/ (n) = poóc-ba-ga.
7. Chain /tʃein/ (n) = dây xích (sên).
8. Chain-wheel /tʃein wi:l/ (n) = đĩa xích (sên).
9. Crank /kræŋk/ (n) = giò đạp.
10. Crossbar /'krɔsba:/ (n) = đòn ngang (xe nam).
11. Dynamo /'dainəməu/ (n) = bình điện.
12. Forks /fɔ:ks/ (n) = phuộc, gắp.
13. Frame /freim/ (n) = khung, sườn.
14. Front light /frʌnt lait/ (n) = đèn trước.
15. Gear-lever /giə 'li:və/ (n) = cần sang số (tay đề).
16. Gears /giəz/ (n) = ổ líp.
17. Handlebars /'hændlba:z/ (n) = ghi-đông, tay lái.
18. Hub /hʌb/ (n) = đùm.
19. Mud-flap /'mʌd flæp/ (n) = miếng chắn bùn.
20. Mudguard /'mʌdga:d/ (n) = vè.
21. Pedal /'pi:dl/ (n) = bàn đạp.
22. Pump /pʌmp/ (n) = bơm.
23. Rear light /riə lait/ (n) = đèn hậu.
24. Reflector /ri'flektə/ (n) = kính phản chiếu.
25. Rim /rim/ (n) = niềng, vành.
26. Saddle /'sædl/ (n) = yên.
27. Spoke /spəuk/ (n) = căm, đũa (nan hoa).
28. Sprocket /'sprɔkit/ (n) = răng líp, răng đĩa xích.
29. Tyre /'taiə/ (n) = vỏ, lốp.
30. Valve /vælv/ (n) = đầu van.
31. Wheel /wi:l/ (n) = bánh xe.

✳
✳ ✳

Chịu trách nhiệm xuất bản : LÊ HOÀNG
Biên tập : YÊN THẢO
Bìa : THANH MAI
Sửa bản in : BÙI QUANG ĐÔNG

In 2000 cuốn, khổ 15,5 × 23,5cm, tại Trường Dạy nghề chuyên ngành in, 35 Trần Quốc Toản, Q.3. Giấy xác nhận đăng ký đề tài xuất bản số 1003TK/TR, Cục xuất bản cấp ngày: 22-5-1993 và Quyết định xuất bản số : 141TN/93, Nhà xuất bản Trẻ cấp ngày : 14-9-1993. In xong nộp lưu chiểu tháng 9 năm 1993. 10 0 0 0

Giá: